அகதி

மருதன்

கிழக்கு

அகதிகள்

Agathigal

Marudhan ©

First Edition: December 2018

208 Pages

Printed in India.

ISBN 978-93-86737-54-0

Kizhakku 1109

Kizhakku Pathippagam

177/103, First Floor, Ambal's Building, Lloyds Road,
Royapettah, Chennai - 600 014. Ph: +91-44-4200-9603
Email : support@nhm.in Website : www.nhm.in

kizhakkupathippagam kizhakku_nhm

Author's Email: marudhan@gmail.com

Kizhakku Pathippagam is an imprint of New Horizon Media Private Limited

அகதிகள்

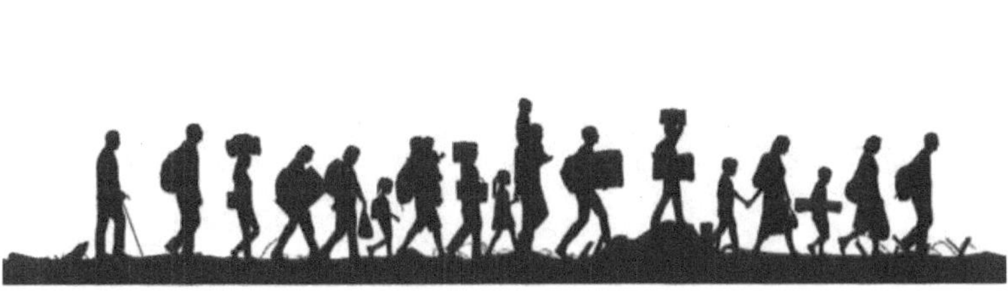

உள்ளடக்கம்

அறிமுகம்

சுருங்கும் மனம்

'ஜோகன், அழாதே இந்தா விளையாடு' என்று ஒரு பந்தை எடுத்து குழந்தையின் நெஞ்சோடு அழுத்தினார்கள். அதை வைத்து உருட்டி சிறிது நேரம் விளையாடியது குழந்தை. பிறகு சலிப்புடன் சிணுங்க ஆரம்பித்தது. சரி இதைக் குடி என்று பாட்டிலை எடுத்துவந்து வாய்க்கு அருகில் வைத்தார்கள். கொஞ்சம் போல் அருந்திவிட்டு மீண்டும் முகத்தைத் திருப்பிக்கொண்டது குழந்தை. சுற்றிலும் உள்ளவர்களை ஒருமுறை பார்த்துவிட்டு வீறிட்டு அழ ஆரம்பித்தது. அதற்குப் பிறகு ஒருவராலும் ஜோகனை சமாதானப்படுத்த முடியவில்லை. 'உஷ், அழாதே, இது நீதிமன்றம்!' என்று உத்தரவிடவாமுடியும்? அல்லது, 'இங்கே நடப்பதைக் கவனி. உன்னைப் பற்றித்தான் நீதிமன்றம் விவாதித்துக் கொண்டிருக்கிறது!' என்று சொன்னால் புரியுமா?

அமெரிக்காவின் அரிசோனா மாநிலத்தில் அமைந்திருந்த அந்த நீதிமன்றம் அந்த ஒரு வயதுக் குழந்தையை வைத்துக்கொண்டு திண்டாடிக்கொண்டிருந்தது. நீதிபதி ஜான் ரிச்சர்ட்சனும் புரியாமல் விழிக்கவே செய்தார். சட்டப்படி அவர் ஜோகனை

விசாரிக்கவேண்டும். 'உன் நாடு, ஹேண்டுராஸ். நீ இங்கே என்ன செய்துகொண்டிருக்கிறாய்? உன்னிடம் ஆவணங்கள் எதுவும் இருப்பதுபோல் தெரியவில்லை. தகுந்த ஆவணங்களின்றி இப்படி ஓர் அந்நிய நாட்டுக்குள் நுழையக்கூடாது என்று உனக்குத் தெரியாதா? அமெரிக்க எல்லைக்குள் அனுமதியின்றி ஊருவியிருப்பதன்மூலம் இந்நாட்டின் சட்டத்தை நீ மீறியிருப்பதை உணர்வாயா? உன்னை நாடு கடத்துவதற்கோ சிறையில் தள்ளுவதற்கோ எங்கள் சட்டத்தில் இடமிருக்கிறது என்பது உனக்குத் தெரியுமா? உன் தரப்பு வாதமாக நீ என்ன சொல்லவிரும்புகிறாய்? இங்கு நடைபெற்றுக் கொண்டிருக்கும் வாதப் பிரதிவாதங்களை உன்னால் புரிந்து கொள்ளமுடிகிறதா? உன்மீது சுமத்தப்பட்டுள்ள குற்றச்சாட்டை நீ ஏற்கிறாயா?' இதையெல்லாம் எப்படிக் கேட்பது, எப்படிப் பதில் பெறுவது என்று தெரியவில்லை. 'ஒரு வயதுக் குழந்தை என்னை ரொம்பவும் வெட்கப்பட வைத்துவிட்டது' என்கிறார் நீதிபதி.

19 ஏப்ரல் முதல் 31 மே 2018 வரையிலான ஆறு வாரங்களில் மட்டும் அமெரிக்கப் பாதுகாப்புத் துறை அதிகாரிகள் கிட்டத்தட்ட 2000 குழந்தைகளை அவர்களுடைய பெற்றோர்களிடமிருந்து பிரித்தெடுத்திருக்கிறார்கள். அவர்களில் நூற்றுக்கும் அதிகமானோர் நான்கு வயதுக்கும் குறைவானவர்கள். ஜூலை கணக்கில் எண்ணிக்கை 3000 ஆக உயர்ந்திருக்கிறது. இந்தக் குழந்தைகளை வலுக்கட்டாயமாகப் பிரித்துக்கொண்டுசென்று தடுப்புக் காவல் நிலையங்களிலும் ஃபோஸ்டர் கேர்களிலும் சேர்த்திருக்கிறார்கள் அதிகாரிகள். சட்ட விரோதமாக எல்லையைக் கடந்து அமெரிக்காவுக்குள் நுழைய முயன்ற பெற்றோர்களுக்குப் பிறந்ததுதான் இவர்கள் செய்த ஒரே தவறு. அதற்காக ஜோகனைப் போல் இவர்களில் பலர் அவ்வப்போது நீதிமன்றத்துக்குக் கொண்டுசெல்லப்பட்டு விசாரிக்கப்படுகிறார்கள்.

மனித உரிமைகள்மீது நம்பிக்கை வைத்திருக்கும் சில வழக்கறிஞர்களும் செயல்பாட்டாளர்களும் இந்த மனிதத்தன்மையற்ற நடவடிக்கைக்கு எதிராக வழக்கு தொடர்ந்திருக்கிறார்கள். ஆனால் இவர்களுடைய எண்ணிக்கை பாதிக்கப்பட்ட குழந்தைகளின் எண்ணிக்கையோடு ஒப்பிடும்போது மிகவும் குறைவு. கிட்டத்தட்ட 90 சதவிகித குழந்தைகள் சட்டத்தின் உதவி கிடைக்காமல் தத்தளித்துக் கொண்டிருக்கிறார்கள். இவர்களில் பெரும் பகுதியினர் அவர்களுடைய சொந்த நாடுகளுக்குத் திருப்பி அனுப்பட்டுவிடுவார்கள். உயிர் பிழைப்பதற்காக எங்கிருந்து அவர்கள் தப்பி வந்தார்களோ அங்கேயே அவர்கள் பத்திரமாக அனுப்பிவைக்கப்படுவார்கள்.

கவுதிமாலாவைச் சேர்ந்த ஒரு குழந்தையிடம், ‘உன் வயதென்ன’ என்று நீதிபதி கேட்டபோது தன்னுடைய ஒரு கையை உயர்த்தி ஐந்து விரல்களை அசைத்துக் காட்டியிருக்கிறது அந்தக் குழந்தை. ‘உன் நாட்டுக்கே திருப்பியனுப்பப்படுவது குறித்து நீ என்ன நினைக்கிறாய்?’ என்று நீதிபதி கேட்டபோது, அந்தக் குழந்தையால் பதிலளிக்க இயலவில்லை.

‘பெற்றோரிடமிருந்து பிரிக்கப்பட்ட குழந்தைகளின் படங்களை லட்சக்கணக்கான அமெரிக்கர்களோடு சேர்ந்து நானும் கண்டேன். நானும் எல்லையோர மாநிலத்தில்தான் வசிக்கிறேன். தேச எல்லைகளைப் பாதுகாக்கவேண்டும் என்பதில் எனக்கு எந்தவித மாற்றுக் கருத்துமில்லை. ஆனால் அதற்காக குழந்தைளை இப்படியா குற்றவாளிகளைப்போல் நடத்துவது? இதை ஏற்கமுடியாது. இது அநீதியான செயல். என் இதயம் பிளந்ததைப்போல் உணர்ந்தேன்’ என்கிறார் முன்னாள் அமெரிக்க அதிபர் ஜார்ஜ் புஷ்ஷின் மனைவி, லாரா புஷ். இரண்டாம் உலகப் போரின்போது லட்சக்கணக்கான ஜப்பானியர் களையும் இன்ன பிறரையும் அமெரிக்கா தடுப்புக் காவலில் அடைத்து வைத்திருந்தது. ‘இப்போது நடப்பதைப் பார்க்கும்போது அந்த அவமானகரமான வரலாறுதான் நினைவுக்கு வருகிறது’ என்கிறார் லாரா.

குழந்தைகளையும் பெற்றோரையும் பிரித்தெடுக்கும் கொள்கைத் திட்டத்தை அமல்படுத்தியதன்மூலம் அமெரிக்காவுக்கு மேலும் ஒரு அவமானத்தைத் தேடித் தந்திருக்கிறார் அதிபர் டொனால்ட் டிரம்ப். ‘எந்த நிலையிலும் சட்டவிரோத குடியேற்றங்களைப் பொறுத்துக் கொள்ளமாட்டோம்; மீறுபவர்கள்மீது கருணை காட்டப்பட மாட்டாது’ என்பதுதான் டிரம்பின் கொள்கைத் திட்டம். சுருக்கமாகச் சொல்வதானால், அகதிகள் கிரிமினல் குற்றவாளிகளாகக் கருதப்பட்டு தண்டிக்கப்படவேண்டும் என்பதே டிரம்பின் விருப்பம். அந்த விருப்பத்தை அதிகாரிகள் நிறைவேற்றும்போது, தவிர்க்க வியலாதபடி குழந்தைகளைப் பெற்றோரிடமிருந்து பிரித்து விடுகின்றனர். அப்பாவும் அம்மாவும் சிறையில் அடைக்கப்பட, குழந்தைகள் தடுப்புக் காவலில் வைக்கப்படுகிறார்கள். ‘முப்பதுக்கு முப்பது அளவு கொண்ட கூண்டுகளில் குழந்தைகள் அடைக்கப் பட்டிருப்பதைக் கண்டேன்’ என்கிறார் ஒரு டெமாக்ரடிக் செனட்டர்.

20 பிப்ரவரி அன்று மிரியம் என்னும் இளம்பெண் தனது 18 மாதக் குழந்தையைச் சுமந்துகொண்டு டெக்சாஸ் எல்லையை வந்தடைந்த போது தடுத்துநிறுத்தப்பட்டார். ஹோண்டுராஸில் கண்ணீர் புகை, கலவரம், சட்டவிரோதத் தாக்குதல்கள் ஆகியவை அதிகரித்ததைத்

தொடர்ந்து அடைக்கலம் நாடி மிரியம் அமெரிக்காவை வந்தடைந் திருந்தார். அமெரிக்க அதிகாரிகள் முதல் வேலையாக குழந்தையை ஒரு வண்டியில் ஏற்றி அனுப்பிவிட்டு, மிரியமை இன்னொரு வண்டியில் ஏற்றி நீதிமன்றத்துக்கு அனுப்பிவைத்தார்கள். 'இப்படி நடக்கும் என்று நான் எதிர்பார்க்கவேயில்லை' என்கிறார் மிரியம். 'என் குழந்தையிடம் கொண்டுபோய் என்னைச் சேர்த்துவிடுங்கள், எனக்கு வேறொன்றும் வேண்டாம்' என்கிறார் அந்தத் தாய்.

இணைப்பதில் அல்ல, பிரிப்பதில்தான் அதிக ஈடுபாட்டுடன் இருக்கிறார் டிரம்ப். மாபெரும் தடுப்புச் சுவர்களைக் கட்டியெழுப்ப விரும்புகிறார் அவர். குழந்தைகள், பெண்கள், முதியோர் என்றெல்லாம் பிரித்துப் பார்க்க அவர் தயாராக இல்லை. அமெரிக்கா என்பது குடியேறிகளால் கட்டமைக்கப்பட்ட நாடு என்னும் உண்மையை அவர் மதிக்கத் தயாராகயில்லை. அமெரிக்கா என்பது அவரைப் பொருத்தவரை வெள்ளை அமெரிக்கா மட்டுமே. அகதிகள், கிருமிகள். துடைத்து அழிக்கப்படவேண்டியவர்கள். சுவர்களை எழுப்பமுடியாத இடங்களில் அவர் ராணுவத்தை அரண்போல் நிறுத்திவைக்க விரும்புகிறார். காக்கை குருவிகளைப் போல் அகதிகளை விரட்டியடிக்க அவர் துடிக்கிறார். ஆனால் இது அத்தனை சுலபமல்ல என்பதையும் அவர் எரிச்சலுடன் உணர்ந்திருக்கிறார். கதறியழும் குழந்தைகளின் அழுகுரல்கள் அமெரிக்கர்களின் மனத்தை உலுக்கியதைத் தொடர்ந்து டிரம்ப் தன் பிடியை விட்டுக்கொடுக்க வேண்டியிருந்தது. 'தி கார்டியன்' செய்தியின்படி (ஜூலை 2018) மெக்சிகோ எல்லையில் பிரித்தெடுக்கப்பட்ட குழந்தைகளில் 1,820 பேர் அவர்களுடைய பெற்றோர்களுடன் இணைக்கப்பட்டுவிட்டனர்.

எல் சல்வடோரைச் சேர்ந்த 36 வயது டொலோரஸ் முனோஸ் இரு மாத போராட்டங்களுக்குப் பிறகு தன்னுடைய ஏழு வயது மகளுடன் இணைக்கப்பட்டார். 'ஒவ்வொருமுறை என் குழந்தையைவிட்டு வெளியில் செல்லும்போதும் அவள் அடக்கமாட்டாமல் அழ ஆரம்பித்து விடுகிறாள்' என்கிறார் இவர். 'நீ பொய் சொல்கிறாய். இப்படித்தான் அன்றும் சொன்னாய். ஆனால் நீண்ட காலம் வரவேயில்லை. இப்போதும் நீ என்னைவிட்டுப் போகத்தான் போகிறாய்' என்று அவள் பினாத்துகிறாள். அவள் பயந்துபோயிருக்கிறாள், பாவம். நான் என்ன செய்யட்டும்?'

அகதிகளின் உலகம் கடலளவு பெரியதாக இருக்கிறது. அது ஒவ்வொரு நாளும் வளர்ந்துகொண்டும் இருக்கிறது. ஆனால் மனிதர்களின் மனம் தினம் தினம் சுருங்கிக்கொண்டு வருகிறது.

எனவே அகதிகளின் போராட்டம் தவிர்க்கவியலாதபடி மென்மேலும் கடினமாகிக் கொண்டே போகிறது.

●

இந்தப் புத்தகத்தின் உள்ளடக்கத்தைப் பற்றிச் சில வார்த்தைகள் சொல்லவேண்டியிருக்கிறது. இது ஓர் அறிமுக நூல் மட்டுமே, ஆய்வு நூல் அல்ல. இரண்டு பகுதிகளாக இந்தப் புத்தகத்தைப் பிரிக்கமுடியும். முதல் பகுதி, நான் அகதி என்னும் தலைப்பில் ஆனந்த விகடன் இதழில் வெளிவந்த தொடரின் தொகுப்பு. பொது வாசகர்களின் கவனத்தை அகதிகள் பிரச்னைமீது திருப்பும் நோக்கத்துடன் எளிமையாக, உணர்ச்சிபூர்வமாக இந்த அத்தியாயங்கள் எழுதப்பட்டிருக்கின்றன. புத்தகங்கள், கட்டுரைகள், பேட்டிகள், செய்திக் குறிப்புகள், வெள்ளை அறிக்கைகள், ஆய்வுகள் உள்ளிட்ட வற்றை அடிப்படை ஆதாரங்களாகத் திரட்டிக்கொண்டாலும் அவற்றின் கனம் எழுத்தில் சாய்ந்துவிடாதவாறு பார்த்துக்கொண்டேன்.

யார் அகதி? ஓர் அகதி எப்படி உருவாகிறார்? அவருடைய வாழ்க்கை எப்படிப்பட்டது? அகதி என்னும் அடையாளம் ஏன் சிக்கலானதாக வும் சர்ச்சைக்குரியதாகவும் இருக்கிறது? இப்படிச் சில கேள்விகளை எடுத்துக்கொண்டு அவற்றுக்குப் பதிலளிக்கும்வகையில் சமகாலத்தி லிருந்தும் சில சமயம் வரலாற்றிலிருந்தும் பொருத்தமான சில நிகழ்வுகளை இந்தப் பகுதியில் விவரித்திருக்கிறேன்.

இரண்டாவது பகுதி 'ரோஹிங்கியா முஸ்லிம்கள்' என்னும் தலைப்பில் ஜூலை 2015ல் மின்னூலாக வெளிவந்தது. அது உள்ளவாறே இந்நூலின் இரண்டாம் பகுதியாக சேர்க்கப் பட்டிருக்கிறது. இரண்டு பகுதிகளிலும் தேவைப்படும் இடங்களில் மட்டும் சில திருத்தங்கள் செய்திருக்கிறேன். இலங்கை அகதிகள், இந்திய அகதிகள் பற்றி இரு அத்தியாயங்களையும் முடிவுரையாக ஓர் அத்தியாயத்தையும் புதிதாக எழுதிச் சேர்த்திருக்கிறேன். இந்நூலை எழுதுவதற்கு உதவி புரிந்த புத்தகங்கள், கட்டுரைகள், ஆவணங்கள் ஆகியவற்றிலிருந்து தேர்ந்தெடுக்கப்பட்ட சிலவற்றை மட்டும் பிற்சேர்க்கையாக அளித்திருக்கிறேன். அகதிகளின் உலகை விரிவாக அறிந்துகொள்ள விரும்புபவர்கள் அவற்றை நாடிச் செல்லலாம்.

●

இந்நூலுக்காகப் பலருக்கும் நான் நன்றிக்கடன் பட்டிருக்கிறேன். ஆனந்த விகடனில் தொடர்ச்சியாக சர்வதேச அரசியல் குறித்து பல

கட்டுரைகள் எழுதி வந்திருக்கிறேன். சிரியா, பங்களாதேஷ், ரோஹிங்கியா முஸ்லிம்கள் என்று அகதிகளை மையப்படுத்தி எழுதப்பட்ட கட்டுரைகளும் அவற்றில் அடக்கம். பொறுப்பாசிரியரும் நண்பருமான சார்லஸ் ஒரு நாள் திடீரென்று அழைத்து (பெரும் பாலும் எல்லாக் கட்டுரைகளையுமே அவர் திடீரென்று அழைத்து தான் கேட்பார்) தொடர் ஒன்றை எழுதமுடியுமா என்று கேட்டார். அகதிகளின் உலகை எளிமையாக அறிமுகப்படுத்தும் வகையில் ஒரு தொடர் பகுதியை எழுதும் திட்டம் அப்போது உருவானதுதான். இந்தத் தொடர் வெளிவந்ததற்கு முதல் காரணம் சார்லஸ். தவிரவும், அகதிகள் தொடர்பாக மும்பையில் நடைபெற்ற ஒரு கருத்தரங்கில் நான் பங்கேற்றதற்கு அனைத்து ஏற்பாடுகளையும் செய்து உதவியவர் சார்லஸ். என் முதல் நன்றி சார்லஸுக்கு.

டாடா இன்ஸ்டிட்யூட் ஆஃப் சோஷியல் சயின்சஸ், மும்பை வளாகத்தில் நவம்பர் 2017 இறுதியில் நடைபெற்ற அந்தக் கருத்தரங்கு (Conference on Statelessness and Citizenship 2017), நாடற்றவர்கள் மற்றும் அகதிகளின் பிரச்னைகளை விரிவாகத் தெரிந்துகொள்ள உதவியது. கட்டுரை சமர்ப்பித்த பேராசியர்கள், ஆய்வு மாணவர்கள், செயற்பாட்டாளர்கள் ஆகியோரோடு தனிப்பட்ட முறையில் உரையாடும் வாய்ப்பும் கிடைத்தது. அளவு கருதி அவர்களுடைய பெயர்களை இங்கே பட்டியலிடவில்லை. 'உனக்கு உதவியாக இருக்கும்; நீ கண்டிப்பாக வரவேண்டும்' என்று உரிமையுடன் கேட்டுக் கொண்டதோடு நில்லாமல் கருத்தரங்கு ஒருங்கிணைப்பாளரும் டாடா இன்ஸ்டிட்யூட்டின் துணைப் பேராசிரியருமான கே.எம். பாரிவேலனைத் தொடர்புகொண்டு எனக்கான அழைப்பு அவரிடமிருந்து அனுப்பப்பட்டதை உறுதி செய்துகொண்டவர் பேராசிரியர் சூரியநாராயணன். தெற்கு மற்றும் தென்கிழக்கு ஆசிய விவகாரங்களில் முன்னணி நிபுணர்களில் ஒருவர். அகதிகள் குறித்து விரிவாக ஆய்வு செய்தவர். அவருக்கு என் நன்றியும் அன்பும்.

'சிரியா, இராக் என்றெல்லாம் விகடனில் எழுதுகிறீர்கள். அங்கெல்லாம் நேரில் சென்று கள ஆய்வு செய்யமுடியாது என்பதை ஏற்கிறேன். ஆனால் இங்கேயே நமக்கு மிக அருகில் வசிக்கும் அகதிகளை நீங்கள் ஏன் நேரில் சென்று ஒருமுறை பார்க்கக்கூடாது?' அனுபவமிக்க கட்டுரையாளரும் தி இந்துவின் செய்தியாளருமான திரு. டி. ராமகிருஷ்ணனை அவர் அலுவலகத்தில் சென்று சந்தித்து உரையாடியபோது அவர் எழுப்பிய இந்தக் கேள்வி, கேளம்பாக்கத்திலுள்ள ரோஹிங்கியா முகாமை நான் நேரில் சென்று

காண்பதற்கும் அங்குள்ளவர்களிடம் உரையாடுவதற்கும் தூண்டுதலாக இருந்தது. இந்த அனுபவம் எனக்குப் பல வகைகளில் உதவியாக இருந்தது. ரோஹிங்கியா முஸ்லிம்கள் குறித்தும் இலங்கை அகதிகள் குறித்தும் டி. ராமகிருஷ்ணன் எழுதியுள்ள கட்டுரைகள் என் புரிதலை விரிவுபடுத்தின. நேரம் ஒதுக்கி என்னுடன் உரையாடியதற்கும் வழிகாட்டியதற்கும் அவருக்கு என் நன்றி.

அலுவலகத்தில் என்னுடன் இணைந்து பணிபுரியும் வடிவமைப்பாளர் முஜிப் கேளம்பாக்கம் முகாமுக்கு என்னை அழைத்துச் சென்றதோடு, அங்குள்ளவர்களின் உரையாடல்களை உருதுவிலிருந்து தமிழில் மொழிமாற்றமும் செய்து உதவினார். அவருக்கு என் நன்றி. அகரமுதல்வன், தொ. பத்தினாதன், மகா தமிழ்ப் பிரபாகரன் உள்ளிட்டவர்களிடமிருந்து இலங்கை அகதிகள் குறித்து சில விஷயங்களைத் தெரிந்துகொள்ளமுடிந்தது. அவர்களுக்கு என் நன்றி. பேராசிரியர் சூர்யநாராயணன் தன் வீட்டுக்கு அழைத்துச் சென்று இலங்கை அரசியல் தொடர்பான சில முக்கியமான நூல்களை எனக்கு அளித்தார். சர்வதேச அரசியல், வரலாறு தொடர்பான பல நூல்களை வழங்கிய கன்னிமாரா நூலகத்துக்கு நான் நிரந்தரமாகவே நன்றிக்கடன் பட்டிருக்கிறேன்.

விரிவாகவும் ஆழமாகவும் விரித்து எழுதவேண்டிய புத்தகம் இது என்றாலும் இப்போதைக்கு இதுவே எனக்குச் சாத்தியமானது. குறைகள், குற்றங்கள் முழுக்கவும் என்னுடையவை.

மருதன்

02 ஆகஸ்ட் 2018

1

பயணம் ஆரம்பம்

தாலா பானுவால் ஒரு வார்த்தைகூடப் பேசமுடியவில்லை என்பதால் அவர் கணவர் முகமது மூலமாகவே அவர்கள் கதை வெளியுலகுக்கு வந்திருக்கிறது. அவர்கள் பர்மாவைச் சேர்ந்தவர்கள். பர்மா என்று சொல்லும்போதே அவர் கண்கள் மினுமினுப்போடு விரிகின்றன. பர்மா என்பது அவரைப் பொருத்தவரை ஒரு நாடல்ல, குட்டி சொர்க்கம். கனவில் மட்டுமே காணக்கூடிய மயக்கமூட்டும் காட்சிகளை ஒருவர் பர்மாவில் அசலாகக் காணமுடியும்.

விக்டோரியன் கட்டடங்களும் அடுக்குமாடிக் குடியிருப்புகளும் நவீன வர்த்தக வளாகங்களும் நிரம்பியிருந்தாலும் பர்மாவை நவீனத்துவம் இன்னமும் முழுக்க முழுங்கிவிடவில்லை. அழகிய ஓடைகள். பச்சைப் பசேலென்று விரிந்திருக்கும் கானகப் பகுதிகள். ஒருவேளை பொம்மையோ என்று திகைக்கவைக்கும் ஜொலிக்கும் பகோடாக்கள். திரும்பும் பக்கமெல்லாம் அடர்த்தியான காவி அங்கி தரித்த பௌத்தர்கள். புத்தகம் சரணம் கச்சாமி!

பெரும்பான்மை பௌத்தர்களால் நிரம்பி யிருக்கும் ஒரு நாட்டில் ஓர் இஸ்லாமியராக

இருப்பதை அவர் ஓர் உறுத்தலாகவே காணவில்லை. பௌத்தம் என்றால் அன்பு. பௌத்தம் என்றால் சகோதரத்துவம். பௌத்தம் என்றால் புழு, பூச்சியையும் உயிர்களாகக் கருதி மதிப்பளித்து வாழ்வது. சொர்க்கம் என்பதும் இதுதான் அல்லவா? மனநிம்மதி மட்டுமல்ல செல்வமும் இருந்தது. ஒரு பண்ணை, ஐந்து பசுமாடுகள், மூன்று காளைகள். ஆடுகளும் நிறையவே இருந்தன. சந்தேகமின்றி இது பெருஞ்செல்வம். இதுதான் வாழ்வு என்று பூரித்துக் கிடந்தார் முகமது.

எங்கே, எப்போது, யாரால் இந்த நிலைமை மாறியது என்பதை முகமதுவால் இப்போது நினைவுகூறமுடியவில்லை. 'நீ பர்மாவைச் சேர்ந்தவன் அல்ல என்று ஒரு நாள் திடீரென்று எனக்குச் சொல்லப் பட்டது. நீ, உன் மனைவி, உன் மகள் மூவரும் அந்நியர்கள் என்று சொன்னார்கள். எனக்குப் புரியவில்லை. என் தாத்தா பர்மாவைச் சேர்ந்தவர். என் தாத்தாவின் தாத்தாவும் இங்கிருந்தவர்தான். நான் எப்படி அந்நியனாவேன்?'

முகமதுவோடு தர்க்கம் செய்யத் தயாராக இல்லை ஒருவரும். ஒரு நாள் அவருடைய ஆடுகள் மொத்தமும் காணாமல் போயின. மாடுகள் மறைந்துபோயின. பர்மிய ராணுவ வீரர்களுக்குப் பணியாற்றும்படி முகமது கட்டாயப்படுத்தப்பட்டார். பணி என்று சொன்னாலும் ஓர் அடிமையாகவே அவர் அங்கு நடத்தப்பட்டார். அவர் கண்முன்னால் அவருடைய பண்ணை சிறிது சிறிதாக அழியத் தொடங்கியது. பசுமை அனைத்தையும் தொலைத்துவிட்டு ஒரு பாழ்நிலமாக அது மாறிப்போனது.

ஏன் இப்படித் தனக்கு நேர்கிறது என்பதை முகமதுவால் கண்டறிய முடியவில்லை. இதற்கெல்லாம் யார் காரணம் என்றும் அவரால் திட்டவட்டமாகச் சொல்லமுடியவில்லை. பர்மிய ராணுவம்தான் தவறிழைத்தது என்று சில சமயம் நினைத்துக்கொள்வார். அவர்களால்தானே என் பண்ணையும் வாழ்வும் அழிந்தது? அவர்கள்தானே என்னை அடிமைப்படுத்தினார்கள்? ஆனால் நிதானமாக யோசிக்கும்போது சுற்றுப்புறத்தில் உள்ளவர்கள்தான் குற்றவாளிகள் என்று நினைக்கத் தோன்றும். ராணுவம் மிருகத் தனமாகத்தான் நடந்துகொள்ளும். அக்கம் பக்கத்தினர் மனிதர்கள் தானே? அவர்கள் ஏன் ஆடுகளையும் மாடுகளையும் அபகரித்துக் கொள்ளவேண்டும்?

இல்லை, ஒரு சிலரை நொந்து பயனில்லை. ஒட்டுமொத்த பர்மிய சமூகமும் சேர்ந்துதான் எங்களை இப்படி ஆகியிருக்கிறது என்னும் முடிவுக்கு வந்துசேர்ந்தார் முகமது. ராணுவத்தில் பணிபுரிபவர்களும் அக்கம் பக்கத்து குடியிருப்புகளில் வசிப்பவர்களும் இந்தச் சமூகத்தின் அங்கத்தினர்கள்தான் இல்லையா? எனில் இது ஒரு சமூக நோயாகத்தான் இருக்கவேண்டும். அந்த நோய் வெடித்து அதன் கிருமிகள் பர்மா முழுக்கப் பரவியிருக்கவேண்டும். இதுவரை என்னிடம் தோழமையுடன் பழகியவர்கள் அனைவரையும் அந்தக் கிருமி தொற்றிக்கொண்டுவிட்டது. அது அவர்களுடைய அடிப்படைக் குணங்களை மாற்றிவிட்டது. அவர்களிடமிருந்து மனிதத்தன்மை விடைபெற்றுச் சென்றுவிட்டது. அவர்கள் என்னை அந்நியர்களாகவும் விரோதிகளாகவும் பார்க்கத் தொடங்கிவிட்டார்கள். நான் அப்படியேதான் இருக்கிறேன், என் நாடு மாறிப்போய்விட்டது.

முகமது மட்டுமல்ல எல்லா ரோஹிங்கியா முஸ்லிம்களும் கடும் அதிர்ச்சியிலும் குழப்பத்திலும் தள்ளப்பட்டிருந்தனர். 'நீ ஒரு வந்தேறி, உன்னுடைய நாடான பங்களாதேஷுக்குத் திரும்பிப்போ' என்னும் கூக்குரலை அவர்கள் அவ்வப்போது கேட்க நேர்ந்தது. அவர்களுடைய சொத்துகள் சூறையாடப்பட்டன. குடியிருப்புகள் கொளுத்தப்பட்டன. முதல்முறையாக கலவரங்கள் வெடிக்க ஆரம்பித்தன. ஒவ்வொன்றும் திட்டமிட்டு உருவாக்கப்பட்டதாக இருந்தது. பர்மியர்களோடு ராணுவம் கூட்டுச் சேர்ந்துவிட்டதா அல்லது சிவில் சமூகமே ராணுவமயமாகிவிட்டதா என்று தெரியவில்லை. ரோஹிங்கியா முஸ்லிம்களுக்கு இரண்டு வாய்ப்புகளே இருந்தன. பர்மாவில் தங்கி சிறிது சிறிதாக வதைபடுவது அல்லது ஒரேயடியாக வெளியேறிவிடுவது.

முகமது இதற்குமேல் வதைபட விரும்பவில்லை. தன் மனைவியையும் 23 வயது மகளையும் அழைத்துக்கொண்டு பர்மாவிலிருந்து வெளியேறினார். எல்லையைக் கடந்து பங்களாதேஷ் வந்துசேர்ந்தார்கள். அங்கே அவர்களைப்போலவே பல ரோஹிங்கியா முஸ்லிம்கள் பெரிய முகாம்களில் தங்கியிருப்பதைக் கண்டனர். அதற்குப் பிறகு நடந்ததை முகமதுவால் விவரிக்க முடியவில்லை. இவ்வளவு தூரம் பேசிய அவரால் அதற்குப் பிறகு ஒரு சொல்கூடப் பேசமுடியவில்லை. அவருடைய உதடுகள் ஒட்டிக்கொண்டுவிட்டன. அவர் பரிதாபமாக விழித்தார். அதுவரை அமைதியாக இருந்த தாலா பானு மிச்ச கதையைச் சொல்லி முடித்தார். 'முகாமில் இருந்தபோது என்னுடைய மகள் பாலியல்

பலாத்காரம் செய்யப்பட்டாள். எங்கள் வாழ்க்கை அத்தோடு முடிவுக்கு வந்துவிட்டது.'

●

பர்மாவை மட்டுமல்ல, உலகம் முழுவதையுமே தாக்கி அழித்துக் கொண்டிருக்கிறது அந்தக் கிருமி. பர்மா இனியும் முகமதுவுக்கு ஒரு கனவு தேசமாக இருக்கப்போவதில்லை. உறக்கம் கலைந்து அவர் விழித்துக்கொண்டுவிட்டார். பகோடாக்களையும் புன்னகைக்கும் பௌத்தர்களையும் இனி அவரால் நினைவுகூறமுடியாது. பர்மா என்றதும் அவர் இனி தன் மகளைத்தான் நினைத்துக்கொள்வார். பிறகு களையிழந்த தன் பண்ணையை, சீரழிந்த தன் வாழ்கையை, அமைதியாக முடங்கிக்கிடக்கும் தன் மனைவியை. பர்மா என்னும் கனவு முற்றாக கலைந்துபோய்விட்டது.

சிரியாவும் பலருக்கு சுகமான கனவாகத்தான் இருந்தது. வரலாறு எழுதப்படுவதற்கு முன்பே வரலாறு படைத்துவிட்ட நாடு என்பதில் அளவிலாத பெருமிதத்துடன் இருந்தார்கள் சிரியர்கள். ஆம், ஆட்சிமுறை அவர்களுக்கு ஏற்புடையதாக இல்லைதான். ஊழலும் ஒடுக்குமுறையும் மலிந்திருந்தது உண்மைதான். வேலை வாய்ப்பு, கல்வி, மருத்துவம் என்று பல துறைகளில் போதாமைகள் இருக்கத்தான் செய்தன. ஆனாலும் சிரியாவை விட்டுத் தந்ததில்லை அவர்கள். ஆட்சியாளர்களின் ஒழுங்கீனங்களுக்காக என் தாய் நாட்டை நான் பழிக்கவேண்டுமா என்ன?

சிரியாவைப் போலவே பழமையான நிலம், இராக். சிரியாவைப் போலவே அங்கும் அரசியல் தலைமை மக்களின் எதிர்பார்ப்பு களைப் பொய்த்தது நிஜம். ஜனநாயகத்தின் இடத்தை அடிப்படை வாதம் பிடித்துக்கொண்டதால் அநேகம் பேர் அங்கே ரத்தம் சிந்த வேண்டியிருந்ததும் உண்மை. நான் சன்னி, நீ ஷியா என்று சண்டையிட்டுக்கொண்டாலும் நெருக்கடி ஒன்று நேரும்போது நான் இராக்கியன் என்று நெஞ்சு நிமிர்த்தி சொன்னவர்கள் அங்கே அநேகம் பேர்.

அமைதியாகத்தான் இருந்தது இலங்கையும். சின்னஞ்சிறிய அழகிய தீவு. பர்மாவைப்போலவே பௌத்தர்கள் புன்னகைத்தபடி வளைய வந்துகொண்டிருந்த நிலம் அது. அமைதிக்கு மட்டுமல்ல அழகுக்கும் குறைவில்லாத பிரதேசமாகவே இருந்தது. ஆனால் இப்போது எல்லாமே மாறிவிட்டது. சிரியா ஒரு அகண்ட சுடுகாடாக மாறிவிட்டது. பர்மாவிலிருந்து ரோஹிங்கியாக்கள்

இந்த நிமிடம்வரை வெளியேறிக்கொண்டிருக்கிறார்கள். இராக்கின் இதயம் வெறுமனே துடித்துக்கொண்டிருக்கிறது, அவ்வளவுதான். பல லட்சக்கணக்கான இராக்கியர்கள் அங்கிருந்து வெளியேறிவிட்டார்கள். இலங்கை இன்று ஜீவனில்லாமல் பிளவுண்டு கிடக்கிறது.

ஆப்கனிஸ்தான், துருக்கி, ஏமன், லிபியா, சோமாலியா, சூடான், வடகிழக்கு நைஜீரியா என்று இன்னும் இன்னும் அடுக்கிக் கொண்டே போகலாம். முடிவில்லாமல் இந்நாடுகளிலிருந்து எறும்புக் கூட்டங்களைப்போல் மக்கள் வெளியேறிக்கொண்டிருக் கிறார்கள். படித்தவர்கள், படிக்காதவர்கள், நடுத்தர மக்கள், ஏழைகள், செல்வத்தைத் தொலைத்தவர்கள் அனைவரும் இந்த வரிசையில் இடம்பெற்றிருக்கிறார்கள். நடக்கமுடியாத முதியோர்கள், இருதய நோயாளிகள், கண் பார்வையிழந்தவர்கள், ஊனமுற்றோர் அனைவரும் ஒன்றுபோல் வெளியேறவேண்டியிருந்தது. பெண்கள் தங்களையும் பாதுகாத்துக்கொண்டு குடும்பத்தையும் கவனித்துக் கொள்ளவேண்டியிருந்தது. குழந்தைகளின் அழுகுரலோடு போட்டியிடுகின்றன வளர்ந்தவர்களின் ஓலம்.

இவர்கள் இழந்தவை அநேகம். பெற்றதோ ஒன்றுதான். 'அகதி' என்னும் பெயர். பாலின வேறுபாடின்றி, வர்க்க வேறுபாடின்றி அனைவருக்கும் ஒரே பெயர். தங்கள் நாட்டின் எல்லையைக் கடந்து இன்னொன்றில் முதல் காலடியை எடுத்து வைத்த அந்தத் தருணத்தில் எங்கிருந்தோ ஓடிவந்து ஒட்டிக்கொண்டுவிட்டது 'அகதி' என்னும் பெயர். பலருக்கும் இனி இதுவே ஒரே அடையாளமாகவும் இருக்கப்போகிறது.

இந்த அடையாளத்தைப் பல்வேறு கோணங்களிலிருந்தும் ஆராய்வதுதான் இந்த நூலின் முதன்மையான நோக்கம். அகதி என்பவர் யார்? அவர் எப்படி உருவாகிறார்? அவர் உருவாவதற்கு யார் காரணம்? எந்தச் சூழலில் இந்த மாற்றம் நிகழ்கிறது? இந்தக் கேள்விகளுக்கு எளிமையான பதில்கள் இல்லை. மாறாக, மேலதிகக் கேள்விகளையே எழுப்பவேண்டியிருக்கிறது. அமைதி யிழந்த நாடுகளே அகதிகளை உருவாக்குகின்றன என்பதைப் பொதுவிதியாகக் கொண்டால் ஓர் நாடு ஏன் அமைதியிழக்கிறது? இந்தக் கேள்விக்கான பதிலையும் இதில் நாம் விரிவாகத் தேடப் போகிறோம். அகதிகளில் கணிசமானவர்கள் இஸ்லாமியர்களாக இருப்பது அவர்களுடைய நிலைமையை மேலும் சிக்கலானதாக மாற்றுகிறது. இது ஏன் என்பதை நாம் அலசவேண்டியிருக்கிறது. இந்த அலசல் நம் தேடலை இன்னமும் விரிவாக்கப்போகிறது.

அகதிகளுக்கு மட்டுமல்ல அவர்களுடைய கதைகளுக்கும் எல்லைகள் கிடையாது. எனவே இதில் உலகம் முழுக்க நாம் வலம் வரப்போகிறோம். அகதிகளின் கதை என்பது ஆசியாவின் கதையாகவும் மத்திய கிழக்கின் கதையாகவும் ஆப்பிரிக்காவின் கதையாகவும் இருக்கப்போகிறது. நிச்சயம் இது அமெரிக்கா மற்றும் ஐரோப்பாவின் கதையும்தான். சமகால நிகழ்வுகளின் பதிவாக இருக்கும் அதே சமயம் அந்நிகழ்வுகளை ஆழமாகவும் அகலமாகவும் புரிந்துகொள்ள உதவும் ஒரு கருவியாகவும் இது திட்டமிடப்பட்டுள்ளது.

நிகழ்காலமும் கடந்தகாலமும்; அரசியலும் வரலாறும்; வாழ்வும் மரணமும் இத்தொடரில் கை கோர்க்கப்போகின்றன. அகதிகளை உலகம் எப்படிக் காண்கிறது என்பதை நாம் பார்க்கப்போகிறோம். அகதிகளின் கண்களைக் கொண்டு பார்த்தால் உலகம் எப்படி இருக்கும் என்பதையும் நாம் பார்க்கப்போகிறோம்.

அகதிகளின் கதை வலியும் ரணமும் மிக்கது. அதே சமயம் அவர்கள் வாழ்வில் மகிழ்ச்சிக்கும் நட்புக்கும் காதலுக்கும் வேட்கைக்கும் இடமிருக்கத்தான் செய்கிறது. என் வாழ்க்கை முற்றுபெற்று விட்டது என்று சொல்லும் அகதிகளைப்போலவே, என் வாழ்வை மீட்டெடுக்கப்போகிறேன் என்று சொல்லும் அகதிகளும் இருக்கத்தான் செய்கிறார்கள். இருவரையுமே நாம் இதில் சந்திக்கப் போகிறோம்.

அகதிகளின் கதை என்பது நம் காலத்து மனிதர்களின் கதை. சுருக்கமாகச் சொன்னால், நம் கதை. அகதிகளுக்கு ஒரு முகம் கொடுத்துப் பார்க்கவேண்டுமானால் நம்முடையதைக் கொடுக்கலாம். இன்று அகதிகளாக மாறியிருக்கும் அனைவருமே நேற்றுவரை இயல்பானவர்களாக இருந்தவர்கள்தாம். இதன் பொருள் இன்று இயல்பாக இருக்கும் யார் வேண்டுமானாலும் நாளை அகதிகளாக உருமாறலாம் என்பதுதான். இது அச்சுறுத்தல் அல்ல, அக்கறையுடன்கூடிய ஓர் எச்சரிக்கை மட்டுமே.

2

போரும் அகதியும்

போர் பற்றி எனக்கு நன்றாகத் தெரியும் என்று யார் சொன்னாலும் ஹிப்பா அவர்களைப் பொதுவாக நம்புவதில்லை. உங்களுக்கு எப்படித் தெரியும், நீங்கள் நேரில் பார்த்திருக்கிறீர்களா, எனில் எங்கே என்று கேள்விகள் எழுப்பி உறுதி செய்துகொண்டபிறகே அவர்களுடனான உரையாடலைத் தொடர்வது அவர் வழக்கம். அதற்கான காரணத்தை அவரே சொல்கிறார். 'நான் பேசும் பலரும் நிறைய திரைப்படங் களைப் பார்ப்பவர்களாக இருக்கிறார்கள். திரையில் கண்டதை வைத்து போரைப் புரிந்து கொண்டுவிட்டதாக அவர்கள் சொல்வதை என்னால் ஏற்கமுடியவில்லை.'

ஹிப்பா இராக்கைச் சேர்ந்த 16 வயது சிறுமி. 'நான் சொல்கிறேன். போர் என்றால் என்ன வென்று எனக்குத் தெரியும். ஒரு குண்டு அருகில் வந்து விழுந்தால் எப்படி இருக்கும் என்பதை நான் உணர்ந்திருக்கிறேன். அப்போது அப்பா எங்களுடன் இல்லை. அவர் ஜோர்டன் சென்றிருந்தார். அங்கே உள்ள இராக்கியத் தூதரகத்தில் அவர் தங்கியிருப்பதாக அம்மா சொன்னார். நான், என் அம்மா, இரண்டு சகோதரர்கள் ஆகியோர் மட்டும் வீட்டில்

இருந்தோம். நாங்கள் எல்லோரும் ஓர் அறையில் நெருக்கியடித்து பதுங்கியிருந்தோம். குண்டு விழும் சத்தம் கேட்டுக்கொண்டே இருந்தது. ஒவ்வொருமுறை சத்தம் வரும்போதும் நாங்கள் எல்லோரும் காதைப் பொத்தியபடி ஒருவரையொருவர் பயத்துடன் பார்த்துக்கொள்வோம். தலைக்கு மேலே விமானங்கள் பறந்துசெல்லும் சத்தம் கேட்டுக்கொண்டே இருந்தது. பூமி அதிரத் தொடங்கியது. நாங்கள் கட்டிலுக்குக் கீழே தவழ்ந்துசென்றோம். உலகம் எங்களைச் சுற்றி வெடித்துச் சிதறிக்கொண்டிருந்தது. நிச்சயம் இறந்துவிடுவோம் என்று நாங்கள் எல்லோருமே நம்பினோம். இந்த உணர்வுதான் போர். இதைத் திரைப்படம் ஒருபோதும் அளிக்காது.'

ஹிப்பாவும் அவர் குடும்பத்தினரும் அன்று உயிர் தப்பிவிட்டனர். ஆனால் அதற்காக நிம்மதியடைய முடியவில்லை. பிரச்னை தனக்கோ தன் வீட்டுக்கோ அல்ல, தன் நாட்டுக்கு என்பது பிறகுதான் ஹிப்பாவுக்குப் புரிந்தது. அவருக்குத் தெரிந்து இராக் ஒரே ஒரு அதிபரைத்தான் சந்தித்திருக்கிறது. சதாம் உசேன். தீர்க்கமான பார்வையும் கம்பீரமான தோற்றமும் கொண்டவராக வலம் வந்துகொண்டிருந்தார் சதாம். ஆனால் இராக் தாக்கப்படும் இந்நேரம் சதாம் ஊரில் இல்லை. அவர் அமெரிக்காவுக்குப் பயந்து தப்பியோடிவிட்டார் என்று பேசிக்கொண்டார்கள். இரானையும் குவைத்தையும் கசக்கிப் பிழிக்கத் தெரிந்த சதாமால், ஷியா முஸ்லிம்களின் கொடுங்கனவாகத் திகழ்ந்தவரால் அமெரிக்காவை எதிர்கொள்ளமுடியவில்லை.

நிச்சயம் சதாம் ஒரு வெள்ளைப்புறா அல்ல. நினைத்துப் பார்க்கமுடியாத கொடூரமான குற்றங்களை அவர் இழைத்தவர் என்பதையும் வாய்ப்பு கிடைத்தால் அவற்றையெல்லாம் ஒன்றுவிடாமல் மீண்டும் இழைக்கத் தயங்காதவர் என்பதையும் இராக்கியர்கள் அறிவார்கள். சதாமுக்குத் தெரிந்த ஒரே மொழி வன்முறை. அவர் வழிபட்ட ஒரே கடவுள் ஆயுதம். இதுவும் அவர்களுக்குத் தெரியும். ஆனால் நல்லவரோ கெட்டவரோ சதாம் இந்நாட்டின் அதிபர் அல்லவா? அவரை விரட்டுவதற்கும் அவருடைய நாட்டின்மீது குண்டு போடுவதற்குமான உரிமையை அமெரிக்காவுக்கு யார் கொடுத்தார்கள்? அமெரிக்காவுக்கு முதலில் இராக்கில் என்ன வேலை?

காரணத்தைத் தயாராக வைத்திருந்தார் ஜார்ஜ் புஷ். செப்டெம்பர் 11 தாக்குதலுக்குக் காரணம் சதாம் உசேன். அவர் பயங்கரப் பேரழிவு ஆயுதங்களை இராக்கில் பதுக்கி வைத்திருக்கிறார். உலகைக் காக்க

சதாம் வீழ்த்தப்படவேண்டும், அவருடைய ஆயுதங்கள் பறிமுதல் செய்யப்படவேண்டும். திட்டம் தயார், குற்றச்சாட்டும் தயார். ஆனால், ஆதாரம் மட்டும் இல்லை. ஆனால் அதைப் பற்றிக் கவலைப்படவில்லை புஷ்ஷின் அமெரிக்கா. தன்னுடைய எதிரிகளில் ஒருவரை அவர் பழிவாங்க விரும்பினார். செப்டெம்பர் 11 கொடுத்திருக்கும் வாய்ப்பை அவர் இழந்துவிடத் தயாராக யில்லை. புஷ்ஷின் தவறு சமகால அரசியல் வரலாற்றை எப்படி யெல்லாம் பாதித்தது என்பதையும் இந்த ஒரு தவறால் எத்தனை லட்சம் பேர் கொல்லப்பட்டனர், எத்தனை லட்சம் பேர் அகதிகளாக்கப்பட்டனர் என்பதைப் பின்னால் விரிவாகப் பார்க்கப் போகிறோம்.

ஹிப்பாவுக்கு புஷ்ஷின் அரசியல் தெரியாது. தெரிந்துகொள்ளும் ஆர்வமும் இல்லை. அவருடைய சந்தேகங்கள் எளிமையானவை. சதாமுக்கும் அமெரிக்காவுக்கும் சண்டை என்றால் என் வீட்டுக்கு அருகில் ஏன் போர் தொடங்கப்படவேண்டும்? நடைபெறுவது அமெரிக்காவுக்கும் சதாமுக்குமான போர் மட்டுமல்ல ஷியாவுக்கும் சன்னிக்குமான போரும்கூட என்று சிலர் சொன்னார்கள். அதுவும் ஹிப்பாவுக்குப் புரியவில்லை. பார்ப்பதற்கு அச்சு அசல் ஒன்று போலிருக்கும் இந்த இருவரும் ஏன் ஒருவரையொருவர் விரோதிகளாகப் பார்த்துக்கொள்கிறார்கள்? தெரியாது. ஆனால் ஹிப்பாவுக்குத் தெரிந்த ரகசியம் ஒன்றுண்டு. அவருடைய அம்மா ஒரு சன்னி. அப்பா ஒரு ஷியா. ஒரே வீட்டில்தான் குழந்தைகளோடு இருவரும் அமைதியாக வாழ்ந்துவருகிறார்கள். ஆனால் வீதிகளில் மட்டும் ஏன் இந்த இரு பிரிவினரும் மூலைக்கு மூலை அடித்துக் கொள்ளவேண்டும்? யார் ஷியா, யார் சன்னி என்பதை எப்படி இந்தக் கலவரக்காரர்கள் கண்டுபிடிக்கிறார்கள்?

ஹிப்பாவுக்கு மட்டுமல்ல, அமெரிக்கா வீசிய குண்டுக்கும் யார் ஷியா, யார் சன்னி என்று பாகுபடுத்தத் தெரியவில்லை. பாகுபாடின்றி அனைவரையும் அது சிதறிடித்துக் கொன்றது. பயங்கரவாதி களையும் சிவிலியன்களையும் மட்டுமல்ல, முதியோர்களையும் பெண்களையும் குழந்தைகளையும்கூடப் பிரித்துப் பார்க்கத் தெரியவில்லை அந்தக் குண்டுகளுக்கு. அலுவலகம், பள்ளிக்கூடம், குடியிருப்பு, மைதானம் என்று எங்கே வீசினாலும் விழவேண்டியது, வெடிக்கவேண்டியது, மனிதர்களைச் சிதறடிக்கவேண்டியது. ஒரு வெடிகுண்டுக்கு இதைத் தவிர வேறு எதுவும் தெரியாது. அமெரிக்காவுக்கோ இவை எது குறித்தும் அக்கறையில்லை. சதாமுக்கும்தான். எஞ்சியிருந்தவர்கள் இராக்கியர்கள்தாம்.

சதாமைத் தேடுவதா அல்லது அமெரிக்க குண்டுகளிடமிருந்து தப்பிப்பதா என்பதை முடிவு செய்யவேண்டிய பொறுப்பு அவர்களிடமே திணிக்கப்பட்டது.

ஹிப்பா இதையெல்லாம் புரிந்துகொள்ள முயன்று திணறிக் கொண்டிருந்தார். அவருடைய தாய்நாடு பிளவுண்டு கிடந்தது. அதிகம் தென்படாத அமெரிக்கர்கள் இப்போது இராக் முழுக்க நிறைந்திருந்ததைக் கண்டார் ஹிப்பா. சதாமிடமிருந்து உங்களை யெல்லாம் மீட்கவே வந்துள்ளோம் என்னும் அவர்களுடைய அறிவிப்பைக் கண்டு கோபத்தைக் காட்டிலும் சிரிப்பே வந்தது ஹிப்பாவுக்கு. என்னையும் என் அம்மாவையும் என் சகோதரர் களையும் கட்டிலுக்குக் கீழே உயிரைக் கையில் பிடித்தபடி பதுங்கியிருக்கச் செய்ததன்மூலம் எங்களுக்குப் பாதுகாப்பு அளிக்கப்போகிறீர்களா? இதுதான் பாதுகாப்பு என்றால் சதாம் இதைவிடவும் கூடுதலான பாதுகாப்பை அல்லவா அளித்துக் கொண்டிருந்தார்? அப்பா எப்போது வந்து சேர்வார்? எங்கள் குடும்பம் எப்போது ஒன்றிணையும்?

அப்பாவின் நினைப்பு ஹிப்பாவைத் தூங்கவிடாமல் செய்திருக்க வேண்டும். அப்பா பாதுகாப்பாக இருக்கிறார், பயப்படாதே என்று அம்மா தினந்தோறும் கணக்கற்றமுறை திரும்பத் திரும்பச் சொல்லிவந்தது அச்சத்தை அதிகரிக்கவே செய்தது. அம்மாவும்கூட உச்சகட்ட பயத்தில் இருப்பதுபோலவே இருந்தது. அதை மறைக்க அவர் செய்யும் ஒவ்வொரு பிரயத்தனமும் பரிதாபகரமாகத் தோல்வியடைவதை ஹிப்பா கண்டார். பாவம், என்னைப் போல் என் அம்மாவால் அழக்கூட முடியாது.

நாம் அப்பாவைப் பற்றி நினைத்துக்கொண்டிருப்பதைப்போல் அவரும் நம்மைப் பற்றிதான் எந்நேரமும் நினைத்துக் கொண்டிருப்பார் என்பது ஹிப்பாவுக்குத் தெரியும். அந்த நினைப்பே கொஞ்சம் ஆறுதல் அளிப்பதுபோல் இருந்தது. அப்பா தற்சமயம் இருப்பதாகச் சொல்லப்படும் ஜோர்டன் எப்படிப்பட்டது என்பது ஹிப்பாவுக்குத் தெரியாது. அங்கும் குண்டுகள் வந்து விழுந்து கொண்டிருக்கின்றனவா? அங்கு அப்பாவும் என்னைப் போலவே கட்டிலுக்குக் கீழேதான் ஒளிந்துகொண்டிருக்கிறாரா? பயப்படாதீர்கள், அமைதியைக் கொண்டுவருவதே எங்கள் முதன்மையான நோக்கு என்று இங்குபோல் அங்கும் அமெரிக்கா முழக்கமிட்டுக் கொண்டிருக்கிறதா?

அப்பா பாதுகாப்பாக இருக்கிறார் என்பதில் ஹிப்பாவுக்குச் சந்தேகங்கள் இல்லை. ஒரே ஒரு ஒற்றைவரி செய்தியை மட்டும்

அவர் அப்பாவுக்கு அனுப்பிவைக்க விரும்பினார். 'அப்பா, எங்களை நினைத்துக் கவலைப்படாதீர்கள், நாங்கள் அனைவரும் நன்றாக இருக்கிறோம். எல்லாம் சரியானபிறகு நாம் அனைவரும் உறுதியாக மீண்டும் ஒன்றுசேர்வோம்.'

நம்பிக்கையின் உச்சிக்கு ஹிப்பாவும் கொந்தளிப்பின் உச்சிக்கு இராக்கும் சென்று சேர்ந்திருந்த சமயம் அது. சதாம் இல்லாததால் சமூகத்தில் சமநிலை குலைந்து அராஜகவாதம் தழைக்கத் தொடங்கி யிருந்தது. சதாம் இருந்தபோதும் அராஜகவாதம் இருந்திருக்கிறது என்றாலும் அது அவரால் கட்டுப்படுத்தக்கூடியதாக இருந்தது. இப்போது இருப்பது அடக்கமுடியாத அல்லது அடக்குவதற்கு யாருமற்ற முழுமையான அராஜகவாதம். இது முற்றிலும் வேறான அச்சமூட்டக்கூடிய வடிவம். சதாமை அகற்றினால் இப்படியொரு பூதம் கிளம்பிவரும் என்று அமெரிக்காவுக்கும் தெரியும்தான். ஆனால் அவர்களுடைய உள்நாட்டுப் பிரச்னையில் எப்படி அமெரிக்கா தலையிடும்?

சதாம் இருந்தவரை தலையைக் கவிழ்த்திருந்த ஷியாக்களுக்கு புதிய வெற்றிடம் அளவுகடந்த உற்சாகத்தை அளித்தது. ஆம், நான் ஒரு ஷியா. இனி இது என் நிலம் என்று அவர்கள் துப்பாக்கியைத் தூக்கி தோளில் போட்டுக்கொண்டு புது மிடுக்குடன் நடமாடத் தொடங்கினர். ஆக்கிரமிக்க வந்த அமெரிக்கர்களை அல்ல, சன்னிக்களையே முதன்மை விரோதிகளாக அவர்கள் கண்டனர். ஒவ்வொரு சன்னியும் சதாம். ஒவ்வொரு சதாமும் அடக்குமுறையின் அடையாளம். அமெரிக்கா சதாமுக்கு எதிராகப் போர் தொடுத்திருந்த சமயத்தில் ஷியாக்கள் சன்னிக்கு எதிரான போர் பிரகடனத்தை வெளியிட்டார்கள்.

ஹிப்பா இந்த இரு போர்களுக்கு இடையில் சிக்கிக்கொண்டார். உன் குடும்பத்தில் சன்னி குருதி கலந்திருக்கிறது, நீ வெளியேற வேண்டும் என்று முகமூடி அணிந்த ஷியாக்கள் வீடு புகுந்து மிரட்டினார்கள். மிரட்டல் நாளுக்கு நாள் அதிகரித்து கொல்லும் வெறியாக மாறியபோது ஹிப்பாவின் குடும்பம் பாக்தாத்திலிருந்து வெளியேற முடிவு செய்தது. அவர்களைப் போலவே நூற்றுக்கணக்கான குடும்பங்கள் இராக்கிலிருந்து வெளியேறிக் கொண்டிருந்தனர். பிறந்து வளர்ந்த நாட்டைவிட்டுப் பிரிந்து செல்வதில் அளவு கடந்த வருத்தம்தான் என்றாலும் ஒருவழியாக அப்பாவோடு இணைந்துவிடப்போகிறோம் என்னும் நம்பிக்கை யோடு இராக்கைவிட்டு வெளியேறினார் ஹிப்பா.

இது நடந்தது ஜூலை 2003ல். அமெரிக்காவின் ஆக்கிரமிப்பு தொடங்கி சில மாதங்கள் கழிந்திருந்தன. ஹிப்பாவின் குடும்பம் பாதுகாப்பாக ஜோர்டன் வந்து சேர்ந்தது. அப்பா அவர்களுக்காக அங்கே காத்திருந்தார். அவரைக் கண்டதும் எல்லாத் துயரங்களும் மறைந்துவிட்டதைப் போலிருந்தது ஹிப்பாவுக்கு. இந்தப் புதிய நாட்டில் ஒரு புது வாழ்வு மலரப்போகிறது. இங்காவது போர் மூளாதிருக்கவேண்டும். குழு மோதல், பயங்கரவாதம், மதவாதம், அமெரிக்கா எதுவும் எட்டிப் பார்க்காமல் இருக்கவேண்டும். இந்த எளிய கனவை நிறைவேற்றி வைப்பதில் கடவுளுக்கு எந்தச் சிக்கலும் இருக்காது, அல்லவா?

ஆனால் அப்பாவால் இராக்கை மறக்கமுடியவில்லை. ஆயிரம் குறைகள் இருந்தாலும் அது நம் நாடு, நாம் அங்கேதான் போயாக வேண்டும் என்று சொல்லிக்கொண்டே இருந்தார். 2006ம் ஆண்டு அனைவரிடமும் விடைபெற்றுக்கொண்டு அவர் பாக்தாத் கிளம்பினார். அங்கிருந்து தன் குடும்பத்தைத் தொடர்புகொள்ளவும் செய்தார். நீங்கள் இருந்ததைவிடவும் இப்போது நிலைமை பரவாயில்லை, விரைவில் எல்லாம் சுமூகமாகிவிடும். நீங்கள் எல்லோருமே பழையபடி பாக்தாத் திரும்பிவிடலாம் என்றார்.

நாள்கள் செல்லச் செல்ல ஜோர்டனில் வாழ்வது கடினமாகிக் கொண்டே இருந்தது ஹிப்பாவின் குடும்பத்துக்கு. சதாம் கவிழ்ந்த போதே அப்பாவுக்கு வேலை போய்விட்டதை ஹிப்பா அறிவார். சேமிப்பு என்று எதுவும் இல்லை. இப்படியே போனால் பிறகு உணவுக்கே வழியில்லாமல் போவதற்கு வாய்ப்புகள் அதிகம். பேசாமல் பாக்தாத்தில் இருக்கும் நம் வீட்டை விற்றுவிடலாம் என்றார் அப்பா. அங்கே ஒவ்வொரு சொந்தக்காரரின் வீடாக மாறி மாறி அவர் தங்கிக்கொண்டிருந்தார். சில வாரங்களில் தன் முதல் மகனை அவர் பாக்தாத்துக்கு வரவழைத்துக்கொண்டுவிட்டார். வீட்டை விற்று கிடைக்கும் பணத்தைக் கொண்டு விட்ட இடத்திலிருந்து மீண்டும் வாழ்வைப் புதுப்பித்துக்கொண்டுவிட முடியாதா என்ன?

மே 2016 வாக்கில் ஒரு தொலைபேசி வந்தது. ஹிப்பாவால் அந்தச் செய்தியை முழுமையாக உள்வாங்கிக்கொள்ளக்கூட முடியவில்லை. அப்பாவை யாரோ சிலர் கடத்திவிட்டார்களாம். பிறகு எங்கள் சொந்தக்காரர்களை அழைத்து பணம் கேட்டார்களாம். அவர்கள் தரவில்லை போலும். பிறகு அண்ணாவைத் தொடர்பு கொண்டிருக்கிறார்கள். பிணவறைக்கு வந்து உன் அப்பாவைப் பெற்றுக்கொள் என்று சொல்லித் துண்டித்திருக்கிறார்கள்.

விழுந்தடித்து ஓடியிருக்கிறார் அண்ணன். பிணவறையில் அப்பா இல்லை. ஆனால் அறைக்கு வெளியில் இருந்திருக்கிறார். கீழே தரையில் படுத்துக்கொண்டிருந்தாராம். தலையின் பின்பக்கத்திலிருந்து ரத்தம் வடிந்துகொண்டிருந்ததை அண்ணா பார்த்திருக்கிறார். அப்பாவின் ரத்தம். நெற்றிப்பொட்டில் சுட்டிருக்கிறார்கள்.

அண்ணனால் திரும்பிவரவும் முடியவில்லை. நீ உள்ளே வந்ததற்கே அனுமதி வாங்கவில்லை, எப்படி வெளியில் அனுப்புவது என்று அதிகாரிகள் கடிந்துகொண்டு தடுத்து நிறுத்திவிட்டார்கள். அவரை இப்போதைக்குப் பார்க்கமுடியாது. அப்பாவை எப்போதுமே பார்க்கமுடியாது. குடும்பம் நிரந்தரமாகச் சிதைந்துவிட்டது. தாய்நாடு என்றொன்று இனி இல்லை. கையில் பணமில்லை என்றால் ஜோர்டனில் தங்கியிருப்பது சாத்தியமில்லை. வீடு இல்லை. வருமானம் இல்லை. வாழ்க்கை இல்லை. எதிர்காலம் என்றொன்று இல்லை.

இனி அவர் ஓர் அகதி. தன் அப்பாவின் புகைப்படத்தைக் கையில் ஏந்தியபடி ஹிப்பா சொல்கிறார். 'ஒரு போர் என்னவெல்லாம் செய்யும் என்பதை உங்களால் கற்பனைகூடச் செய்யமுடியாது. அதேபோல், ஓர் அகதியாக இருப்பது என்றால் என்னவென்பதையும் உங்களால் ஒருபோதும் புரிந்துகொள்ளமுடியாது.'

3

கனவும் நிஜமும்

எல்லாவற்றுக்கும் மேலாகப் போர் உங்களைத் தனிமைப்படுத்தி விடுகிறது. குடும்பத்தோடும் நாட்டோடும் உலகத்தோடும் உங்களுக்குள்ள தொடர்பைத் துண்டித்து உங்களை ஒரு விநோத வேற்று கிரகத்து வாசியாக உருமாற்றி விடுகிறது. தன்னுடைய அம்மா வேறொரு உயிரியாக மாறுவதை ஹிப்பா அருகிலிருந்து கண்டார். கணவனை இழந்துவிட்டதால் அவர் இப்போது கருப்பு ஆடைகளை மட்டுமே உடுத்திக்கொண்டாகவேண்டும். இருக்கும் நல்ல ஆடைகளையும் களைந்துவிட்டு புதிய ஆடைகளை அவர் வாங்கவேண்டியிருந்தது. பணமில்லாத நேரத்தில் இப்படியொரு கூடுதல் அழுத்தம்.

அண்ணனும் மாறிவிட்டான். விடலைப் பருவத்துக்கே உரிய விளையாட்டுத்தனம், காரணமே தேவைப்படாமல் எப்போதும் மிதந்துகொண்டிருக்கும் உல்லாசம் இரண்டையும் அவன் இழந்துவிட்டான். தன்னுடைய தோள்கள்மீது பாய்ந்து அமர்ந்துகொண்ட குடும்பப் பாரத்தை அவன் மறுசொல் பேசாமல் ஏற்றுக்கொண்டுவிட்டான். திடமாக ஒரு வேலை கிடைக்கவில்லை என்றாலும் சின்னச் சின்ன பணிகள் கிடைத்தன. சந்தைக்குச்

சென்று சரக்குகளை ஏற்றி, இறக்கிவைக்கவேண்டும். கனமான பொருள்களை கயிறு கட்டி இழுத்துச்சென்று குறிப்பிட்டஇடத்தில் சேர்க்கவேண்டும். பிறகு, சுத்தப்படுத்தும் பணி. நிலையான வேலைக்கு முயற்சி செய்யலாம்தான், ஆனால் ஜோர்டனில் பணிபுரிவதற்குத் தேவையான அதிகாரபூர்வ அனுமதிச் சீட்டைப் பெற்றால்தான் அது சாத்தியம். அப்பா இருந்திருந்தால் இதையெல்லாம் கண் சிமிட்டுவதற்குள் செய்துமுடித்திருப்பார். ஆனால் அப்படி இருந்திருந்தால் அவர் தன் மகனை இத்தனை சிறிய வயதில் வேலை செய்யவே அனுமதித்திருக்கமாட்டார் அல்லவா?

ஹிப்பாவின் குடும்பம் தங்கியிருந்தது ஜோர்டனின் தலைநகரமான அம்மானில். இராக்கோடு ஒப்பிடும்போது ஜோர்டன் ஓரளவு அமைதியான நாடு. 1999ம் ஆண்டு இரண்டாம் அப்துல்லா ஜோர்டனின் மன்னராகப் பொறுப்பேற்றுக்கொண்டார். இன்று வரை அவரே மன்னர். புதிய பொருளாதாரக் கொள்கைகளை ஜோர்டனில் அறிமுகப்படுத்தியவராக இரண்டாம் அப்துல்லா அறியப்படுகிறார். உலகளவில் செல்வாக்குமிக்க இஸ்லாமியத் தலைவர்களுள் ஒருவராகவும் அவர் நீடிக்கிறார். அமெரிக்காவுக்கு நெருக்கமானவரும்கூட.

அரசியலமைப்புக்கு உட்பட்ட முடியாட்சிமுறையைக் கடைபிடித்து வருகிறது ஜோர்டன். இந்த முறைப்படி, முழுக்க முழுக்க அரசரின் கட்டுப்பாட்டில் இருக்கும் முடியாட்சியைப்போல் இல்லாமல் அரசியலமைப்புச் சட்டத்துக்கு மதிப்பும் மரியாதையும் அளிக்கப்படும். ஜோர்டன் மன்னரின் கரங்களில் அதிகாரம் குவிந்திருக்கும் என்பது உண்மை. ஆனால், அந்த அதிகாரம் கட்டற்றதாக இருக்காது. சட்டமியற்றும் அதிகாரம் அரசாங்கத்துக்கு உள்ளது. ஆனால் அந்த அரசாங்கத்தைப் பணியில் அமர்த்துபவர் மன்னர்தான்.

இராக்கைப் போலவே ஓர் இஸ்லாமிய நாடுதான் என்றாலும் ஜோர்டன் இராக்கைப் போலன்றி அமெரிக்காவுடன் நட்புறவு கொண்டிருந்தது. 1996 தொடங்கி இந்த நட்புறவைப் பத்திரமாகப் பேணியும் வருகிறது. செப்டெம்பர் 11 தாக்குதல் நடைபெறுவதற்கு முன்பே அதைப் பற்றிய சில முக்கிய புலனாய்வுத் தகவல்களை அமெரிக்காவுக்கு ஜோர்டன் அளித்தாகச் சொல்லப்படுகிறது. அல் காயிதா அமெரிக்காவைக் குறிவைத்திருக்கிறது என்பதை ஜுலை மாதமே ஜோர்டன் புலனாய்வுக் குழு கண்டுபிடித்திருக்கிறது. குறிப்பாக, ஆகாய மார்க்கமாக இந்தத் தாக்குதல் மேற்கொள்ளப்படலாம்

என்பது தொடங்கி இந்த ஆபரேஷனுக்கு அவர்கள் என்ன பெயர் வைத்திருக்கிறார்கள் (தி பிக் வெட்டிங்) என்பதுவரை அமெரிக்காவிடம் பகிர்ந்துகொண்டிருக்கிறது ஜோர்டன்.

இராக்கில் நடப்பதைப்போல் ஜோர்டனிலும் அடிக்கடி மக்கள் காணாமல் போவதுண்டு. புலனாய்வு அமைப்புகளும் காவல் துறையினரும் சந்தேகத்தின் பேரில் இத்தகைய அதிகாரபூர்வ ஆள் கடத்தல்களை நடத்துவதுண்டு என்றாலும் இராக்கில் நடைபெறுவதைப் போலன்றி அவர்கள் கொல்லப்படுவதில்லை. ஒரு குறிப்பிட்ட எல்லைவரை ஊடகங்கள் சுதந்தரமாக இயங்குதற்கும் அனுமதிக்கப்படுவதாகச் சொல்கிறார்கள். நீதித்துறையையும்கூட பெருமளவில் நம்பமுடிகிறது என்கிறார்கள். மொத்தத்தில் சுற்றுப்புற நாடுகளைப் போலன்றி ஜோர்டன் மிகப் பெரிய இதயத்தைக் கொண்டிருக்கும் சுதந்தரமான நாடாக இருந்திருக்கிறது. அதனால்தான் ஹிப்பா போன்றவர்கள் இராக்கிலிருந்து உயிர் தப்பி இங்கே குடியேற முடிந்திருக்கிறது.

இருந்தாலும் ஜோர்டனைப் பொருத்தவரை இராக்கியர்கள் அகதிகள்தாம். ஹிப்பாவின் தந்தை அம்மானில் அமெரிக்கத் தூதரகத்தில் பணியாற்றிவந்தவர் என்பதால் அவருடைய குடும்பத்தால் அங்கே சிக்கலின்றி தங்கியிருக்கமுடிந்தது, அவ்வளவுதான். மற்றபடி வேலையொன்றைத் தேடிக்கொண்டு அங்கேயே நிரந்தரமாக வாசம் செய்துவிடமுடியாது. இதை ஹிப்பாவின் அண்ணனும் அம்மாவும் புரிந்துவைத்திருந்தனர். ஆனால் ஹிப்பா கடுமையான மன உளைச்சலில் ஆழ்ந்திருந்தார்.

இராக் என் நாடு. ஆனால் இனி அங்கு போகமுடியாது. இப்போது ஜோர்டனில் தங்கியிருக்கிறேன். ஆனால் இது என் நாடல்ல. இங்கே ஒரு வீட்டில் தங்கியிருக்கிறேன். ஆனால் இதை 'வீடு' என்று உரிமையுடன் அழுத்தம் கொடுத்து ஒருபோதும் அழைக்கமுடியாது. என் காலுக்குக் கீழே உள்ள நிலம் என்னுடையதல்ல. தலைக்குமேல் உள்ள ஆகாயம் அந்நியர்களுடையது. நான் சுவாசிக்கும் காற்றும் கூட எனக்கானது அல்ல. இங்கே தற்சமயம் நின்று கொண்டிருப்பதால் இங்கு உலாவும் காற்றை என் நாசி உள்ளிழுத்துக்கொள்கிறது. எனவே நான் வாழ்கிறேன். இப்போது எனக்கருகில் இருக்கும் அம்மாவும் அண்ணனும்தான் என்னுடையவர்கள். அம்மானின் வீதிகளில் நான் காணும் மனிதர்கள் யாவரும் எங்களைப் போன்றவர்கள்தான் என்றாலும் அவர்கள் எங்களை அந்நியர்களாகவே காண்கிறார்கள் என்பதை

உணரமுடிகிறது. எங்கள் அனைவருக்கும் ஒரே கடவுள். அவரை நாங்கள் ஒன்றுபோலவே தொழுகிறோம். ஆனால் நாங்கள் எங்களுக்குள் பிளவுண்டு கிடக்கிறோம். நிலத்தில் கோடுகள் கீறி வேறு வேறாகப் பிரிந்துகிடக்கிறோம்.

'உனக்கு என்ன வேண்டும்?' என்று ஹிப்பாவிடம் யார் கேட்டாலும் அவர் தயங்காமல் சொல்லிவிடுவார். 'எனக்குப் படிக்கவேண்டும்'. எல்லோரையும்போல் பள்ளிக்குப் போகவேண்டும். எல்லோரையும் போல் புத்தகங்களையும் நோட்டுகளையும் சுமந்துகொண்டு பள்ளிக்கூடம் செல்லவேண்டும். அந்தப் பள்ளியில் புதிய தோழிகள் கிடைக்கவேண்டும். அவர்களுடன் கதை பேசவேண்டும். அவர்களுடன் அமர்ந்து படிக்கவேண்டும். கனவுகளைப் பகிர்ந்து கொள்ளவேண்டும். நேரம் கிடைக்கும்போதெல்லாம் ஹிப்பா தன் கனவை மேலும் மேலும் நீட்டித்துக்கொண்டே செல்வார்.

ஆனால் இந்தக் கனவு ஜோர்டனில் நிறைவேறக்கூடியதல்ல என்பது ஹிப்பாவுக்குத் தெரியும். உண்மையில் இது இராக்கில் உதித்த கனவு. அங்கிருந்து வெளியேறிய பிறகும் விடாமல் பின்தொடர்ந்து ஜோர்டனுக்கு வந்து சேர்ந்திருக்கிறது. இராக்கின் குண்டு வீச்சுகளையும் அப்பாவின் மரணத்தையும் கடந்து உயிர்த்திருக்கத் தெரிந்திருக்கிறது இந்தக் கனவுக்கு. உயிர்த்திருப்பதோடு நின்று விடாமல் ஒவ்வொருநாளும் சிறிது சிறிதாக வளரவும் தெரிந்திருக்கிறது அதற்கு. 'நான் வளர்ந்து பெரியவளான பிறகு, நிறைய படித்து முடித்தபிறகு, நிறைய சம்பாதித்து முடித்தபிறகு ஒரு பெரிய அமைப்பை ஆரம்பிப்பேன். போரில் பாதிக்கப்பட்ட என்னைப் போன்றவர்களையும், என்னைவிட வயதில் குறைந்த குழந்தைகளையும் அந்த அமைப்பு கவனித்துக்கொள்ளும். அவர்கள் எல்லோரும் விரும்பியபடி என்ன வேண்டுமானாலும் எவ்வளவு வேண்டுமானாலும் படிக்கலாம். அவர்களையும் அவர்களுடைய கனவுகளையும் என் அமைப்பு பாதுகாக்கும்.'

'அண்ணன் திரும்பிவருவதற்கு வழியிருக்கிறதா அம்மா, அல்லது நாம் ஒருமுறை போய் பார்க்கலாமா?' என்று பலமுறை கேட்டுப் பார்த்துவிட்டார் ஹிப்பா. இரண்டுமே சாத்தியமில்லை என்று சொல்லிவிட்டார் அம்மா. அத்துடன் இன்னொரு தகவலையும் அவர் சொன்னார். 'ஹிப்பா, நாம் இங்கிருந்து கிளம்பியாக வேண்டும். நம்மால் இங்கே தொடர்ந்து வசிக்கமுடியாது. உன் சகோதரனின் சம்பாத்தியம் நமக்குப் போதாது. நமக்குத் தஞ்சம் அளிக்கக் கோரி விண்ணப்பங்கள் அனுப்பியிருக்கிறேன். அவர்கள் பதிலளித்ததும் நாம் வெளியேறிவிடலாம். கவலைப்படாதே,

எல்லாம் சரியாகிவிடும்.' தஞ்சம் கோருவது என்றால் என்ன என்பதையும் அம்மாவே விளக்கவேண்டியிருந்தது. 'ஹிப்பா, நாம் அகதிகள். ஏதேனும் ஒரு நாடு அனுமதித்தால்தான் நம்மால் சட்டப்படி அங்கு சென்று குடியேறமுடியும். கடவுள் நம் விண்ணப்பத்தை ஏற்கவேண்டும் என்று வேண்டிக்கொள்.'

ஏற்கெனவே கடவுளிடம் ஒரு விண்ணப்பத்தை அனுப்பிவைத்து அது நிராகரிக்கப்பட்ட அனுபவம் ஹிப்பாவுக்கு இருந்தது என்றாலும் இன்னொருமுறை முயன்று பார்ப்பதில் தவறேதும் இருக்கமுடியாது இல்லையா? ஒருவேளை இந்தமுறை அவர் கருணை கிட்டக்கூடும். 'சரி, எங்கே விண்ணப்பித்திருக்கிறீர்கள் அம்மா?' என்னும் வினாவுக்கு வந்து விழுந்த விடையைக் கேட்டு அதிர்ந்துவிட்டார் ஹிப்பா. போரால் சீரழிக்கப்பட்ட எங்கள் குடும்பத்தைத் தயவுசெய்து ஏற்றுக்கொள்ளுங்கள் என்று மன்றாடி ஒரு கடிதம் எழுதி அதை அவர் அனுப்பியிருந்தது வேறு எங்குமில்லை, அமெரிக்காவுக்கு.

பாக்தாத்வாசிகளாகிய நாங்கள் போரால் பாதிக்கப்பட்டிருக் கிறோம். எங்கள் நாடு சின்னாபின்னமாகிக் கிடக்கிறது. எங்கள் உயிரைக் காப்பாற்றிக்கொள்ள நாங்கள் அங்கிருந்து தப்பியோடி விட்டோம். எங்கள் குடும்பத்தின் தலைவனை நாங்கள் இழந்து விட்டோம். எங்களிடம் இப்போது எதுவுமே இல்லை. எங்களுக்கு அருள்கூர்ந்து உங்கள் நாட்டில் அடைக்கலம் அளிக்கமுடியுமா? இப்படியொரு விண்ணப்பத்தை எழுதி எங்கள் எல்லோருடையும் பெயரையும் வயதையும் எழுதி அம்மா அமெரிக்காவுக்கு விண்ணப்பம் அனுப்பியிருக்கிறார் என்பதை எப்படிப் புரிந்து கொள்வது?

ஓர் அகதியால் மட்டுமே இந்த அளவுக்கு இறங்கிச்செல்லமுடியும். குண்டு போட்ட நாட்டிடம் அடைக்கலம் தேடிச் செல்லும் முட்டாள் தனத்தை வேறு ஒருவரும் செய்யமாட்டார்கள் என்று நினைத்துக் கொண்டார் ஹிப்பா. ஆனால் அம்மாவிடம் அதைச் சொல்ல முடியாது. உணர்வுகள் அனைத்தையும் கொன்று போட்டுவிட்டுதான் அவர் விண்ணப்பத்தை அனுப்பியிருக்கிறார். அமெரிக்கா பாவப்பட்டு தனது விண்ணப்பத்தை ஏற்கவேண்டும் என்று நிஜமாகவே கண்ணீர் உகுத்தபடி அவர் பிரார்த்தித்துக்கொண்டிருக்கிறார். அவருடைய எதிர்பார்ப்பும் வேண்டுதலும் நிஜமாகவேண்டும் என்று என்னையும் சேர்த்தே பிரார்த்தனை செய்யச் சொல்லியிருக்கிறார். ஹிப்பாவுக்குத் தலை சுற்றுவது போலிருந்தது. கடவுளே நான் என்னவென்று உன்னை வேண்டிக்கொள்ள?

கிட்டத்தட்ட ஒன்பது மாதங்கள் தலைமறைவாக இருந்த சதாம் உசேனின் பதவி ஏப்ரல் 2003ல் அதிகாரபூர்வமாகப் பறித்தெடுக்கப் பட்டது. இப்போது இராக் முழுக்க முழுக்க அமெரிக்காவின் கட்டுப்பாட்டின்கீழ் வந்துசேர்ந்திருந்தது. கடைசியாகக் கிடைத்த தகவலின்படி ஜார்ஜ் புஷ் இன்னமும் பேரழிவு ஆயுதத்தை இராக்கில் தேடிக்கொண்டுதான் இருக்கிறார். சதாமும் கிடைக்க வில்லை, ஆயுதமும் கிடைத்தபாடில்லை. ஆனால் இராக்கைச் சீரழிக்கும் பணி மட்டும் தடையின்றி நடைபெற்றுவந்தது. பதவி பறிக்கப்படுவதற்குமுன்பு 24 பிப்ரவரி 2003 அன்று சதாம் உசேன் சிபிஎஸ் நியூஸ் என்னும் அமெரிக்க டிவி சானலுக்கு மூன்று மணி நேரம் பேட்டி கொடுத்தார். பேரழிவு ஆயுதம் மட்டுமல்ல, ஐக்கிய நாடுகள் சபை அனுமதிக்காத எந்தவொரு ஆயுதமும் தன்னிடம் இல்லை என்று தெளிவாக அதில் அவர் அறிவித்தார். உங்களால் ஜார்ஜ் டபிள்யூ புஷ்ஷை வரவழைக்கமுடிந்தால் அவருடன் அமர்ந்து இதுபற்றி நேரடியாக விவாதிக்கத் தயார் என்றும் சதாம் பிரகடனம் செய்தார். அவருடைய சவால் ஏற்கப்படவில்லை.

ஒரு நாள் அம்மா திடீரென்று அறிவித்தார். 'ஹிப்பா, தயாராக இரு. அமெரிக்கா நம் விண்ணப்பத்தை அநேகமாக ஏற்றுக்கொண்டு விட்டது. எப்போது வேண்டுமானாலும் அலுவலக உத்தரவு வரலாம். தயாராக இரு!' எதற்குத் தயாராக இருப்பது என்று உண்மையிலேயே ஹிப்பாவுக்குத் தெரியவில்லை. அமெரிக்கா அல்லவா தயாராக இருக்கவேண்டும்? அதன் குண்டுகளிலிருந்து தப்பிப் பிழைத்தவர் களை வரவேற்க அது இப்போது தன் கதவுகளைத் திறந்து வைக்கப் போகிறதா? விமானப் பணிப்பெண்ணைப்போல் ஒய்யாரமாகச் சிரித்தபடி அதன் எல்லைக்குள் என்னை அமெரிக்கா வரவேற்கப் போகிறதா? அப்படி வரவேற்கும்போது அது என் கண்களை நேருக்கு நேர் சந்திக்குமா? அப்போது என்ன நினைத்துக் கொள்ளும்? என்னைக் கண்டு இரக்கம் கொள்ளுமா அல்லது வெட்கப்படுமா அல்லது அஞ்சுமா?

'என்னால் அமெரிக்காவில் எப்படி இருக்கமுடியும் என்றே நினைத்துப் பார்க்கமுடியவில்லை. ஒவ்வொரு நாளும் அதன் தேசியக் கொடியை பார்த்துக்கொண்டே எப்படி என் வேலைகளை என்னால் செய்துமுடிக்கமுடியும்? இவர்கள் என் நாட்டை அழித்தவர்கள். அழித்துமுடித்துவிட்டு கடலுக்கு அந்தப் பக்கம் அவர்கள் நன்றாக வாழ்ந்துகொண்டிருக்கிறார்கள். அவர்கள் எதையும் அழிக்கத் தயங்குவதில்லை. அனைத்தையும் மறந்து விடவும் அவர்கள் தயங்குவதில்லை. பிறகு வழக்கம்போல் எழுந்து

காலையுணவு உட்கொண்டு, டிவி பார்க்கிறார்கள். நான் அங்கே சென்றால் அவர்களில் ஒருத்தியாகக் கலந்துவிடவேண்டியிருக்கும். என் குடும்ப நலனை முன்னிட்டு இந்த அடியை நான் எடுத்து வைக்கவேண்டியிருக்கும். ஆனால் என்னால் அதைச் செய்ய முடியுமா என்று தெரியவில்லை.'

அமெரிக்கா வீடு கொடுக்கும், உணவுக்கும் கல்விக்கும் உத்தரவாதம் கொடுக்கும் என்கிறார் அம்மா. யார் கண்டது, நாம் போகும் வேளை அண்ணனும் பாக்தாத்திலிருந்து கிளம்பி அமெரிக்கா வந்துசேரலாம் இல்லையா? நாம் ஒரு குடும்பமாக அங்கே மீண்டும் திரண்டு கொள்ளலாம் இல்லையா ஹிப்பா? அம்மாவுக்கும் தன்னைப் போலவே நிறைய அசாத்தியக் கனவுகள் இருக்கின்றன என்பது தெரிந்தது. இப்படியெல்லாம் கனவுகளை வளர்ப்பவர்களைத்தான் அகதி என்று அழைக்கிறார்களோ?

அமெரிக்கப் பள்ளிக்கூடம் ஒன்றில் அமர்ந்து பாடம் படிப்பதைப் போன்ற ஒரு காட்சியைக் கற்பனைகூடச் செய்து பார்க்க முடியவில்லை ஹிப்பாவால். தன் வயதையொத்த அமெரிக்க மாணவிகளோடு சேர்ந்து சிரித்தபடி பள்ளி மைதானத்தில் விளையாடுவதைப் போன்ற ஒரே ஒரு கற்பனை நிகழ்வைக்கூட மனக்கண்ணால் தரிசிக்கமுடியவில்லை ஹிப்பாவால். தன்னால் அமெரிக்காவில் ஒருபோதும் இயல்பாக இருக்கமுடியாது என்பதை முழு விழிப்புடன் உணர்ந்திருந்தார் ஹிப்பா. அமெரிக்காவின் சுத்தமான வீதிகளையும் அதன் பளபளப்பான வணிகக் கட்டடங் களையும் காணும்போது நிச்சயம் எனக்கு என் தேசம் நினைவுக்குவரும். ஒவ்வொன்றிலும் அங்கே தென்படும் ஒழுங்கு மிகப் பெரிய ஒழுங்கீனத்தை எனக்கு நினைவுபடுத்திக்கொண்டே இருக்கும்.

'என்னால் அமெரிக்காவை நம்பமுடியாது. அமெரிக்காவும் என்னையும் என்னைப் போன்றவர்களையும் நம்பப்போவதில்லை. என்னுடன் என்ன பேசவேண்டும், எப்படிப் பேசவேண்டும் என்று அமெரிக்கர்களுக்குத் தெரியப்போவதில்லை. என்னாலும் அவர்களுடன் மனம் திறந்து பேசமுடியாது என்றே நினைக்கிறேன். இல்லை, மொழியல்ல பிரச்னை. தீர்க்கமுடியாத சிக்கலொன்று எனக்கும் அமெரிக்காவுக்கும் இடையில் அமர்ந்திருக்கிறது. அது எங்கள் இருவரையும் பிரித்து வைத்திருக்கிறது. நாங்கள் என்றென்றும் ஒருவருக்கொருவர் அந்நியர்களாகவே இருப்போம் என்று தோன்றுகிறது.'

கடைசியாகக் கிடைத்த தகவலின்படி ஹிப்பாவுக்கு அமெரிக்காவில் இருந்து உத்தரவு எதுவும் வந்துசேரவில்லை. எனில் அவர் ஜோர்டனில்தான் இருக்கிறாரா? தெரியாது. அமெரிக்காவும் வேண்டாம், ஜோர்டனும் வேண்டாம் பேசாமல் இராக்குக்குத் திரும்பிவிடலாம் என்று முடிவெடுத்துவிட்டார்களா? அங்கே தவித்துக்கொண்டிருக்கும் அண்ணனுடன் ஹிப்பாவின் குடும்பம் ஒன்றிணைந்துவிட்டதா? ஆரம்பித்த இடத்துக்கே அவர்கள் சென்று சேர்ந்துவிட்டார்களா? இன்னமும் விற்கப்படாத தனது வீட்டில் பழையபடி அவர்கள் ஒன்றாக வாழத் தொடங்கி விட்டார்களா?

இந்தக் கேள்விகளை நமக்குள்ளே புதைத்துக்கொள்வதைத் தவிர இப்போதைக்கு வேறு வழியில்லை. ஹிப்பாவைப் பற்றி நாம் மேலதிகம் எதுவும் தெரிந்துகொள்ளமுடியாமலேயே போவதற்கான சாத்தியங்களே அதிகம். 'இறுதியில் அனைவரும் ஒன்று சேர்ந்து மகிழ்ச்சியுடன் வாழத் தொடங்கினார்கள்' என்று ஒரு தேவதைக் கதையைப் போல் ஹிப்பாவின் கதையை முடிக்கமுடியாது.

4

அகதியைப் பெற்றெடுத்தல்

துருப்பிடித்துப்போன தனது இரும்புப் படுக்கையிலிருந்து ஒருமுறை தலையை மட்டும் உயர்த்திப் பார்த்தார் ஜேப்மங்கோ ஜூலியன். அவரால் எழுந்திருக்கமுடியவில்லை. வயிற்றில் இருந்த பாரம் அவரை அழுத்தி பின்னுக்குச் சாய்த்தது. குழந்தை என்றுதான் சொல்லவேண்டும்; ஆனால், தற்சமயம் ஒரு பாரமாகத்தான் அதனைக் கருதவேண்டி யிருக்கிறது. இந்த முகாமில் நானே ஒரு பாரம் தான் என்னும்போது நான் பிரசவிக்கும் குழந்தையை யார் ஆனந்தத்துடன் எடுத்து அள்ளி அணைத்துக்கொள்ளப்போகிறார்கள்?

ஜேப்மங்கோவின் தலைக்குப் பின்னால் மெல்லிய திரைச்சீலை ஒன்று தொங்கிக் கொண்டிருந்தது. பெயரளவிலான ஒரு தடுப்பு அது. ஜேப்மங்கோவைப் போலவே வேறு பல கர்ப்பிணிகள் அந்தத் தடுப்புக்குப் பின்னால் அதேபோன்ற துருப்பிடித்த கட்டில்களில் வரிசையாகப் படுக்க வைக்கப்பட்டிருந் தார்கள். சிலர் முனகிக்கொண்டிருந்தனர். சிலர் வலி பொறுக்கமாட்டாமல் வாய்விட்டு அலறிக்கொண்டிருந்தனர். உதவி, உதவி என்று சத்தம்போட்டுக் கத்திக்கொண்டிருந்தார்கள்

இன்னும் சிலர். யாரும் பொருட்படுத்தி ஓடிவந்ததைப்போல் தெரியவில்லை. யாரும் எதையும் பொருட்படுத்தவேண்டிய அவசியமில்லை அங்கு. ஏற்கெனவே நடுங்கிக்கொண்டிருந்த ஜேப்மங்கோ, கிலியுடன் தன் கண்களை மூடிக்கொண்டார். எனது குழந்தை இந்தக் குழப்பங்களுக்கும் புறக்கணிப்புகளுக்கும் மத்தியிலா பிறக்கவேண்டும்?

அவர் தங்கியிருந்தது டான்சானியாவின் மேற்குப் பகுதியில் அமைந்திருந்த நியாருகூசு என்னும் அகதி முகாமில். முகாம் என்று அழைப்பதைவிட கூடாரங்களின் தொகுப்பு என்று அந்த இடத்தை அழைப்பது பொருத்தமாக இருக்கும். உண்மையில் அது ஒரு காட்டுப் பகுதி. காளான்களைப்போல் முளைத்திருந்த கணக்கற்ற கூடாரங்களில் *1,30,000* அகதிகள் எறும்புக்கூட்டங்களைப்போல் தங்கியிருந்தனர். அவர்களில் ஜேப்மங்கோவைப்போல் பிரசவத்துக்குத் தயாராக இருப்பவர்களை மட்டும் தனியே பிரித்தெடுத்து ஒரு கூடாரத்தில் தொகுத்திருந்தார்கள். அந்தக் கூடாரத்தை மருத்துவமனை என்றும் அழைக்கலாம்.

ஜேப்மங்கோ பிறந்தது, வளர்ந்தது எல்லாம் ஆப்பிரிக்க நாடான புருண்டியில். உலகின் ஏழை நாடுகள் என்று பட்டியலிட்டால் அதில் புருண்டி நிச்சயம் அழுத்தந்திருத்தமாக இடம்பெற்றிருக்கும். முதல் உலகப் போரில் ஜெர்மனி தோற்கடிக்கப்படும்வரை அந்நாட்டின் காலனியாக இருந்தது புருண்டி. பின்னர் பெல்ஜியத்தின் ஆதிக்கத்தின்கீழ் வந்துசேர்ந்தது. ஆள்கள் மாறினார்களே தவிர, அடுக்குமுறை மாறவில்லை. மேலதிகம் வலுப்படவே செய்தது. உலகளவில் அதிக எண்ணிக்கையிலான அகதிகளைத் தோற்றுவித்த பெருமை காலனியாதிக்கத்துக்கு உண்டு. ஒரு நாட்டை ஆக்கிரமித்து அந்நாட்டின் வளங்களை உறிஞ்சும்போது தவிர்க்கவியலாதபடிக்கு அந்நாட்டு மக்கள் கடும் சுரண்டலுக்கும் ஒடுக்முறைக்கும் ஆளாகிறார்கள். அப்போது தவிர்க்கவியலாதபடிக்கு பெரும் எண்ணிக்கையிலான மக்கள் தங்கள் நாட்டைவிட்டு வெளியேறும் நிலைக்குத் தள்ளப்படுகிறார்கள். காலனியாதிக்கம் முடிவுக்குவந்து விடுதலை கிடைத்தபிறகும் பல நாடுகளில் வன்முறை போராட்டங்களும் குழு மோதல்களும் நடைபெறுவதையும் அவற்றின் காரணமாக அகதிகள் லட்சக்கணக்கில் பெருகுவதையும் நாம் பார்க்கிறோம். 1947 விடுதலைக்குப் பிறகு நடைபெற்ற இந்தியப் பிரிவினை என்பது ஓர் உதாரணம் மட்டுமே.

புருண்டியும் இதேபோன்ற வன்முறையைதான் சந்தித்தது. பெல்ஜியத்தின் பிடியில் கடும் ஒடுக்குமுறையை அனுபவித்துவந்த

புருண்டி மக்கள், 1962ம் ஆண்டு விடுதலைபெற்றனர். ஆனால் இனக்குழு மோதல் வடிவில் இன்னொரு வன்முறை அத்தியாயம் அங்கே தொடங்கியது. அங்கே பெரும்பான்மையாக இருப்பவர்கள் ஹுட்டு இன மக்கள். சிறுபான்மையினர், டுட்ஸி இனத்தவர்கள். இருவருமே கறுப்பினத்தவர்கள். இருவருமே பண்டு மொழி பேசுபவர்கள். இருவருக்குமே பிரெஞ்சு மொழி நன்றாகத் தெரியும். இருவருமே கிறிஸ்தவத்தை ஏற்றுக்கொண்டவர்கள். ஒருவர் ஹுட்டு இனத்தவரா டுட்ஸியா என்பதைக் கண்டறிவது அத்தனை சுலபமல்ல. அச்சு அசல் ஒன்றுபோலவே இருப்பார்கள். அந்நியர்களான நாம் மட்டுமல்ல, இந்த இரு குழுவினரின் மரபணுக்களையும் பரிசோதித்த மருத்துவ ஆய்வாளர்கள்கூட இந்த இருவருக்கு மிடையிலான வேறுபாட்டைக் கண்டடைவது கடினம் என்னும் முடிவுக்கே வந்துசேர்ந்துள்ளனர். கண்டிப்பாக இருவரையும் வேறுபடுத்தியே தீரவேண்டுமானால் ஓர் அம்சத்தைக் குறிப்பிடலாம். ஒரு ஹுட்டுவைவிட ஒரு டுட்ஸி சில அங்குலங்கள் உயரமாக இருப்பார், அவ்வளவுதான்.

ஆனால் இந்த இரு குழுக்களுக்கும் இடையிலான பகைமையும் அதன் காரணமாகப் பெருக்கெடுத்து ஓடிய ரத்த ஆறும் வரலாறு காணாதது. 1972ம் ஆண்டு டுட்ஸி இனக்குழு மக்கள் கிட்டத்தட்ட 2 லட்சம் ஹுட்டுக்களைக் கொன்றுகுவித்தனர். இருபதாம் நூற்றாண்டு ஆப்பிரிக்கா சந்தித்த முதல் இன அழிப்புச் சம்பவம் இது. இரண்டாவது இனஅழிப்பு 1994ம் ஆண்டு நடைபெற்றது. இந்த முறை ஹுட்டுக்கள் ஒன்றுதிரண்டு 10 லட்சம் டுட்ஸிக்களைக் கொன்று பழி தீர்த்துக்கொண்டனர். இரண்டு முறையும் லட்சக்கணக்கான ஹுட்டுக்களும் டுட்ஸிக்களும் புருண்டியி லிருந்து வெளியேறி பக்கத்து ஆப்பிரிக்க நாடுகளில் அடைக்கலம் புகவேண்டியிருந்தது.

இனக்குழு மோதல் ஒரு பக்கம் என்றால் இன்னொரு பக்கம் அரசியல் சிக்கல்கள். தற்போது புருண்டியின் அதிபராக இருக்கும் பியரி குருன்ஸிஸா 2005 முதல் அந்தப் பதவியில் விடாப்பிடியாக அமர்ந்திருக்கிறார். அவரை வெளியேறச் சொல்லி அந்நாட்டு மக்கள் பலமுறை பலவிதமான முறைகளில் போராடிப் பார்த்து விட்டார்கள். ஒவ்வொரு போராட்டத்தையும் மிருகத்தனமாக ஒடுக்கியது அரசு. மூன்றாவது முறையாக 2015ம் ஆண்டு குருன்ஸிஸா அதிபராக முன்னிறுத்தப்பட்டபோது மீண்டும் வலுவான எதிர்ப்புகள் கிளம்பின. ராணுவப் புரட்சியைக்கூட முயன்று பார்த்தார்கள். நூற்றுக்கணக்கானவர்கள் கொல்லப்பட்டார்களே

தவிர ஆட்சி மாற்றம் ஏற்படவில்லை. அரசு ஒடுக்குமுறையைக் கட்டவிழ்த்ததுதான் மிச்சம். இதன் காரணமாகவே லட்சக் கணக்கான புருண்டி மக்கள் தங்கள் நாட்டைவிட்டு வெளியேற வேண்டியிருந்தது.

ஜேப்மங்கோ அவர்களில் ஒருவர். இனக்குழு மோதல் எப்போதும் மீண்டும் வெடிக்கலாம். அல்லது அரசு இயந்திரமே ஏதோ காரணத்தை முன்னிட்டு நேரடியாக வன்முறையில் இறங்கலாம். ண்டில் ஒன்று அல்லது இரண்டுமே நடப்பதற்கான வாய்ப்புகள் கிட்டத்தட்ட ஒவ்வொரு நாளுமே நீடித்த நிலையில் 1996ம் ஆண்டு ஜேப்மங்கோ தன் கணவனுடன் இணைந்து புருண்டியிலிருந்து தப்பியோடினார். உயிர் பறிபோவதைவிட அவர் அதிகம் பயந்தது மானம் பறிபோய்விடக்கூடாது என்றுதான். ஒன்று, இரண்டு என்றல்ல நூற்றுக்கணக்கான பெண்கள் கடத்திச்செல்லப்படு வதையும் கூட்டாகப் பாலியல் பலாத்காரம் செய்யப்படுவதையும் பற்றிய செய்திகள் முடிவில்லாமல் பெருகிக்கொண்டே சென்றன.

போர், கலவரம், இனக்குழு மோதல் என்று எது நடைபெற்றாலும் முதல் தாக்குதல் ஒரு பெண்ணின் உடலின்மீதுதான் என்பது ஜேப்மங்கோவுக்குத் தெரியும். இப்படிப்பட்ட காரணங்கள் எதுவும் தேவையில்லாமலும் பாலியல் வன்முறை நடக்கத்தான் செய்கிறது என்றாலும் பெரிய அளவில் சமநிலை குலையும்போது அதுவரை தானுண்டு தன் வேலையுண்டு என்று இருக்கும் ஆண்களும் வெறியுடன் பெண்கள்மீது பாய்வதை ஜேப்மங்கோ கண்டிருக்கிறார். ஏற்கெனவே பசியிலும் விதவிதமான நோய்களிலும் செத்து விழுந்து கொண்டிருக்கும் பெண்கள், ஆண் என்னும் நோய்க் கிருமியைக் கண்டும் இன்னும் அஞ்சவேண்டியிருக்கிறது. வளர்ந்த பெரிய நாடுகளிலேயே இந்தக் கிருமி பல்கிப் பெருத்திருக்கிறது என்னும்போது பெருமளவில் நிலவுடைமைச் சமூகமாகவே இருக்கும் ஓர் ஆப்பிரிக்க நாட்டில் பெண் எப்படிப் பாதுகாப்பாக இருந்துவிடமுடியும்?

எங்கே போகிறோம் என்றுகூடத் தெரியாமல் ஜேப்மங்கோவும் அவர் கணவனும் ஓடிக்கொண்டிருந்தார்கள். புருண்டி அவர்களை விட்டுச் சிறிது சிறிதாக மறைந்துகொண்டிருந்தது. ஹூட்டு, டுட்ஸி ஆகியோரோடு துவா மக்களும் கிட்டத்தட்ட 500 ஆண்டுகளாக புருண்டியில் வாழ்ந்துவந்திருக்கிறார்கள். இருபதாம் நூற்றாண்டு வரை புருண்டி ஒரு சுதந்தர நாடாகவே இருந்தது. காலனியாதிக்கம் கொடியது, தெரியும். ஆனால் சொந்த மக்களால் ஆளப்படும்போது

கூட ஏன் புருண்டி இப்படியொரு சீரழிவைச் சந்திக்கவேண்டும் என்று ஜேப்மங்கோவுக்குப் புரியவில்லை. இது என் நிலம், என் மக்கள் என்று ஒரு தலைவர் கருதமாட்டாரா? என் நிலத்தில் வன்முறையை அனுமதிக்கமாட்டேன் என்று அவர் உறுதியாக நிற்கமாட்டாரா? பிறகெதற்கு அவருக்கு அதிகாரம் ஒப்படைக்கப் பட்டிருக்கிறது? காட்டாட்சிதான் எங்களுக்கு விதிக்கப்பட்டிருக்கிறது என்றால் அதற்கு ஒரு அதிபர் எதற்கு? தேர்தல், குடியரசு, ஜனநாயகம் என்றெல்லாம் வீணாக ஏன் பேசிக்கொண்டிருக்க வேண்டும்? ராணுவ சர்வாதிகார ஆட்சியை வெளிப்படையாக அறிவித்துவிடலாமே?

எதிர் இனக்குழுவைச் சேர்ந்தவர்களால் மட்டும்தான் ஆபத்து வரும் என்றில்லை, அரசும்கூட நேரடியாகப் பெண்களை வேட்டையாடத் தயங்குவதில்லை. பல பகுதிகளில் தடி, கத்தி, துப்பாக்கி ஆகியவற்றை ஏந்தியபடி ஒரு பெரிய குழு எங்கிருந்தோ புறப்பட்டு வரும். மக்கள் குடியிருப்புகளில் புகுந்து இளம் பெண்களையும் சிறுமிகளையும் வெளியில் இழுத்துப்போட்டு கூட்டாகப் பாயும். கிளம்புதற்கு முன்னால் கொன்றுவிட்டு உடல்களை வீசியெறிவதும் வழக்கம்தான். ஆளுங்கட்சியின் இளைஞர் படையைச் சேர்ந்த வீரர்களை இந்தக் குழுவில் அடிக்கடி காணமுடியும். சில சமயம் அவர்களை மட்டுமே கொண்டிருக்கும் குழுக்களும் கிளம்பிவந்து பெண்களைப் பலாத்காரம் செய்வது வழக்கம்.

காவல்துறையினரிடம் புகார் கொடுக்கமுடியாது. குற்றமிழைத்தவர் களைத் தெளிவாக அடையாளம் காட்டமுடியும் என்றாலும் பலனில்லை. நம் தலைவரின் செயல்வீரர்கள் மீதா அபாண்டமாகக் குற்றம் சுமத்துகிறாய் என்று பாதிக்கப்பட்ட பெண்களையே வசைபாடும் காவலர்கள் அங்கே அநேகம் பேர். ஆம், பத்திரிகைகள் இருக்கின்றன. தனியார் தொலைக்காட்சிகள் இருக்கின்றன. ஆனால் அவை இத்தகைய 'நெருக்கடியளிக்கும் செய்திகளை' வெளியிடுவதில்லை. செய்தி வெளியிட்ட மறுநிமிடமே ஒரு ஜீப் புழுதிபறக்க அலுவலகத்துக்கு முன்னால் வந்து நின்றால் உதவுவதற்கு யார் இருக்கிறார்கள்? அரசு தலையிடுவதற்கு முன்னால் சுயதணிக்கை செய்துகொள்வது உசிதமல்லவா?

பல சமயங்களில் காவல்துறையினரே பெண்களைக் கடத்திவந்து பாலியல் பலாத்காரம் செய்திருக்கிறார்கள். சீருடையைக்கூட மாற்ற வேண்டிய அவசியம் அவர்களுக்கு இருந்ததில்லை. என்ன செய்ய முடியும் என்று நினைக்கிறீர்கள்? அந்த வகையில் ஜேப்மங்கோ ஓடியது

லும்பன்களின் வன்முறையிலிருந்து தப்பிப்பதற்காக மட்டுமல்ல, அரசு வன்முறையிலிருந்தும் தப்பிப்பதற்காகத்தான். ஆம், புருண்டியை அவர் தன் உயிருக்கும் மேலாக நேசிக்கத்தான் செய்தார். பசுமை கொஞ்சும் வயல்வெளிகளையும் அழகிய கானகங்களையும் நீருற்றுகளையும் விட்டு வருவதற்கு அவருக்கு மனமிலலைதான். இது என் நாடு, என் மூதாதையர்கள் வாழ்ந்த இடம். அவர்களுடைய மூச்சுக்காற்றைதான் நான் இன்னமும் சுவாசித்துக்கொண்டிருக்கிறேன். அவர்களுடைய கணக்கற்ற கடவுள்களைத்தான் நானும் வழிபட்டுக் கொண்டிருக்கிறேன். அவர்களுடைய அர்த்தமிக்க சடங்குகள் அனைத்தையும் அவை எத்தனை கடினமாக இருந்தாலும் ஒன்று விடாமல் பின்பற்றிக்கொண்டிருக்கிறேன். புருண்டி என் தாய்நாடு என்பதில் எனக்கு எந்தவிதச் சந்தேகமும் இல்லை. இருந்தாலும் எனக்காக, என் குழந்தைகளுக்காக, என் கணவனுக்காக நான் என் நாட்டைவிட்டு ஓடவேண்டியிருக்கிறது. இதில் எனக்கு வருத்தம் தான். அவமானமும்தான். உயிருள்ளவரை இந்த வருத்தமும் அவமானமும் என்னைவிட்டு அகலாது.

டான்சானியாவில் உள்ள டபிலா என்னும் அகதி முகாமில் ஜேப்மங்கோ தஞ்சமடைந்தார். ஒரு முதலையைப்போல அந்த முகாம் அவர்களை உள்ளிழுத்துக்கொண்டது. முகாமின் விதிகள், கட்டுப்பாடுகள், சரி தவறுகள் அனைத்தையும் அவர் விரைவில் புரிந்துகொண்டார். அங்கே ஜேப்மங்கோவுக்கு இரண்டு குழந்தைகள் பிறந்தன. முகாமின் குழந்தைகள். 2005ம் ஆண்டு புருண்டி அவர்களை அழைத்தது. 'எல்லாம் சரியாகிவிட்டது. நிறைய பேர் வீடு திரும்பிக்கொண்டிருக்கிறார்கள், நீயும் வந்துவிடேன் ஜேப்மங்கோ' என்று நண்பர்களும் உறவினர்களும் அழைத்தபோது மனம் பொறுக்கவில்லை அவருக்கு. சொர்க்கத்தின் கதவுகள் தனக்காகத் திறக்கப்பட்டிருப்பதைப்போல் உணர்ந்தார். அடக்கு முறை, பலாத்காரம், கொலை, ரத்த ஆறு எல்லாம் நொடியில் மறந்துபோனது. என் தாய்நாட்டில் இருந்து வரும் குரலுக்கு என்னால் மரியாதை செலுத்தாமல் இருக்கமுடியுமா?

தவிரவும் என் குழந்தைகள் புருண்டியில் அல்லவா கால் பதித்து நடக்கவேண்டும்? ஆம் ஆயிரம் குறைகள் இருக்கின்றன, எங்குதான் பிரச்னை இல்லை? இதோ இந்த முகாம் என்ன அமைதிப் பூங்காவா? இரண்டு குழந்தைகளைப் பெற்றெடுத்த எனக்கு இங்குள்ள ஆயிரமாயிரம் பிரச்னைகள் தெரியாதா என்ன? என்

கண்மணிகளே அம்மாவின் நாட்டை நீங்கள் விரைவில் பார்க்கப் போகிறீர்கள் என்று வழி முழுக்க ஆயிரம் முறை சொல்லியபடி, ஜேப்மங்கோ புருண்டி திரும்பினார். என்னுடைய அகதி வாழ்க்கை இத்துடன் முடிவுக்கு வருகிறது, இனி நான் திரும்பிப் பார்க்க மாட்டேன். ஜேப்மங்கோவின் எதிர்பார்ப்பு பொய்க்கவில்லை. 'என் இரு குழந்தைகளும் புருண்டியோடு இணைந்துவிட்டார்கள். அவர்களுக்கு இந்த இடம் பிடித்துவிட்டது. இது அவர்கள் நிலம். அவர்களை இனி ஒருவராலும் இங்கிருந்து பிரிக்கமுடியாது.'

மேலும் இரு குழந்தைகள் பிறந்தன. ஆப்பிரிக்காவில் இது இயல்பானது. ஐந்து குழந்தைகளுக்கு மேல் பிரசவிக்கும் பெண்கள் பலரை ஆப்பிரிக்காவில் ஒருவர் இயல்பாகக் காணமுடியும். குழந்தை பிறப்பைத் தடுப்பது இயற்கைக்கு விரோதமானது என்னும் நம்பிக்கை ஒரு காரணம். பிறக்கும் குழந்தைகளில் எத்தனை பேர் தாக்குப் பிடிப்பார்களோ தெரியாது என்னும் அச்சம் இன்னொரு காரணம். பிரசவத்தின்போது மரணமடையும் குழந்தைகளின் எண்ணிக்கை அங்கே அதிகம். மீறி பிழைப்பவர்கள் பெருகும் தொற்றுநோய்களையும் ஆட்கொல்லிக் கிருமிகளையும் வென்றாகவேண்டும். அப்படியும் பிழைப்பவர்களை இனக்குழு மோதல் இழுத்துக்கொண்டுவிடுகிறது. அதிக குழந்தைகளைப் பெற்றெடுப்பதன்மூலம் அதிக குழந்தைகளைப் பிழைத்திருக்கச் செய்யமுடியும் அல்லவா?

இதற்கிடையில் ஜேப்மங்கோ எதிர்பாராததும் நடந்தது. புருண்டியின் நிலைமை மீண்டும் மோசமடைந்தது. அம்பையும் வில்லையும் தூக்கிக்கொண்டு வீதிகளில் மக்கள் திரண்டார்கள். கற்களும் கம்புகளும் காற்றில் பறந்தன. கலவரத்தை அடக்குகிறேன் என்று சொல்லி மேலும் தீயை அள்ளி வீசியது அரசுப் படை. அழுது வீங்கிய முகத்துடன் மீண்டும் ஓட ஆரம்பித்தார் ஜேப்மங்கோ. இந்த ஓட்டம் நிற்கப்போவதேயில்லையா? மீண்டும் அகதி முகாமா? அது மட்டும்தான் எனக்கு இனி நிரந்தரமா? இந்த முறையும் அதே டான்சானியாவில் நியாருகூசு முகாமில் இடம் கிடைத்தது. இந்தமுறை ஜேப்மங்கோவின் நம்பிக்கை தளர்ந்துபோயிருந்தது. கனவில் மட்டுமே தோன்றக்கூடிய ஓரிடமாக புருண்டி மாறிப் போனது. காலம் உருண்டோடியது. ஜூலை 2016. இன்னொரு உயிரை முகாமின் கணக்குக்குச் சேர்க்கவேண்டிய நேரம் நெருங்கியது. அழுகுரல்களுக்கும் அலறல்களுக்கும் மத்தியில் அசைந்தாடும் திரைச்சாலையைக் கண்டபடி கண்களை மூடினார் ஜேப்மங்கோ.

எனது ஐந்தாவது குழந்தை மீண்டும் முகாமில்தான் பிறக்கப் போகிறதா?

இரு தலைகளும் இருபது விரல்களும் வெளியில் வந்தன. கண்விழித்தவுடன் ஜேப்மங்கோவுக்குத் தகவல் சொன்னார்கள். 'நான் இரட்டை குழந்தைகளையா பெற்றிருக்கிறேன்?' என்று சொல்லியபடி வெடித்து அழ ஆரம்பித்தார் ஜேப்மங்கோ. கொசு வலைக்குள் இரண்டு குழந்தைகளும் உறங்கிக்கொண்டிருந்தன. இரு சிறிய அகதிகள்.

5

யார் அகதி?

நடுங்கிக்கொண்டிருந்த நாயை எடுத்துத் தன் தோள்மீது போட்டுக்கொண்டார் நவோமி. காலுக்குக் கீழே வெள்ளம் பாய்ந்து கொண்டிருந்தது. சில இடங்களில் முழங்கால் வரை நீர். பல இடங்களில் இடுப்புவரை வளர்ந்துவிட்டது. மனிதர்களாவது பார்த்து, நிதானமாக காலடி எடுத்து வைத்து நகரலாம், நாய்க்குட்டி பாவம் இல்லையா? கறுப்பும் வெள்ளையுமாகத் திரண்டு நின்ற அந்த நாய்க்கு சிம்பா என்று பெயர். நவோமியின் தோளில் வசதியாக அமர்ந்துகொண்ட பிறகும்கூட சிம்பாவின் முகத்திலிருந்து அச்சம் மறைய வில்லை. ஆனால் நவோமி ஒரு சிறு புன்னகையுடன் நடக்கத் தொடங்கினார். ஒரு துயரத்தைக் கடந்துசெல்ல சிறந்த வழி, இதயத்தைக் கொஞ்சம் திறந்து வைப்பதுதான் என்று நவோமிக்குத் தெரிந்திருந்தது. கடந்த ஆகஸ்ட் மாதம் அமெரிக்காவைப் புரட்டிப் போட்ட ஹார்வே புயலை நினைவுபடுத்தும் புகைப்படங்களில் ஒன்றாக இது மாறிப்போனது.

'யுஎஸ்ஏ டுடே' என்னும் அமெரிக்க நாளிதழ் ஹார்வே புயல் குறித்து வெளியிட்டிருந்த ஒரு செய்திக்கட்டுரை வித்தியாசமான காரணத்துக்

காக சர்ச்சைக்குள்ளானது. புயலில் சிக்கித் தங்கள் குடியிருப்பு களையும் உடைமைகளையும் பறிகொடுத்தவர்களை அகதிகள் என்று குறிப்பிட்டிருந்தது அந்தக் கட்டுரை. சர்ச்சை தொடங்கியது இங்கேதான். நவோமியையும் அவரைப் போன்றவர்களையும் அகதிகள் என்று அழைக்கமுடியுமா? அகதி என்னும் சொல்லை இந்த இடத்தில் பயன்படுத்தியது சரியா? பெரும் எண்ணிக்கை யிலான அமெரிக்கர்கள் நடு வீதியில் வந்து நின்றது நிஜம். எல்லாம் போய்விட்டதே என்று கதறியழுதது நிஜம். மீண்டும் ஆரம்பத்தி லிருந்து வாழ்வைக் கட்டமைத்துக்கொள்ளவேண்டிய அவசியத்துக்கு அவர்கள் தள்ளப்பட்டதும் உண்மைதான். ஆனால் அவர்கள் அகதிகளா?

பன்னிரண்டு ஆண்டுகளுக்கு முன்பு அதே அமெரிக்காவை கேட்ரீனா புயல் தாக்கியபோது, அனைத்தையும் இழந்து பரிதவித்தவர்களை ஒட்டுமொத்த ஊடகமும் அகதிகள் என்றே அழைத்தன. அவர்களைப் பொருத்தவரை பரிதாபகரமான நிலைக்குத் தள்ளப்பட்ட எவரொருவரும் அகதியே. ஆதரவற்றவர்கள் அகதிகள். வீடற்றவர்கள் அகதிகள். வேலையிழந்தவர்கள், பொருளற்றவர்கள் அகதிகள். பெற்றோரை இழந்த குழந்தைகள் அகதிகள். குழந்தைகளை இழந்து தனித்துநின்றவர்கள் அகதிகள். பூகம்பத்தில் சிக்கி உயிர் தப்பியவர்கள் அகதிகள். ஏழைகள், அகதிகள்.

இப்படித்தான் நம்மில் பலரும் அழைக்கிறோம் என்றாலும் இவர்கள் யாருமே நிஜத்தில் அகதிகள் இல்லை. எனில், யார் அகதி? ஐக்கிய நாடுகள் சபை சில வரையறைகளை வகுத்து வைத்திருக்கிறது. அதன்படி நான் எப்போது அகதியாக மாறுகிறேன் தெரியுமா? என் நாடு என்னை ஓர் விரோதியாகப் பார்க்கவேண்டும். என் இனம், மதம், தேசிய அடையாளம், அரசியல் நிலைப்பாடு அல்லது நான் பங்குபெற்றுள்ள சமூக அமைப்பு காரணமாக என் அரசு என்னைத் தனிமைப்படுத்தவேண்டும். என் அரசால் எனக்கு ஆபத்து நேரலாம் என்று நான் நம்பவேண்டும். அதற்கான தெளிவான அறிகுறிகள் தென்படவேண்டும். என் தாய்நாட்டில் தங்கியிருப்பது பாதுகாப் பாற்றது என்று நான் மெய்யாக நம்பவேண்டும். என் உயிரைக் காப்பாற்றிக்கொள்ள என் தாய்நாட்டில் இருந்து தப்பி வேறோர் இடத்துக்கு நான் குடிபெயரவேண்டும். அப்படிச் செய்தால் நான் ஓர் அகதி.

உதாரணத்துக்கு, ரோஹிங்கியா முஸ்லிம்களை எடுத்துக் கொள்வோம். ரோஹிங்கியாக்களைப் பர்மியர்களாகக் கருத பர்மா அரசு முன்வரவில்லை. நீங்கள் வங்கதேசத்திலிருந்து வந்த

குடியேறிகள், அங்கேயே திரும்பிச் செல்லுங்கள் என்கிறார்கள் பர்மியர்கள். ரோஹிங்கியாக்களின் தேசிய அடையாளம் இங்கே பிரச்னைக்குரியதாக மாறியது. ரோஹிங்கியாக்கள் இஸ்லாமியர் களாகவும் இருப்பதால் பெரும்பான்மை பௌத்தர்கள் அவர்களைத் தங்கள் சமூகத்துக்குள் அனுமதிக்க மறுக்கிறார்கள். அந்த வகையில், ரோஹிங்கியாக்களின் மத அடையாளமும் அவர்களை பர்மியர் களிடம் இருந்து அந்நியப்படுத்துகிறது.

ஐ.நா சட்ட விதி *1ஏ(2)* அளிக்கும் மேற்படி வரையறையை ரோஹிங்கியாக்களுக்குப் பொருத்தினால் அவர்கள் தங்கள் தேசிய அடையாளத்துக்காகவும் மத அடையாளத்துக்காகவும் தாக்கப் படுகிறார்கள் என்பதைப் புரிந்துகொள்ளமுடியும். பெரும்பான்மை பௌத்தர்களுக்கு மத்தியில் வாழ்வது கடினம் என்று சிறுபான்மை ரோஹிங்கியாக்கள் நினைக்கிறார்கள். அரசு தங்களைப் பாதுகாக்கும் என்னும் நம்பிக்கையை அவர்கள் முற்றாக இழந்து விட்டார்கள். பர்மாவின் அரசு பெரும்பான்மையினரின் அரசுதான் என்பதை அவர்கள் அறிவார்கள். தடியும் துப்பாக்கியுமாக வந்து தாக்கும் பலர் காவல்துறை சீருடை அணிந்திருப்பதைக் கண்டு அதிர்ந்திருக்கிறார்கள் அவர்கள். பெரும்பான்மை பயங்கர வாதத்தைக் காட்டிலும் அஞ்சத்தக்க ஒன்று, அதை ஆதரிக்கும் அரசு. எனவே உயிர் தப்ப அவர்கள் பர்மாவைவிட்டு ஓடிவரவேண்டி யிருக்கிறது. எனவே அவர்கள் அகதிகள்.

புயலில் இருந்து தப்பி வெளியேறிய அமெரிக்கர்களுக்கும் பர்மாவில் இருந்து வெளியேறிய ரோஹிங்கியாக்களுக்கும் இடையிலான வேறுபாடு இதுதான். உயிரைக் காப்பாற்றிக்கொள்ளத்தான் புளோரிடா மக்களும் வெளியேறினார்கள் என்றாலும் அவர்கள் அடைக்கலம் புகுந்தது அதே அமெரிக்காவில் உள்ள மற்றொரு மாகாணத்தில். இயற்கை அவர்களுக்கு எதிராக இருந்தபோதும் அமெரிக்க அரசு அவர்களைக் கைவிட்டுவிடவில்லை. மாறாக, உதவத்தான் செய்தது. அதனால்தான் அவர்களில் மிகப் பெரும் பாலானோர் இப்போது இயல்பு வாழ்க்கைக்குத் திரும்பிவிட்டனர். ரோஹிங்கியாக்களுக்கு அப்படியா? அவர்கள் சந்தித்துக் கொண்டிருப்பது கேத்ரீனா, ஹார்வே, இர்மா போன்றதொரு இயற்கையான சவாலை அல்ல. திட்டமிடப்பட்ட, கொடூரமான ஓர் இன ஒழிப்பை. இந்த இனவொழிப்பைக் கைகட்டி அரசு வேடிக்கை பார்ப்பது பெருஞ்சோகம் மட்டுமல்ல மிகப் பெரிய அநீதியும்கூட.

டொனால்ட் டிரம்ப் போன்ற ஓர் அதிபரைப் பெற்றிருந்தபோதும் அமெரிக்க அரசு இயந்திரத்தின் துணையை அமெரிக்கர்களால்

பெறமுடிந்தது. ஆங் சான் சூச்சீ போன்ற ஒரு தலைவரைப் பெற்றிருந்தபோதும் ரோஹிங்கியா மக்களின் துயரம் முடிவுக்கு வரவில்லை. ஆக, எப்படிப் பார்த்தாலும் அமெரிக்கர்களும் ரோஹிங்கியாக்களும் ஒன்றல்ல. அவர்கள் சந்திக்க நேர்ந்த துயரங்களும் ஒன்றல்ல. வீட்டை இழப்பதும் நாட்டை இழப்பதும் ஒன்றல்ல. எனவே இருவருக்கும் ஒரே பெயர் பொருந்தாது.

அதே அமெரிக்காவில் உள்ள மிச்சிகனில் வசிக்கிறார் குசோன் அல் ஹசன். சிவப்பு, வெள்ளை, நீலம் மூன்றும் கலந்த கட்டம் போட்ட ஹிஜாபை அவர் அணிந்திருந்தார். 'நான், என் கணவர், என் இரு குழந்தைகள் அனைவரும் சிரியாவில் வாழ்ந்துவந்தோம். ஒரு நாள் அரசுக்கு எதிரான போராட்டம் நடைபெறுவதைப் பார்த்தோம். என்னுடைய தம்பிக்கு 27 வயது. அவன் காமிராவைக் கொண்டு போராட்டத்தைப் படம் எடுத்துக்கொண்டிருந்தான். அவன் மட்டுமல்ல பலரும் தங்களுடைய மொபைலில் படம் எடுத்துக் கொண்டுதான் இருந்தார்கள். சிலர் வீடியோவும் எடுத்தார்கள். அதற்குப் பிறகு அது நடந்தது. அரசுப் படைகள் எல்லோரையும் தாக்க ஆரம்பித்தார்கள். போராடுபவர்களை, அமைதியாக நின்று வேடிக்கை பார்ப்வர்களை, பிறகு படம் பிடிப்பவர்களையும். என் தம்பியை என் கண் முன்னால் கொன்றார்கள்.'

நடுக்கத்தை மறைத்துக்கொள்ளவோ என்னவோ அடிக்கடி தன் ஹிஜாபை அவர் தொட்டுப் பார்த்துக்கொண்டார். 'சிரியாவை விட்டு வெளியேறவேண்டும் என்று நாங்கள் முடிவு செய்தது அதற்குப் பிறகுதான்.' இதே முடிவைத்தான் சிரியாவைச் சேர்ந்த கிட்டத்தட்ட 12 மில்லியன் பேர் எடுத்திருந்தனர். அவர்கள் அனைவருமே சிரியாவைவிட்டு வெளியேற துடித்துக் கொண்டிருந்தார்கள். ஒரு பக்கம் ஐஎஸ்ஐஎஸ் பயங்கரவாதிகள் முகத்தை மூடிக்கொண்டு துப்பாக்கியைத் தோளில் சாய்த்தபடி வீதிகளில் நடைபோட்டுக் கொண்டிருந்தனர். எங்காவது ஒரு பாடலின் ஒலி கேட்டால் அங்கே குண்டு ஒன்றை வீசினார்கள். முகத்தை மூடாமல் ஒரு பெண் குழந்தை வாயிலுக்கு அருகில் வந்து நின்றாலும், நிறுத்தி நிதானமாகச் சுட்டுத் தள்ளினார்கள். அரசை எதிர்க்கிறேன், அமெரிக்காவை எதிர்க்கிறேன் என்றெல்லாம் முழங்கினாலும் அவர்கள் உண்மையில் சிவிலியன்களைத்தான் வேகமாக அழித்துக்கொண்டிருந்தார்கள். இன்னொரு பக்கம், ஐஎஸ்ஐஎஸ் அமைப்பை அழிக்கிறேன் என்று சொல்லி சிரியாவை ஆளும் பஷார் அல் ஆசாத் மீண்டும் சிவிலியன்களைத்தான் அழித்துக்கொண்டிருந்தார்.

குண்டுகள் ஓயாமல் வந்து விழுந்தபடி இருக்கின்றன. அவற்றை வீசும் கரங்கள் யாருக்குச் சொந்தமானவை என்பதை ஆராய்வது வீண். ஐஎஸ்ஐஎஸ் அமைப்பைச் சேர்ந்தவர்கள் அந்நியர்களாக இருக்கிறார்கள். ஆசாத்தின் ராணுவத்தினர் சுதேசிகள். ஆனால் இருவருடைய கரங்களும் குண்டுகளைத்தான் எடுத்து வீசிக்கொண்டிருக்கின்றன. இருவருமே சீருடை அணிந்து கொண்டிருக்கிறார்கள். இருவருமே சிவிலியன்களைக் கொல்லத் தயங்காதவர்களாக இருக்கிறார்கள். இருவருமே அதிகார வேட்டை கொண்டவர்களாக இருக்கிறார்கள். இருவரிடமும் பெருங்கனவு ஒன்று இருக்கிறது. அந்தக் கனவு அச்சமூட்டக்கூடியதாக இருக்கிறது. அதை அடைய அவர்கள் எதையும் செய்யத் தயாராக இருக்கிறார்கள். ஐஎஸ்ஐஎஸ் மதத்தைத் துணைக்கு அழைத்துக் கொள்கிறது. ஆசாத், அரசு அமைப்பைப் பயன்படுத்திக்கொள்கிறார். அப்படிச் செய்யும் போது மதம், அரசமைப்பு இரண்டுக்கும் அவர்கள் பெரும் தீங்கை இழைக்கிறார்கள். ஆனால் அதைப் பற்றி இருவருக்குமே கவலையில்லை.

சிரியர்களைப் பொருத்தவரை இரு வாய்ப்புகள் மட்டுமே இருந்தன. ஒன்று நீங்கள் ஐஎஸ்ஐஎஸ் அமைப்பால் கொல்லப்படலாம். அல்லது குசோன் அல் ஹசனின் சகோதரரைப்போல் அரசப் படையால் கொல்லப்படலாம். இருவரிடமிருந்து தப்பவேண்டு மானால் பிறந்த நாட்டைவிட்டு வெளியேறியாகவேண்டும். இதற்குத் தயாராக இல்லை என்பதாலேயே பலர் சிரியாவின் மண்ணை முத்தமிட்டபடி சுருண்டுகிடந்தனர். இறந்தாலும் என் நாட்டை விட்டு வெளியேற மாட்டேன் என்று திடமாகச் சொல்லி விட்டார்கள் அவர்கள்.

ஆனால் குசோன் அல் ஹசனால் அப்படிச் சொல்லமுடியவில்லை. தாய்நாட்டை நேசிப்பதற்கு என்ன விலை கொடுக்கவேண்டும் என்பதை அவர் அறிவார். என் சகோதரன் சிரியாவின் மண்ணை விரும்பியவன், அவன் ரத்தம் அதே மண்ணில் சிந்தப்பட்டதை நான் பார்த்தேன். என் மண்ணில் அவன் ரத்தம் பீய்ச்சியடிக்கப் பட்டிருக்கிறது. சிரியா என்றால் எனக்கு இனி குருதியே நினைவுக்கு வரும். உலர்ந்து மண்ணோடு மண்ணாகிப்போன குருதி. என் பாதங்களை அங்கே இனி என்னால் பதிக்கமுடியாது. என் தாய்நாட்டை நான் நேசிக்கிறேன். ஆனால் அது வேட்டை விலங்குகளின் பிடியில் இப்போது சிக்கியிருக்கிறது. என் பாதங்களை அங்கே இனி பதிக்க முடியாது. என் பிஞ்சுக் குழந்தைகளை விலங்குகளிடமிருந்து

காப்பாற்றும் திராணி எனக்கோ என் கணவருக்கோ இல்லை. என் முடிவை என் நாடு புரிந்துகொள்ளும் என்று நம்புகிறேன்.

அமெரிக்கா செல்ல முடிவெடுத்தார் குசோன் அல் ஹசன். லெபனான் சென்று அங்கிருந்து படிப்படியாக முன்னேறி, முறைப்படி விண்ணப்பித்து முறைப்படி விசா பெற்று அமெரிக்கா செல்வதே அவர் திட்டம். ஆனால் லெபனானில் குடும்பம் பிரிய வேண்டியிருந்தது. அனைவருக்கும் அனுமதி கிடைக்கவில்லை என்பதால் கணவனை விட்டுவிட்டு தன் குழந்தைகளை மட்டும் அள்ளியெடுத்துக்கொண்டு தன் பயணத்தைத் தொடர்ந்தார் குசோன் அல் ஹசன். 'என் பாதை நீண்டு நீண்டு சென்றுகொண்டிருந்தது. புரியாத பிரதேசங்களை எல்லாம் கடந்துகொண்டிருந்தேன். புரியாத மொழிகள் என் காதுகளை நிரப்பிக்கொண்டிருந்தன. யாரைப் பார்த்தாலும் அச்சம். என் குழந்தைகளை யாராவது கடத்தி விடுவார்களோ என்று அஞ்சினேன். எங்களை யாராவது கொன்று விடுவார்களோ, சிறைபடுத்தி விடுவார்களோ என்று அஞ்சிக் கொண்டே இருந்தேன்.'

மத்தியக் கிழக்கு நாடுகளைக் கிட்டத்தட்ட முழுக்க அவர் கடந்து செல்ல வேண்டியிருந்தது. சைப்ரஸ் சென்று அங்கே சிறிது காலம் தங்கியிருந்து விட்டு ஆவணங்கள் கிடைத்ததும் இணைந்து கொள்வதாகக் கணவர் சொல்லியிருந்தார். அவரைப் பற்றிய கவலையும் குகோன் அல் ஹசனை அரித்துக்கொண்டிருந்தது. இடையில் நம்பிக்கை வெளிச்சம் அளிக்கும் சில மாற்றங்கள் நடைபெற்றன. அரபு வசந்தம் தொடங்கிவிட்டது குகோன், எல்லாம் மாறப்போகிறது என்று சிலர் ஆறுதல் சொன்னார்கள். எகிப்தில் ஆட்சி கவிழ்ந்துவிட்டது. துனிஷியாவில் ஆட்சி கவிழ்ந்துவிட்டது. கவிழ்த்தவர்கள் யார்? உன்னையும் என்னையும் போன்ற சாமானியர்கள். மக்கள் புரட்சி வெற்றிபெற்றுவிட்டது குகோன். பீரங்கிகளையும் ஏவுகணைகளையும் மக்கள் வென்று விட்டார்கள். நாளை சிரியாவிலும் இது நடக்கலாம். ஐஎஸ்ஐஎஸ் கலையலாம். ஆசாத் பதவி விலகலாம். நாம் மீண்டும் வீட்டுக்குத் திரும்பலாம். என்ன சொல்கிறாய்?

ஏதுமற்றிருந்த குகோனை இந்தக் கனவு நிரப்பத் தொடங்கியது. ஆனால் வெகு விரைவில் அவர் விழித்துக்கொண்டுவிட்டார். அரபு வசந்தம் சிரியாவைத் தொடுவதற்கு முன்பே இறந்துபோயிருந்தது. 'சிரியாவில் வன்முறை அதிகரித்திருக்கிறது, திரும்பிவந்துவிடாதே' என்றொரு செய்திதான் அவருக்கு வந்தது. 'மன்னிக்கவும், உன்

தந்தை இறந்துவிட்டார்' என்று இன்னொரு செய்தி. முகம் முழுக்க கண்ணீருடன் குகோன் அமெரிக்காவில் காலடி எடுத்து வைத்தார். அது அப்போது ஒபாமாவின் அமெரிக்காவாக இருந்ததால் அதிக சிரமமின்றி அனுமதி கிடைத்துவிட்டது. வாக்குறுதி அளித்தபடி அவர் கணவரால் குடும்பத்துடன் இணையமுடியவில்லை. அவர் சிரியாவுக்குதான் திரும்பிச் செல்லவேண்டியிருந்தது.

எனில் நீங்களும் சிரியாவுக்குத் திரும்புவீர்களா என்று கேட்கப்பட்ட போது குகோன் தன் ஹிஜாபை அழுத்தமாகப் பற்றிக்கொண்டார். 'நான் இனி சிரியா திரும்புவதாக இல்லை. ஆட்சி மாறினாலும் சிக்கல் தீர்ந்தாலும் சிரியாவுக்கு நான் திரும்பப் போவதில்லை. என் சகோதரன், தந்தை, உறவினர்கள், நண்பர்கள் அனைவரையும் சிரியா விழுங்கிவிட்டது. அங்கே எனக்கு இனி எதுவும்இல்லை. என் வேர்களைப் பிடுங்கியெடுத்துவந்து இங்கே நட்டுவிட்டேன்.' தன் குழந்தைகளை அணைத்துக்கொள்கிறார் குகோன். 'என் நாட்டுக்காக நான் கடவுளைத் தொழுவேன். ஆனால் திரும்பிச்செல்ல மாட்டேன்.'

நவோமும் அவருடைய நாய்க்குட்டியும் வசிக்கும் அதே அமெரிக்காவில்தான் குகோனும் அவர் குழந்தைகளும் வசிக்கிறார்கள். நவோமின் துயரம், வெள்ளம் வடிந்ததோடு முடிவுக்கு வந்து விட்டது. குகோனின் துயரம் முடிவற்றது. சிரியா அவரைக் கைவிட்டு விட்டது. ஹிஜாப் அணிந்த குகோனால் ஒருபோதும் அமெரிக்கராக மாறமுடியாது. எனவே அவர் அகதி.

6

வேட்டையாடு விளையாடு

'ஒரு மனிதன் கையில் துப்பாக்கியுடன் நின்று கொண்டிருக்கிறான். அருகில் ஒரு சிறுமி. கீழே தரையில் ஒரு சிங்கம் செத்து விழுந்து கிடக்கிறது. 'வீரனே, நீ ஒரு குழந்தையைக் காப்பாற்றிவிட்டாய்' என்று எல்லோரும் அவனைப் பாராட்டுகிறார்கள். அப்போதுதான் அந்த மனிதன் ஒரு முஸ்லிம் என்பது தெரிய வருகிறது. உடனே எல்லோரும் ஒரே குரலில் சொன்னார்கள். 'ஒரு அப்பாவி சிங்கத்தை இந்தப் பயங்கரவாதி அநியாயமாகக் கொன்று விட்டான்!' நேற்று எனக்கு வந்த வாட்ஸப் இது' என்று சொல்லி தன் அருகிலிருந்தவரிடம் காண்பித்தார் காலித். அந்த அறையில் சிரிப்பொலி பரவுகிறது.

சிரியாவிலுள்ள ஹோம்ஸ் என்னும் பகுதியைச் சேர்ந்தவர் காலித். தற்சமயம் அவர் அமர்ந்திருப்பது ஜோர்டானில் உள்ள கிழக்கு அம்மான் பகுதியில் அமைந்திருந்த ஒரு சமுதாயக் கூடத்தில். மொத்தம் பதினோரு பேர் அங்கே திரண்டிருந்தனர். அவர்கள் வெவ்வேறு பின்னணியைச் சேர்ந்தவர்கள். சிலர் இராக்கி லிருந்தும் சிலர் சிரியாவிலிருந்தும் இன்னும் சிலர் வேறு பகுதிகளிலிருந்தும் வந்திருந்தனர். அனைவரும் இஸ்லாமியர்கள்.

அடர்த்தியான மீசையைக் கொண்டிருக்கும் அகமதுவின் வயது 54. தன்னைச் சுற்றி எழுந்த சிரிப்பலைகளை அவர் பொருட்படுத்தவில்லை. அவர் கையில் ஒரு பை. கத்தைக் கத்தையாகக் காகிதங்கள் அதிலிருந்து பிதுங்கிக்கொண்டிருந்தன. வீட்டை விட்டு வெளியில் எங்கே போனாலும் அவற்றை அவர் அள்ளி யெடுத்துக்கொண்டு சென்றாகவேண்டும். இராக்கிலுள்ள ஃபலூஜா என்னும் இடத்தைச் சேர்ந்தவன் என்பதற்கான ஆதாரங்களை அவர் வைத்திருந்தார். நான் இராக்கிலிருந்து வெளியேறிவிட்டவன் என்பதற்கான அத்தாட்சி அவரிடம் இருக்கிறது. எனக்கு எந்த நாடும் இல்லை, நான் ஓர் அகதி என்பதற்கான அதிகாரபூர்வமான சான்றுகளையும் அவர் வைத்திருந்தார். இந்த மூன்றையும் தேவைக்கேற்ப அவர் பயன்படுத்திக்கொள்ளவேண்டும். யார் எப்போது எதைக் கேட்பார்கள் என்று சொல்லமுடியாது என்பதால் ஒரு தேநீர் குடிக்க போகவேண்டுமென்றாலும் பையோடுதான் அவர் சென்றாகவேண்டும். அந்தப் பையைத் தொலைப்பது எதிர்காலத்தையும் கடந்தகாலத்தையும் ஒருசேர தொலைக்கும் செயல் என்பதால் ஒரு கையில் பிடித்துக்கொண்டேதான் இன்னொரு கையால் அவர் தேநீரையும் அருந்தியாகவேண்டும்.

அகமது அடிப்படையில் ஒரு பத்திரிகையாளர். ஃபலூஜாவில் இருந்த ஒரு உள்ளூர் பத்திரிகை அலுவலகத்தில் அவர் பணியாற்றிக் கொண்டிருந்தார். நடப்பு அரசியலை உன்னிப்பாகக் கவனித்து அவர் கட்டுரைகள் எழுதி வந்தார். இராக்கைப் பொருத்தவரை நடப்பு அரசியல் என்பது போரை மையப்படுத்தியே இயங்கிக் கொண்டிருந்தது. இன்று நேற்றல்ல, இராக் ஒரு போர்க்களமாக மாறி பல ஆண்டுகள் ஆகின்றன. மூன்று காரணங்கள்.

முதலில் சதாம் உசேன். பக்கத்து குவைத்தைத் தன் பூட்ஸ் காலால் மிதித்து நசுக்கிவிடமுடியும் என்னும் நம்பிக்கையுடன் போர் இயந்திரத்தை ஏவிவிட்டார் சதாம். முன்னதாக, 1980 தொடங்கி பக்கத்து இரான் நாட்டின்மீது இராக் விட்டுவிட்டு போர் தொடுத்துக் கொண்டிருந்தது. எது இரு நாடுகளுக்குமான எல்லை என்பதில் ஆரம்பித்த தகராறு. குவைத்தைப் பொருத்தவரை அதைத் தனியொரு நாடாகவே அவர் கருதவில்லை. இராக்கின் ஓர் அங்கம் தான் என்று சொல்லிவந்தார் அவர். அதை குவைத் ஏற்றுக்கொள்ள மறுத்தபோது, உலக வரைபடத்திலிருந்து அந்தச் சின்னஞ்சிறிய நாட்டை அகற்றிவிடமுடிவெடுத்தார் சதாம். அப்படியே இரானையும். இரண்டும் சாத்தியமாகவில்லை என்றாலும் இராக் சிதறத் தொடங்கியது.

இரண்டாவது, ஜார்ஜ் புஷ். செப்டெம்பர் 11 தாக்குதலுக்கு சதாம்தான் காரணம் என்று சொல்லி இராக்குக்குள் நுழைந்தன அமெரிக்கப் படைகள். பயங்கர ஆயுதம் எதுவும் அங்கே அகப்பட வில்லை யென்றாலும் சதாம் நீக்கப்பட்டார். ஆனால் சதாமைவிடப் பல மடங்கு அதிக அழிவை அமெரிக்காவால் ஏற்படுத்தமுடியும் என்பதை இராக்கியர்கள் கண்கூடாகத் தெரிந்துகொண்டனர். மூன்றாவது காரணம், அல் காயிதா. சிதறிக்கொண்டிருக்கும் நிலத்தில்தான் வலுவாகக் காலூன்றமுடியும் என்பது அல் காயிதாவுக்குத் தெரியும் என்பதால் அவர்களும் தங்கள் பங்குக்கு இராக்கைச் சிதறடிக்க ஆரம்பித்தனர்.

மே 2011ல் ஒசாமா பின் லேடன் கொல்லப்பட்டபோது அல் காயிதாவின் கதை அத்தோடு முடிவுக்கு வந்துவிடும் என்று பலரும் நினைத்தனர். ஆனால் அல் காயிதா தொடர்ந்து தன் கரங்களை வலுப்படுத்திக்கொண்டே சென்றது. ஜனவரி 2014ல் ஃபலூஜா அல்காயிதாவின் பிடிக்குள் சென்றது. அது அகமதுவின் நகரம். அகமதுவுக்கு நெருக்கமான நகரம். தன் நகரமும் நாடும் மெல்ல மெல்ல இறந்துகொண்டிருப்பதை அவர் கண்டார். சதாமின் மறைவுக்குப் பிறகு இராக்கிய அரசு அமெரிக்காவின் செல்ல நாயாக மாறிவிட்டது. ஒபாமாவின் மறைவுக்குப் பிறகு அல் காயிதா அடிபட்ட புலியாக மாறிவிட்டது. புலி, நாய் இரண்டுமே ஒன்றை யொன்று எதிர்த்துக்கொண்டிருக்கின்றன. இராக்கைப் பொருத்த வரை இந்த இரண்டுமே ஆபத்தானவை. இரண்டுமே எதிர்க்கப்பட வேண்டியவை. இரண்டின் பிடியிலிருந்தும் சிவிலியன்கள் மீட்கப் பட்டாகவேண்டும்.

'ஃபலூஜாவில் என்ன நடந்துகொண்டிருக்கிறது என்பதை இராக்கிலுள்ள மற்ற நகரங்கள் தெரிந்துகொள்ளவேண்டும். என் நாட்டுக்கு என்ன நடந்துகொண்டிருக்கிறது என்பதை உலகம் அறிந்துகொள்ளவேண்டும். எனக்குக் கிடைத்திருக்கும் ஆயுதம், பேனா. என் பேனாவைக் கொண்டு இராக்கிய அரசின் செயலற்றத் தன்மையை நான் பதிவுசெய்யவேண்டும். என் பேனாவைக் கொண்டு அமெரிக்காவின் சட்டவிரோத அத்துமீறல்களை உலகறியச் செய்யவேண்டும். இதே பேனாவைக் கொண்டு அந்நிய பயங்கரவாத சக்தியான அல் காயிதாவின் ஆக்கிரமிப்புகளையும் நான் படம் பிடித்தாகவேண்டும். இவ்வளவையும் செய்துமுடிக்கும் திறன் இருக்கிறதா என் பேனாவுக்கு?' திறனைவிட முக்கியம் துணிச்சல். அது அகமதுவிடம் மிகுதியாக இருந்தது. செய்திக்

கட்டுரைகளைத் தொடர்ந்து அவர் எழுதிக்கொடுத்துக்கொண்டே இருந்தார்.

அப்போதுதான் அது நிகழ்ந்தது. அகமது பணியாற்றிக்கொண்டிருந்த பத்திரிகை அலுவலகம் ஒரு நாள் திடீரென்று காணாமல் போய் விட்டது. அல் காயிதா ஆள்கள் குண்டு வீசி தகர்த்துவிட்டார்கள் என்று தெரிந்துகொண்டார் அகமது. தன்னைப் பற்றித் தொடர்ந்து செய்தி வெளியிட்டுவந்த ஒரு எதிரியை அல் காயிதா அழித்து விட்டது. தன்னுடைய பேனா அமைதியாக்கப்பட்டுவிட்டதை உணர்ந்தார் அகமது. வேறொரு பத்திரிகையைக் கண்டறிந்து, தொடர்புகொண்டு செய்தி வெளியிடுவது இனி சாத்தியமில்லை. ஒரு பத்திரிகை அலுவலகத்தைக் குண்டு வீசி அழிக்கத் தெரிந்த இயக்கத்தால் இன்னொன்றையும் அதேபோல் அழிக்கமுடியாதா என்ன?

இனி இந்த வாழ்நாளில் பேனாவைத் தொடுவது சாத்தியமில்லை. அதே சமயம் குடும்பத்தை நடத்தப் பணம் வேண்டும். பத்திரிகையை விட்டுவிட்டு வேறு வேலைக்குச் செல்லலாம் என்று முடிவெடுத்தார் அகமது. தேடித் திரிந்தபோது இரும்புக் கடை ஒன்றில் இடம் இருப்பது தெரியவந்தது. வெல்டிங் செய்ய வேண்டும், வருகிறாயா என்று கூப்பிட்டார்கள். அமகது சேர்ந்து விட்டார். இனி வாழ்வைப் புதிதாக இங்கிருந்து தொடங்கிக் கொள்ளலாம் என்று அவர் நினைத்திருந்த போது அந்தச் செய்தி கிடைத்தது.

அகமதுவோடு பணியாற்றிவந்த இன்னொரு பத்திரிகையாளரை அல் காயிதா ஆள்கள் கண்டறிந்து நடு வீதியில் நிற்க வைத்து சுட்டுக் கொன்றுவிட்டார்கள். அப்போதுதான் அகமதுவுக்குப் புரிந்தது. அல் காயிதா கண்மூடித்தனமாகத் தாக்கிக்கொண்டிருக்கவில்லை. தன்னைக் காட்டிக்கொடுத்தவர்களை வேட்டையாடிக் கொலை செய்து கொண்டிருக்கிறது. அப்படியானால் அதிகக் கட்டுரைகளை எழுதி வெளியிட்ட என்னையும் அவர்கள் இந்நேரம் தேடிக் கொண்டிருக்கலாம் இல்லையா?

நடந்தது அதுதான். தன் வேலையை முடித்துக்கொண்டு வீடு திரும்பிக் கொண்டிருந்த அகமதுவைச் சிலர் வழிமறித்து நிறுத்தினார்கள். முகமூடி அணிந்த மூன்று பேர். அப்படியே கொத்தாகப் பிடித்து காரைத் திறந்து பின்னால் அகமதுவைப் போட்டு மூடிவிட்டு ஓட்டிச்சென்றுவிட்டார்கள். குலுங்கியோடிய வண்டியில் காலை குறுக்கி படுத்துக்கிடந்த அகமது தன் வாழ்க்கை இத்துடன்

முடிவுக்கு வந்துவிட்டதை உணர்ந்தார். தன்னைச் சுட்டுக் கொல்வார்களா அல்லது கழுத்தை அறுத்துக் கொல்வார்களா என்பது மட்டும்தான் புரியாமல் இருந்தது.

இருள் படர்ந்திருக்கும் ஓர் அறையில் கொண்டுசென்று அகமதுவைத் தள்ளினார்கள். ஓர் இருக்கையில் அவர் கட்டிப் போடப்பட்டார். அது ஒரு கட்டடத்தின் பாதாள அறை அது. அந்த அறையில் மேலும் சிலரும் தன்னைப்போலவே சிறை வைக்கப் பட்டிருந்ததை அகமது உணர்ந்தார். வாய் பேச முடியாதபடிக்கு அவர்களுடைய வாய்கள் அடைக்கப்பட்டிருந்தன. கண்களும் கட்டப்பட்டிருந்தன, அகமதுவைப் போலவே. கழிப்பறைக்குப் போகக்கூட ஒருவருக்கும் அனுமதியில்லை என்பதால் அந்த இடம் சகிக்கமுடியாத நாற்றத்துடன் இருந்தது. உணவு கொடுக்கப்பட வில்லை. அருந்த நீரில்லை. எப்போதும் அங்கே இருள் மட்டுமே இருந்ததால் பகலா இரவா என்பதைக் கண்டறியமுடியவில்லை. எங்கிருந்தோ வரும் தொழுகையைக் காதுகொடுத்து கேட்டு பொழுதை எண்ணிக்கொண்டிருந்தார் அகமது. மொத்தம் மூன்று நாள்கள் அகமது அந்த அறையில் கடும் பட்டினியில் கடும் நாற்றத்தில் கடும் மரண பயத்தில் உறைந்துகிடந்தார்.

பிறகு தலைவர்போல் தோற்றமளிக்கும் ஒருவர் உள்ளே நுழைந்தார். அகமதுவின் முகத்தில் கட்டப்பட்டிருந்த துணி விலக்கப்பட்டது. கை விளக்கைக் கொண்டுவரச் சொல்லி அகமதுவின் முகம் நெருக்கத்தில் ஆராயப்பட்டது. சில விநாடிகள்தாம். அந்தப் பத்திரிகை ஆசிரியர் வேறொரு ஆள், இவனில்லை என்று சொல்லிவிட்டார் அந்தத் தலைவர். முகமதுவின் முகத்தில் மீண்டும் கறுப்பு துணி கட்டப்பட்டது. மீண்டும் காரில் அள்ளி வந்து போட்டார்கள். ஒரு மணி நேரம் வண்டி குலுங்கியபடி பறந்தது. உடலெல்லாம் வலித்தது. பிறகு ஓரிடத்தில் நிறுத்தி அகமதுவைத் தூக்கி வெளியில் வீசிவிட்டு மறைந்துசென்றார்கள். அப்படியே படுத்துக் கிடந்தார் அகமது. அவருக்கு என்ன செய்வதென்று தெரியவில்லை. மெல்ல மெல்ல சுதாரித்துக்கொண்டு முதலில் தன் கை கட்டுகளை அவிழ்த்துக்கொண்டார். பிறகு முகத்தில் உள்ள துணியை விலக்கிக்கொண்டு சுற்றிலும் ஒருமுறை பார்த்தார். பிறகு தன் வீட்டை நோக்கி ஓட ஆரம்பித்தார்.

'அல் காயிதாவின் பிடியில் இருந்து ஒருவரும் மீளமாட்டார்கள் என்பதால் நான் பிழைத்து வருவேன் என்று என் வீட்டில் ஒருவரும் நினைக்கவில்லை. என்னைப் பார்த்தவுடன் அவர்களுக்கு என்ன செய்வதென்றே தெரியவில்லை' என்கிறார் அகமது. உடனடியாகத்

தன் மனைவியை அழைத்துக்கொண்டு ஃபலூஜாவைவிட்டு வெளியேற முடிவு செய்தார் அகமது. இங்கிருப்பது இனியும் பாதுகாப்பானதல்ல. பத்திரிகை ஆசிரியரை வேட்டையாடி முடித்த பிறகு அவர்களுக்கு என் பெயரும் அடையாளமும் தெரியவரலாம். அப்போது என்னைத் தேடுவார்கள். இன்னொருமுறை மரணத்தின் வாய்க்குள் சென்றுவருவது சாத்தியமில்லை. 2007ம் ஆண்டு அகமதுவும் அவர் மனைவியும் ஜோர்டான் வந்துசேர்ந்தனர். இருவரும் இப்போது அகதிகள்.

'என்னிடம் ஒன்றுமே இல்லை. ஒரே ஒரு பேனா வாங்கவேண்டும் என்று விரும்பினேன். முடியவில்லை. என்னால் ஜோர்டனில் வேலை எதுவும் செய்யமுடியாது. நான் அகதி என்பதால் பணியாற்றுவதற்கான ஆவணங்களை என்னால் பெறமுடியாது. ஒரே ஒரு பென்சில் மட்டும் வாங்கினேன். சிறிய நோட்டு புத்தகத்தில் எழுத ஆரம்பித்தேன்.' அந்த பென்சிலும் நோட்டும் எப்படிக் கிடைத்தது என்பதையும் அகமது விவரித்தார். 'அகதிகளுக்காகப் பணிபுரியும் ஒரு தொண்டு நிறுவனத்துக்காக சிறிது வேலை செய்தேன். நான் பத்திரிகையாளர் என்பதால் வகுப்பு எடுக்கச் சொல்லி கேட்டுக்கொண்டார்கள். அப்போது பென்சிலும் நோட்டும் கிடைத்தது.'

அகமது தன் பையை இறுக்கப் பிடித்தபடி அந்த அறையில் இருந்த மற்ற அகதிகளுடன் சேர்ந்து அமர்ந்திருந்தார். 'நான் ஃபலூஜாவைச் சேர்ந்தவன் என்பதற்கான அத்தாட்சியை எனக்கு யார் அளித்தது தெரியுமா? இராக்கை ஆக்கிரமித்த அதே அமெரிக்க ராணுவம்தான். பிறகு ஐக்கிய நாடுகள் அலுவலகத்திடமிருந்து எனக்கான அடையாள அட்டை வந்தது. பார்க்கிறீர்களா?' தன்னிடம் அதுவரை உரையாடிக்கொண்டிருந்த அமெரிக்கப் பத்திரிகையாளரிடம் தன் ஆவணத்தை நீட்டுகிறார் அகமது.

அகமது ஜோர்டனில் வந்துசேர்ந்து பத்தாண்டுகளுக்கு மேல் ஆகிவிட்டன. இன்னமும் அவர் ஓர் அகதிதான். எந்த நாட்டுக்குச் செல்வது என்பதை ஓர் அகதி முடிவு செய்யமுடியாது. ஏதேனும் ஒரு நாடு அவரை ஏற்றுக்கொள்ள முன்வந்தால்தான் உண்டு. அப்படி ஏற்பதற்கு நேர்க்கணாலில் தேர்ச்சிபெறவேண்டும். நீ ஃபலூஜாவில் என்ன செய்துகொண்டிருந்தாய்? அல் காயிதாவுக்கும் உனக்கும் என்ன தொடர்பு? அல் காயிதா ஏன் உன்னைக் கடத்த வேண்டும்? உன் தொழில் என்ன? நீ வேலை செய்த பத்திரிகை யாருடையது? அமெரிக்காவை விமரிசித்திருக்கிறாயா? மீண்டும்

மீண்டும் இந்தக் கேள்விகளுக்குப் பதிலளித்து ஓய்ந்துபோய் விட்டார் அகமது.

அகமது மட்டுமல்ல அந்த அறையில் இருந்த 11 பேருமே ஏதேனும் ஒரு நாட்டிலிருந்து இன்றாவது அழைப்பு வராதா என்னும் எதிர்பார்ப்புடன் அங்கே காத்திருந்தனர். பல ஆண்டுகளாக அவர்கள் மீண்டும் மீண்டும் அந்த அலுவலகத்துக்கு வந்துகொண்டே இருக்கிறார்கள். அவர்கள் தங்களுடைய அகதி அட்டைகளைத் தொடர்ந்து புதுப்பித்துக் கொண்டே இருக்கவேண்டும். தொடர்ந்து அவர்கள் நேர்காணல்களில் பங்கேற்றுக்கொண்டே இருக்கவேண்டும். இன்னும் பத்தாண்டுகள் கழிந்தாலும் அவர்கள் ஜோர்டனில் பணியாற்றவோ சம்பாதிக்கவோ முடியாது. முகாம்தான் ஒரே ஆதாரம். அவர்கள் எல்லோருமே தங்களுடைய படிப்பை, திறமையை அமைதியாக வீணடித்துக் கொண்டிருந்தார்கள். ஒவ்வொரு முறையும் நம்பிக்கையோடு எல்லா ஆவணங்களையும் அவர்கள் கொண்டுவருவார்கள். திரும்பி போகும்போது முகம் சோர்ந்து போயிருக்கும். இதென்ன வாழ்க்கை, இதற்கு போரிலேயே செத்திருக்கலாமே என்று தோன்றும். பிறகு மீண்டும் சில வார இடைவெளியில் மலர்ந்த முகத்துடன் திரும்பி வருவார்கள்.

அகமது நினைத்துக்கொண்டார். நான் அகதியாக மட்டும் இருந்திருந்தால் ஒருவேளை புகலிடம் கிடைத்திருக்கலாம். ஆனால் முஸ்லிமாகவும் இருந்துவிட்டதால் அப்பாவி சிங்கத்தைக் கொன்றவனாக என்னை எல்லோரும் பார்க்கிறார்கள். நாங்கள் வேட்டைக்காரர்கள் அல்ல, வேட்டையாடப்படுபவர்கள் என்று எப்படி இந்த உலகுக்குப் புரியவைப்பது?

7

அகதிகளால் என்ன லாபம்?

அகதிகளை ஏற்றுக்கொள்ள ஒரு நாடு தயங்குவதற்குப் பல காரணங்கள் இருந்தாலும் அவற்றில் பிரதானமானது பொருளாதாரம். சிறிய குழந்தைகளோடு, கண்கள் முழுக்க கவலையுடன், மூட்டை முடிச்சுகளுடன் வந்து நிற்கும் அகதிகளைப் பார்க்க உண்மையிலேயே பாவமாகத்தான் இருக்கும். சரி போகட்டும் என்று கதவைத் திறந்துவிடலாம்தான். ஆனால் அவர்களை வால் பிடித்தபடியே இன்னொரு கூட்டம் திரண்டுவரும். கதவை மேலும் திறந்தோம் என்று வையுங்கள், அலை அலையாக அகதிகள் பொங்கிவர ஆரம்பித்து விடுவார்கள். கண்ணுக்கே தெரியாத சிறிய ஓட்டை என்று விட்டுவிட்டால் முழு கப்பலும் கவிழ்ந்துவிடும். பிறகு வருத்தப்பட்டு என்ன பலன்?

சில முகாம்களில் அளிக்கப்படும் வசதிகளைப் பார்க்கும்போது நிஜமாகவே அகதிகள் அந்நாடு களின் பொருளாதாரத்துக்குப் பெரும் சுமை யாகவே இருக்கிறார்கள் என்றுதான் பலருக்குத் தோன்றும். சிரியாவிலிருந்தோ இராக்கி லிருந்தோ வந்துசேரும் அகதிகள் ஜெர்மனிக்கோ பிரிட்டனுக்கோ அமெரிக்காவுக்கோ சென்று குடியேறும்போது நிச்சயம் அவர்கள் இதுவரை

வாழ்ந்த வாழ்வைவிடப் பல மடங்கு நல்ல, ஆடம்பரமான வாழ்வைத்தான் வாழப்போகிறார்கள். ஆம், அகதிகள் தங்கள் தாய்நாட்டில் பலவற்றை இழந்திருக்கிறார்கள், உண்மை. ஆனால் புது நாடு அவர்களுக்குக் குறைவாகவா அள்ளித் தந்திருக்கிறது? சுத்தமான சாலைகளையும் பளபளப்பான கட்டடங்களையும் அதிநவீன நாகரிக வாழ்வையும் அவர்கள் தங்கள் வாழ்நாளில் கண்டிருப்பார்களா? சற்றே குரூரமாகத் தோன்றக்கூடும் என்றாலும் போரும் வன்முறையும் ஒருவகையில் அகதிகளுக்கு நன்மையையே அளித்திருக்கிறது என்றுகூடச் சொல்லலாம் இல்லையா?

அதனால்தான் டொனால்ட் டிரம்ப் அமெரிக்காவின் கதவுகளை இறுக்கமாக மூடிக்கொள்ள விரும்புகிறார். அகதிகளை அனுமதிக்க முடியாதபடிக்குச் சட்டத்தை மாற்ற அவர் துடித்தார். அது முடியாது என்னும் நிலையில் இயன்றவரை அகதிகளின் நுழைவைக் குறைத்துக்கொண்டுவருகிறார். அகதிகளை அனுமதிப்பது உள்நாட்டுப் பாதுகாப்புக்கு மிகப் பெரும் அச்சுறுத்தலை அளிக்கும் என்பது ஒரு பக்கமிருக்க, அவர்களால் அமெரிக்காவின் வளம், வேலை வாய்ப்புகள் அனைத்துக்கும் அச்சுறுத்தல் ஏற்படும். இது தேசத்தின் பொருளாதாரத்தையே ஒரு கட்டத்தில் சீரழித்துவிடும் என்று வாதிடுகிறார் டிரம்ப். அகதிகளுக்காகச் செலவிடும் தொகை அதிகரித்துக்கொண்டே போகிறது. இன்னொரு பக்கம், அமெரிக்கர்களுக்காக அளிக்கப்படும் நலத்திட்டங்களை இந்த அகதிகளும் சட்டப்படி அனுபவிப்பதால் பண விரயம் அதிகரிக்கிறது என்கிறார் டிரம்ப்.

ஆனால் இது உண்மையல்ல. அகதிகளுக்காக ஒரு நாடு செலவிடும் தொகையை மட்டும் எடுத்து கையில் வைத்துக்கொண்டு அலறுவது அநீதியானது என்கிறார்கள் இத்துறையைச் சேர்ந்த ஆய்வாளர்கள். 'நீ அகதிக்கு என்ன செய்திருக்கிறாய் என்று மட்டும் பார்க்காதே; அகதி உனக்கு என்ன செய்திருக்கிறார் என்று பார்' என்பதுதான் அவர்களுடைய தர்க்கம். அகதிகள் அமெரிக்காவில் வாழ்கிறார்கள் என்றால் அவர்கள் மற்ற அமெரிக்கர்களைப்போல் அரசுக்கு வரி செலுத்துகிறார்கள் என்று பொருள். அதிக அகதிகள் என்றால் அரசுக்கு அதிக வரி வருமானம் என்று பொருள். உதாரணத்துக்கு செப்டெம்பர் 2015ல் வெளிவந்த ஓர் அறிக்கையை எடுத்துக் கொள்வோம். இதன்படி, பெரும்பாலான நாடுகளில் குடியேறியவர்களில் பலர் அதிக வருமான வரி செலுத்துபவர்களாக இருக்கிறார்கள். மேலும், அந்நாடுகளின் சமூக வளர்ச்சியில் அவர்களுடைய பங்களிப்பு கணிசமானதாக இருக்கிறது. இந்த அறிக்கையை

வெளியிட்டிருப்பவர்கள் உலக வங்கி, சர்வதேசத் தொழிலாளர் ஆணையம் மற்றும் பணக்கார நாடுகளை உறுப்பினர்களாகக் கொண்டிருக்கும் ஓஈசிடி என்னும் கூட்டமைப்பு.

அகதிகளால் அமெரிக்காவுக்கு செலவு அதிகமா அல்லது வருமானம் அதிகமா என்பதைக் கண்டறிய பிரெஞ்சு பல்கலைக்கழகமொன்றில் பணிபுரியும் வில்லியன் இவான்ஸ் என்னும் பொருளாதார ஆய்வாளர் தன்னுடைய உதவியாளருடன் சேர்ந்து ஓர் ஆய்வைச் சமீபத்தில் நடத்தி முடித்திருக்கிறார். அமெரிக்க அரசின் அதிகார பூர்வமான கணக்கெடுப்பின் அடிப்படையில் அமெரிக்காவில் குடியேறிய அகதிகளின் விவரங்களை எடுத்துக்கொண்டார். இவர்களில் 18 முதல் 45 வயது வரையிலான அகதிகளுக்காக அரசு தோராயமாக எவ்வளவு செலவழித்திருக்கிறது என்று கணக்கிட்டார். கடந்த இருபது ஆண்டுகளாக ஓர் அகதியைக் குடியமர்த்த அரசு மேற்கொண்டுள்ள செலவு, சுமார் 15,000 டாலர். சமூக நலத் திட்டங்களுக்கு 92,000 டாலர். மொத்தசெலவு 1,07,000. குடியமர்த்தப்பட்ட பிறகு அகதிகளால் அமெரிக்காவில் பணியாற்ற முடியும். அந்த வகையில் ஓர் அகதிமூலம் எவ்வளவு வரி வருவாய் அரசுக்கு இதே இருபது ஆண்டுகளில் கிடைத்திருக்கிறது என்பதைக் கணக்கிட்டார். அவருக்குக் கிடைத்த தொகை, 1,30,000 டாலர். அதாவது செலவழித்தது போக ஒவ்வொரு அகதியிடமிருந்தும் கூடுதலாக இருபதாயிரம் டாலருக்கும் அதிகமான வருவாயை அமெரிக்கா ஈட்டியிருக்கிறது.

மேலும் பல ஆச்சரியமூட்டும் தகவல்கள் இந்த ஆய்வில் தெரிய வந்துள்ளன. முதல் சில ஆண்டுகளுக்கு அகதிகளுக்கு வேலை கிடைப்பது கடினமானதாக இருந்திருக்கிறது. அப்படியே கிடைத்தாலும் குறைவான ஊதியமே கொடுக்கப்பட்டிருக்கிறது. ஆனால் ஆறு ஆண்டுகளுக்குப் பிறந்த இதே அகதிகள் மிக நல்ல வருமானத்தை ஈட்ட ஆரம்பித்துவிட்டனர் என்பது தெரிந்தது. அதே வயதுள்ள அமெரிக்கர்களைக் காட்டிலும் திறமையாகவும் அதிகமாகவும் உழைத்து இந்த அகதிகள் சம்பாதித்திருக்கின்றனர். அரசு வழங்கும் நலத்திட்டங்களால் பயனடைவதையும் அவர்கள் ஒரு கட்டத்துக்கு மேல் நிறுத்திக்கொண்டுவிட்டனர். ஆனால் அதே வயதுகொண்ட அமெரிக்கர்களோ இன்னமும் நலத்திட்டங்களுக்கு அரசின் கையை எதிர்பார்த்துக் காத்துக்கிடந்தனர். இதில் கவனிக்க வேண்டிய விஷயம், ஓர் அகதிக்கும் ஓர் அமெரிக்கருக்கும் சராசரி வருமானம் ஒன்றுபோல் இருப்பதில்லை. ஒரே வேலையைச்

செய்தாலும் ஓர் அகதி அமெரிக்கரைக் காட்டிலும் குறைவான வருமானமே பெறுகிறார்.

ஆனால் டிரம்ப் இத்தகைய ஆய்வுகளை மட்டுமல்ல கள யதார்த் தங்களையும்கூட ஏற்பவர் அல்லர். அதனால்தான் அவர் பதவியேற்ற நாள் தொடங்கி அமெரிக்கா அனுமதிக்கும் அகதிகளின் எண்ணிக்கை குறைந்துகொண்டே வருகிறது. மிகச் சமீபத்திய கணக்கின்படி, அக்டோபர் 2016 வாக்கில் 9,945 அகதிகளை அமெரிக்கா அனுமதித்தது. ஏப்ரல் 2017ல் இது 3,316 ஆகக் குறைந்துவிட்டது. டெக்சாஸ், கலிபோர்னியா, அரிசோனா என்று ஒவ்வொரு பகுதியும் அகதிகளை அனுமதிப்பதைக் குறைத்துக்கொண்டுவருகிறது.

அகதிகளை அனுமதிப்பது குறித்த சட்டம் 1980ம் ஆண்டு கொண்டு வரப்பட்டபோது அமெரிக்கா இரண்டு லட்சம் அகதிகளை வரவேற்று ஏற்றுக்கொண்டது. அதற்குப் பிறகு படிப்படியாக இந்த எண்ணிக்கை ஒவ்வொரு ஆண்டும் குறைய ஆரம்பித்தது. அதிகபட்சம் ஓர் ஆண்டுக்கு 76,000 அகதிகளைப் பெற்றுக் கொள்ளலாம் என்று உச்ச வரம்பு விதித்தார் ஒபாமா. சிரியா சிதற ஆரம்பித்தபோது இந்த எண்ணிக்கையை ஒபாமா 1,10,000 ஆக உயர்த்தினார். டிரம்பின் சமீபத்திய உச்சவரம்பு, 45,000. இதுவரை அமெரிக்கா விதித்த உச்ச வரம்பில் மிகக் குறைவானது இதுவே.

அகதிகளைக் குடியமர்த்துவதற்கு அமெரிக்கா மிகப் பெரும் விலையை ஒவ்வொரு ஆண்டும் கொடுத்துவருகிறது என்பதுதான் டிரம்பின் வாதம். இந்த வாதத்துக்கு வலு சேர்க்க புள்ளிவிவரங்கள் தேவை என்று கடந்த மார்ச் மாதம் கேட்டிருந்தார் டிரம்ப். 'ஹெச்ஹெச்எஸ்' அறிக்கை (ஹெல்த் அண்ட் ஹியூமன் சர்வீசஸ் துறை) என்னும் பெயரில் அந்தப் புள்ளிவிவரங்கள் டிரம்பிடம் ஒப்படைக்கப்பட்டன. ஆனால் ஒரு சிக்கல். அகதிகளுக்காக அமெரிக்க அரசு செய்யும் செலவைவிட அகதிகள்மூலம் அமெரிக்க அரசு அதிகம் சம்பாதிக்கிறது என்னும் உண்மையைப் போட்டு உடைத்திருந்தது அந்த அறிக்கை. ஆதாரத்துக்கு விரிவான வரவு, செலவு கணக்கும் இருந்தது. செலவு போக, 63 பில்லியன் டாலர் வருமானத்தை அகதிகள்மூலம் அமெரிக்கா ஈட்டியிருக்கிறது. இதன் பொருள், டொனால்ட் டிரம்ப் கூறிவருவது பொய். எரிச்சலடைந்த வெள்ளை மாளிகை இந்த அறிக்கையை வெளிவராமல் தடுத்து விட்டது.

தடுத்து நிறுத்தியதோடு நில்லாமல் வழக்கமாகக் கூறிவரும் அதே பொய்களைச் சிறிதும் தயக்கமின்றி மீண்டும் சொல்லத் தொடங்கி விட்டார் டிரம்ப். அவரைப் பொருத்தவரை புள்ளிவிவரங்கள் அநாவசியம். அகதிகள் பொருளாதாரச் சுமை என்று அவர் முடிவு செய்துவிட்டார். அந்த முடிவை எதன் பொருட்டும் மாற்றிக் கொள்ளத் தயாராக இல்லை அவர். டிரம்ப் மட்டுமல்ல, பலரும் இதே தவறான முன்முடிவுடன்தான் அகதிகளை அணுகிக் கொண்டிருக்கிறார்கள். அகதிகளை மட்டுமல்ல, ஆசியாவி லிருந்தும் பிற நாடுகளிலிருந்தும் முறைப்படி ஆவணங்களுடன் குடியேறுபவர்களைக்கூட டிரம்ப் தடுத்து நிறுத்தவே விரும்புகிறார். குடியேறிகளும் அகதிகளும் அமெரிக்கர்களின் வேலை வாய்ப்பு களை, நலத் திட்டங்களை அபகரித்துக்கொள்கிறார்கள் என்று கூச்சலிடுவதுதான் அவருடைய அரசியலாக இருக்கிறது.

இத்தனைக்கும், அமெரிக்காவின் அடையாளமாக மாறிவிட்ட ஸ்டீவ் ஜாப்ஸ் ஒரு குடியேறியின் மகன் என்பதை அமெரிக்கா அவ்வப்போது டிரம்புக்கு நினைவுபடுத்திக்கொண்டுதான் இருக்கிறது. ஸ்டீவ் ஜாப்ஸின் தந்தை மேற்கொண்டு படிப்பதற்காக 1950களில் சிரியாவிலிருந்து அமெரிக்காவுக்குக் குடிபெயர்ந்தவர். பெயர், அப்துல் ஃபதா ஜண்டாலி. 'மிஸ்டர் டிரம்ப், ஒருவேளை நீங்கள் அப்போது அதிபராக இருந்திருந்தால் ஸ்டீவ் ஜாப்ஸ் உருவாகியிருக்கமாட்டார்!' என்கிறது ஒரு ட்வீட். 'ஸ்டீவ் ஜாப்ஸின் அப்பா சிரியாவில் இருந்து வந்தவர். யாரைத் தடுத்துநிறுத்துவது என்று முடிவு செய்யும்போது கவனமாக இருங்கள்' என்கிறது டிரம்புக்கான இன்னொரு ட்வீட். ஒரு சிரிய அகதியின் குழந்தையைப் பாருங்கள் என்று சொல்லி ஸ்டீவ் ஜாப்ஸின் படத்தை இணைத்துள்ளது மற்றொன்று.

'அகதிகளால் லாபமே கிடைக்கும். எனவே கதவைத் திறங்கள்' என்று கோருவது டிரம்ப் போன்றவர்களுக்கான ஒரு நல்ல பதிலடியாக மட்டுமே இருக்கும். அகதிகளை ஏற்றுக்கொள்வதற்கான தார்மிக நியாயம் என்பது முற்றிலும் வேறு. ஆயிரம் அகதிகளை உள்ளே அனுமதித்தால் பதிலுக்கு அவர்கள் எனக்கு என்ன தருவார்கள் என்னும் கேள்வியைக் கடந்துசென்றால் இந்த நியாயத்தைத் தரிசிக்கமுடியும் என்கிறார் அமெரிக்காவிலுள்ள கொலம்பியா பல்கலைக்கழகத்தைச் சேர்ந்த பொருளாதார நிபுணரான ஜெஃப்ரி சாக்ஸ்.

அகதிகள் என்பவர்கள் பிரச்னைக்குரிய இடங்களிலிருந்து தங்கள் உயிரைக் காப்பாற்றிக்கொள்வதற்காகத் தப்பியோடி வருபவர்கள்.

இந்த எளிய உண்மையை நாம் ஒருபோதும் மறக்கக்கூடாது. அவர்களைக் காப்பாற்றவேண்டியது நம் கடமை. சக மனிதர்கள் செத்து விழுந்தால் பரவாயில்லை, எனக்கு என் நாடும் என் மக்களும் மட்டும்தான் முக்கியம் என்று பொறுப்புள்ள ஓர் அரசாங்கம் சொல்லாது. மனிதர்களை அழிவிலிருந்து மீட்டு அவர்களுக்கு வாழ்வளிப்பது அரசாங்கங்களின் கடமை. உன் நாடு போரிட்டால் அதற்கு நான் என்ன செய்வது என்று சொல்லி அகதிகளைத் திருப்பியனுப்புவது அநீதியான செயல். அடிப்படை மனித உரிமைகளுக்கு எதிரான ஒரு நடவடிக்கையும்கூட.

ஆனாலும் அரசாங்கங்கள் இதைத்தான் உலகெங்கும் செய்து கொண்டிருக்கின்றன. அகதிகளை ஏற்கவேண்டுமா, வேண்டாமா என்பதைச் சம்பந்தப்பட்ட நாடுதான் முடிவு செய்கிறது. விருப்ப மிருந்தால் கதவைத் திறக்கிறது. பிடிக்கவில்லையென்றால் விரட்டுகிறது. ஒவ்வொரு நாட்டிலும் ஒவ்வொரு விதமான சட்டம். இந்த ஆண்டு இத்தனை அகதிகளை மட்டுமே ஏற்பேன் என்று ஒரு நாடு உச்ச வரம்பு விதிக்கலாம். அல்லது, ஒரேயொரு அகதியைக் கூட ஏற்க மாட்டேன் என்று எல்லையில் பூட்டு போடலாம். மீறி உள்ளே வரத் துடிப்பவர்களைக் கைது செய்து சிறையில் தள்ளுவதற்கும் அந்நாட்டுக்கு உரிமை இருக்கிறது. அகதிகளை ஏற்க மறுப்பதற்கு காரணங்களைச் சொல்லவேண்டும் என்ற அவசியம் கூட இல்லை. நாம் எல்லோருமே ஒருவரோடு ஒருவர் இணைக்கப் பட்டுள்ளோம் என்பதை நினைவுடுத்தவேண்டியிருக்கிறது என்கிறார் ஜெஃப்ரி சாக்ஸ். எபோலா பிரச்னையாக இருந்தாலும் சரி, புவிசூடேற்றமாக இருந்தாலும் சரி; எல்லோரும் ஒன்றுபட்டு தான் தீர்வு காணவேண்டியிருக்கிறது. பிரச்னைகளுக்கு எல்லைகள் கிடையாது. தீர்வுகள் காணவேண்டுமானால் எல்லைகளை நாம் கடந்தாக வேண்டும்.

2005ம் ஆண்டு ஷரீஃபா டா என்னும் பர்மியப் பெண் தனது குடும்பத்தினருடன் 9000 மைல்கள் பயணம் செய்து அமெரிக்காவில் அகதியாகக் குடியேறினார். 'நான் தற்சமயம் டெக்சாஸில் தங்கியிருக்கிறேன். நானும் என் கணவரும் எங்களுடைய மூன்று குழந்தைகளுடன் அகதிகளாக இங்கே வந்துசேர்ந்தோம். எங்கள் வாழ்நாளிலேயே முதல்முறையாக அமெரிக்காவில் நாங்கள் பாதுகாப்பாக உணர்ந்தோம்.'

வன்முறையிலும் போரிலும் சிக்கிச் சீரழியும் குடும்பங்களுக்கு ஒரு நாடு அளிக்கும் அதிகபட்ச உதவி இதுவே. அகதிகள் கப்பலின் ஓட்டைகள் அல்ல. அவர்களைச் சேர்த்து அணைத்துக்கொண்டு

செலுத்தும்போது கப்பல் மேலதிக வேகத்துடன் பயணம் செய்கிறது. மூழ்கட்டும் நமக்கென்ன என்று கருதுபவர்கள்தான் ஆபத்தான ஓட்டைகள். அவர்கள் செலுத்தும் கப்பல் நிறைய தள்ளாட்டங்களைச் சந்திக்க நேரிடும்.

ஷரீஃபா டா தொடர்கிறார். ‘அதிபர் தேர்தல் பிரசாரத்தில் டொனால்ட் டிரம்ப் குதித்தபோது என்னுடைய பாதுகாப்பு உணர்வு அகன்று முதல்முறையாக நான் அச்சப்பட ஆரம்பித்தேன். இப்போது டிரம்ப் அதிபராகிவிட்டார். அமெரிக்கா எனக்கு இதுவரை அளித்துவந்த பாதுகாப்பு உணர்வு விலகிச் சென்று விட்டது போல் இருக்கிறது. ஒபாமா வெறுப்பையும் அச்சத்தையும் விதைத்து ஆண்டுகொண்டிருக்கிறார். என்னுடைய சுற்றத்தாரும் அவரைப் பின்பற்ற ஆரம்பித்துவிடுவோர்களோ என்று அஞ்சுகிறேன். அப்படி நடந்தால் என் குடும்பத்தின் நலன் பாதிக்கப்படும் என்று எனக்குத் தெரியும்.’

‘கவலைப்படாதீர்கள் அம்மா, அப்படியெல்லாம் நடக்காது, நாங்கள் இருக்கிறோம்’ என்று ஷரிஃபா டாவின் நடுங்கும் கரங்களைப் பற்றி யார் ஆறுதல் அளிக்கப்போகிறார்கள்?

8

வெறுக்கத்தக்க அமைதி

நெல்சன் மண்டேலாவுடன் இணைந்து இனவொதுக்கலுக்கு எதிராகக் குரல் கொடுத்தவர் டெஸ்மாண்ட் டுட்டு. ஓய்வுபெற்ற ஆங்கிலிக்கன் திருச்சபைப் பேராயர். உலகம் நன்கறிந்த மனித உரிமைப் போராளி. அமைதிக்கான நோபல் விருது பெற்றவர். இந்திய அரசிடமிருந்து காந்தி அமைதிப் பரிசையும் பெற்றிருக்கிறார். தற்சமயம் இவருக்கு 85 வயதாகிறது. நீண்ட காலமாக ஓய்வில் இருந்துவரும் டுட்டு முதல் முறையாக கடந்த செப்டெம்பர் 7ம் தேதி மீண்டும் உலகுடன் தொடர்பை ஏற்படுத்திக் கொண்டிருக்கிறார். தன்னைப் போலவே அமைதிக்கான நோபல் பரிசு பெற்ற ஆங் சான் சூச்சிக்கு டுட்டு எழுதியுள்ள திறந்த மடல் எல்லோருடைய கவனத்தையும் ஈர்த்திருக்கிறது.

ஆங் சான் சூச்சியை அன்புக்குரிய சகோதரி என்று நேசத்துடன் அழைப்பது டுட்டுவின் வழக்கம். இப்போது எழுதிய கடிதத்தையும்கூட அப்படித்தான் அவர் தொடங்கியிருக்கிறார். 'பல ஆண்டுகளாக உங்கள் புகைப்படத்தை என் மேஜைமீது வைத்திருந்தேன். மியான்மர் மக்களுக்காக நீங்கள் செய்த தியாகங்களையும் நீங்கள் சந்திக்க நேர்ந்த அநீதிகளையும் அந்தப் படம் எனக்கு நினைவுபடுத்திக்கொண்டே

இருக்கும். நீதியின் அடையாளமாகவும் அந்தப் படம் எனக்குக் காட்சியளித்தது.'

நீண்டகால வீட்டுச் சிறையிலிருந்து சூச்சி விடுவிக்கப்பட்டபோது உலக மக்களோடு சேர்ந்து டுட்டுவும் அதைக் கொண்டாடி மகிழ்ந்தார். 'பொது வாழ்வில் நீங்கள் அடியெடுத்துவைத்தபோது எங்கள் கவலையெல்லாம் பறந்துபோனது. ரோஹிங்கியா மக்கள் மீதான வன்முறை குறித்து இனி கவலைப்படவேண்டா. இனி எல்லாம் சரியாகிவிடும் என்று நினைத்துக்கொண்டோம். ஆனால் நடக்கவில்லை. இன அழிப்பு தொடர்ந்துகொண்டிருக்கிறது. அல்லது அதிகரித்துக்கொண்டிருக்கிறது.' டுட்டு தொடர்கிறார். 'எனக்கு வயதாகிவிட்டது. உடல் தளர்ந்துவிட்டது. முறைப்படி ஓய்வு பெற்றுவிட்டேன். பொது விவகாரங்களில் அமைதி காக்க வேண்டும் என்று சபதமும் ஏற்றுக்கொண்டிருந்தேன். ஆனால் இப்போது வாய் திறக்கவேண்டிய அவசியம் நேர்ந்துவிட்டது. ஆழமான சோகம் என்னைப் பேச வைத்துவிட்டது.'

ஒரு நாடு தன் மண்ணில் வாழும் எல்லோருடைய உரிமைகளையும் விதிவிலக்கின்றி ஒன்றுபோல் மதிக்கவேண்டும். தன் மக்களுக்கு அமைதியான வாழ்வை அளிப்பது ஓர் அரசின் கடமை. மக்களின் சுதந்தரத்துக்கு அச்சுறுத்தல் ஏற்பட்டால் அந்த நாட்டின் சுதந்தரம் அச்சுறுத்தலுக்கு உள்ளாகும். அந்த வகையில், சூச்சி தலைமை தாங்கி வழிநடத்தும் நாட்டை இனியும் சுதந்தர நாடு என்று அழைக்கமுடியாது என்கிறார் டுட்டு. 'உங்களுக்குத் துணிச்சல் பிறக்கவேண்டும் என்று நாங்கள் பிரார்த்திக்கிறோம். நீதிக்காக நீங்கள் குரல்கொடுக்கவேண்டும் என்று நாங்கள் பிரார்த்திக்கிறோம். மனித உரிமைகளுக்காகவும் ஒற்றுமைக்காகவும் உங்கள் குரல் ஒலிக்கவேண்டும். அதிகரித்துக்கொண்டே போகும் பதட்டத்தை நீங்கள் உடனடியாகத் தலையிட்டு குறைக்கவேண்டும் என்று பிரார்த்திருக்கிறோம்.'

அமைதி நோபல் வாங்கிய அன்புக்குரிய சகோதரி, ரோஹிங்கியா விவகாரத்தில் அமைதி காப்பதை டுட்டுவால் ஏற்கமுடியவில்லை. நெஞ்சில் தைத்த முள்ளாக இந்த அமைதி அவரை வாட்டியிருக்கிறது. ராணுவ ஆட்சியின் பிடியிலிருந்த பர்மாவை ஜனநாயகத்தை நோக்கி நகர்த்திச் செல்லவேண்டும் என்று பலமுறை குரல் கொடுத்த சூச்சி தன் சொந்த நாட்டில் நடைபெறும் இனவொழிப்பைக் கண்டும் காணாமலும் கடந்து செல்வதைவிடப் பெரிய முரண் இருக்க முடியுமா? 'இந்த உயரத்தை அடைய உங்களுக்கு அமைதி

உதவியிருக்கிறது என்றால் அதற்காக நீங்கள் கொடுக்கவேண்டிய விலை மிகப் பெரியதாக இருக்கும்' என்று எச்சரிக்கிறார் டுட்டு.

சூச்சியைப்போல், டுட்டுவைப்போல் நோபல் அமைதி வென்ற மலாலாவும் தன் எதிர்ப்பைப் பதிவு செய்திருக்கிறார். நாட்டைப் பாதுகாக்கவேண்டிய படைகள் அதே நாட்டைச் சேர்ந்த ஒரு பிரிவினர்மீது வன்முறையைப் பிரயோகிப்பதை மலாலாவால் சகித்துக்கொள்ளவில்லை. அந்த வன்முறை எப்படியிருக்கும் என்பதை நேரடியாக உணர்ந்தவர் அவர். கிட்டத்தட்ட அதற்குப் பலியானவரும்கூட. ஒவ்வொருமுறை செய்தி வெளிவரும்போதும் ரோஹிங்கியா முஸ்லிம்களின் துயரங்களை நினைத்து என் இதயம் உடைந்துபோகும் என்கிறார் மலாலா.

சூச்சிக்காக எழுதப்பட்ட தனது கடிதத்தில் மலாலா இரண்டு விஷயங்களைக் கவனப்படுத்துகிறார். முதலில், குழந்தைகள். வன்முறை நிறைந்த இடத்தில் குழந்தைகளாக இருப்பது கொடூரமானது. வன்முறை குழந்தைகளை உடலை மட்டுமல்ல, உள்ளத்தையும் சிதைத்துவிடும். இதை மலாலா ஸ்வாட் பள்ளத்தாக்கில் கண்கூடாகப் பார்த்திருக்கிறார். அவர் கேள்விப்படும் செய்திகள், பர்மா மற்றொரு ஸ்வாட் பள்ளத்தாக்காக மாறிக் கொண்டிருப்பதையே உறுதிபடுத்துகின்றன. அதே பயங்கரவாதம், அதே வன்முறை. அம்மா, அப்பாவை இழந்து வீதிகளில் அழுது கொண்டு ஓடும் குழந்தைகளின் முகங்களைத் தொலைக்காட்சி களிலும் செய்தித்தாள்களிலும் கண்டு கலங்கியிருக்கிறார் மலாலா. ஸ்வாட் பள்ளத்தாக்கில் இந்நிலை ஏற்பட்டதற்குக் காரணம் பயங்கரவாதிகள் என்பதைப் புரிந்துகொள்ள முடிகிறது. ஆனால் பர்மாவில் அதேபோல் குழந்தைகள் பரிதவித்து நிற்பதற்குக் காரணம் அந்நாட்டின் அரசேதான் என்பது எத்தனை பெரிய கொடூரம்?

மலாலாவைப் பாதித்த முதல் விஷயம் இதுதான். 'மியான்மர் பாதுகாப்புப் படையினரால் கொல்லப்படும் சிறு குழந்தைகளின் படங்களை நான் பார்த்தேன். இந்தக் குழந்தைகள் ஒருவரையும் தாக்கியதில்லை. இருந்தாலும் அவர்களுடைய வீடுகள் கொளுத்தப் படுகின்றன. இது ஏன் என்பதைத் தெரிந்துகொள்ள விரும்புகிறேன்' என்கிறார் மலாலா. இது பௌத்தர்களின் நிலம், வந்தேறி ரோஹிங்கியாக்களுக்கு இங்கே இடமில்லை என்னும் வாதம் அவரைத் திருப்திபடுத்தவில்லை. 'அவர்களுடைய வீடு மியான்மர் கிடையாது என்றால் வேறு எங்கே இருக்கிறது?'

ரோஹிங்கியாக்கள் பிறந்தது பர்மாவில், அவர்களுடைய தாய் நாடு அதுதான். பல தலைமுறைகளாக பர்மாவில் வாழ்ந்துவரும் ரோஹிங்கியா முஸ்லிம்களை பர்மாவின் குடிமக்களாக அங்கீகரிக்க வேண்டும் என்கிறார் மலாலா. பிடிக்கிறதோ, பிடிக்கவில்லையோ தற்சமயம் ரோஹிங்கியாக்களால் நம்பமுடிந்த ஒரே நாடு பங்களாதேஷ் மட்டுமே என்பதையும் மலாலா நன்கு உணர்ந்திருக்கிறார். பர்மாவில் இருந்து உயிர் தப்பியோடும் லட்சக்கணக்கான ரோஹிங்கியாக்களின் நம்பிக்கை பங்களாதேஷ்தான். 'கொடூரமான வன்முறை தாக்குதல்களிலிருந்து தப்பியோடும் ரோஹிங்கியா குடும்பங்களுக்கு பங்களாதேஷைப் போல் பிற நாடுகளும் உணவு, இருப்பிடம் ஆகிய உதவிகளை அளிக்க முன்வரவேண்டும். இது பாகிஸ்தானுக்கும் பொருந்தும்' என்கிறார் மலாலா.

'ரோஹிங்கியா முஸ்லிம்களின் வேதனையான, வெட்கக்கேடான துயரத்துக்கு எதிராக நான் தொடர்ந்து குரல் கொடுத்துவருகிறேன். நோபல் விருது பெற்றவரும் இதைச் செய்யவேண்டும் என்று காத்திருக்கிறேன்' என்கிறார் மலாலா. சூச்சிக்கு இவர் விடுக்கும் செய்தி இதுதான். 'தயவு செய்து உங்கள் அமைதியைக் கலையுங்கள்!' டுட்டுவின் செய்தியும் இதுவேதான். நோபல் விருது பெற்ற மூத்தப் போராளியும் இளம் போராளியும் தனித்தனியே சூச்சிக்குக் கோரிக்கை அனுப்பிவிட்டனர். தயவு செய்து உங்கள் உதடுகளைப் பிரித்துப் பேசுங்கள் என்று மன்றாடிப் பார்த்து விட்டனர். ஆனால் சூச்சியிடமிருந்து எந்த அசைவும் இல்லை.

இந்த இருவருக்கும் மட்டுமல்ல, உலகுக்கும்கூட புரியவில்லை. பர்மாவின் போராளிக்கு என்ன ஆகிவிட்டது? அயல்நாடுகளில் வளர்ந்து, கல்வி பயின்று 1989ம் ஆண்டு வீடு திரும்பிய சூச்சியை பர்மிய ராணுவ ஆட்சியாளர்கள் வீட்டுச் சிறையில் அடைத்தனர். அமைதிக்கான நோபல் விருது பெற்ற பிறகும் கிட்டத்தட்ட 15 ஆண்டுகாலம் அடைபட்டுக் கிடந்த சூச்சி, நவம்பர் 2010ம் ஆண்டு விடுவிக்கப்பட்டார். நவம்பர் 2015 தேர்தலில் போட்டியிட்ட சூச்சியின் என்எல்டி கட்சி (நேஷனல் லீக் ஃபார் டெமாக்ரஸி) வரலாறு காணாத வெற்றியை ஈட்டி பர்மிய நாடாளுமன்றத்தில் பெரும்பான்மை பலத்தையும் அடுத்த அதிபரைத் தேர்ந்தெடுப்பதற்கான அதிகாரத்தையும் பெற்றது. அதிபர் பதவியில் வேறொருவரை அமரவைத்துவிட்டு அவருக்கும் மேலான ஒரு பதவியை உருவாக்கி (ஸ்டேட் கவுன்சிலர்) தன்னை அதில் பொருத்திக்கொண்டார் சூச்சி. எந்த பர்மா அவரை வீட்டுக் காவலில் வைத்ததோ அந்த பர்மா இப்போது சூச்சியின் கரங்களில்.

அதைக் கண்டு முதலில் மகிழ்ந்தவர்கள் அநேகமாக ரோஹிங்கியா மக்களாகத்தான் இருக்கவேண்டும். தொடர்ச்சியாக ராணுவச் சீருடை அணிந்தவர்களையே ஆட்சியாளர்களாகக் கண்டுவந்த ரோஹிங்கி யாக்கள் முதல்முறையாக வண்ணப் பூக்களையும் புன்னகையையும் சூடி வலம்வந்த சூச்சியைக் கண்டு நம்பிக்கை கொண்டார்கள். எங்கள் நாடு அமைதிக்காக நீண்டகாலம் காத்துக் கொண்டிருக்கிறது என்று அவர் அறிவித்தபோது அவர் நம்மைப் பற்றித்தான் பேசுகிறார் என்று ரோஹிங்கியாக்கள் உணர்ச்சிவயப் பட்டனர். பர்மாவின் 90 சதவிகித பௌத்தர்கள் இனி சூச்சியைக் கண்டு அஞ்சிப் பின்வாங்குவார்கள், வந்தேறி என்று நாம் இனியும் தூற்றப்படமாட்டோம், இனி அரசுப்படைகளால் தாக்கப்பட மாட்டோம் என்று அவர்கள் கனவு காண ஆரம்பித்தனர். இனி, சூச்சி எல்லாவற்றையும் பார்த்துக்கொள்வார். குழந்தைகளே, ஒரு புதிய பர்மாவை இனி நீங்கள் பார்க்கப் போகிறீர்கள். இனி இங்கே நமக்கான குரல் ஒலிக்கும்.

அந்தக் குரலை அவர்கள் கேட்கவும் செய்தனர். சூச்சி பேசினார். 'இங்கே எந்த இனவொழிப்பும் நடக்கவில்லை. எந்த மனித உரிமை மீறலும் நிகழவில்லை. உலகம் எங்கள் நாட்டைப் பற்றித் தவறான செய்திகளைப் பரப்பிக்கொண்டிருக்கிறது. அரசுப் படைகள் ரோஹிங்கி யாக்களைத் தாக்கிவருவதாகவும் நாட்டைவிட்டு விரட்டிவருவதாக வும் சொல்லப்படுவது உண்மையல்ல. உண்மையில், அரசுப் படைகள் பயங்கரவாதிகளுக்கு எதிராகத்தான் நடவடிக்கை எடுத்து வருகிறது. அரசுப் படைகள் வன்முறையில் ஈடுபடவில்லை, வன்முறையைக் கட்டுக்குக் கொண்டுவரத்தான் முயன்றுவருகிறது. நாங்கள் பிரச்னையைத் தோற்றுவிக்கவில்லை, தீர்க்கத்தான் விரும்புகிறோம்.'

சூச்சி தொடர்ந்து பேசினார். 'ரோஹிங்கியாக்களின் குடிசைகள் தீக்கிரையாக்கப்படவில்லை. அவர்கள் தாங்களாகவே தங்கள் குடிசைகளுக்குத் தீ வைத்துக்கொள்கிறார்கள். அரசுப் படைகள்மீது எல்லோரும் குற்றம் சுமத்துகிறார்கள். ஆனால் எப்படி அரசுப் படைகளைச் சிலர் குற்றம் சொல்கிறார்களோ அப்படியே அரசுப் படைகளும் வேறு சிலரைக் குற்றம் சொல்கிறார்கள். குற்றச்சாட்டு, எதிர் குற்றச்சாட்டு இரண்டையும் நாம் கணக்கில் கொள்ள வேண்டும். ஒரு பக்கத்தை மட்டும் பார்க்கக்கூடாது.'

தங்களுடைய அத்தனை எதிர்பார்ப்புகளும் அத்தனை கனவுகளும் அத்தனை பிரார்த்தனைகளும் முடிவுக்கு வந்த அந்தத் தருணத்தை

ரோஹிங்கியா மக்கள் தங்கள் வாழ்நாள் முழுக்க மறக்கப் போவதில்லை. ஏன் இப்படி நிகழவேண்டும் என்று அவர்கள் திரும்பத் திரும்பக் கேட்டுக்கொண்டிருக்கிறார்கள். இந்தச் சொற்களெல்லாம் உண்மையிலேயே அவரிடமிருந்து புறப்பட்டு வந்தவையா அல்லது அவர் வகிக்கும் பதவியின் குரலா அது? உண்மையில் அவர் நல்லவர்தான், ராணுவம்தான் அவரைக் கட்டாயப்படுத்தி இப்படியெல்லாம் பேச வைக்கிறது. பாவம் அவர் என்ன செய்வார் என்று பரிதாபப்படுகிறவர்களும் இருக்கத்தான் செய்கிறார்கள்.

சூச்சி பர்மாவின் நம்பிக்கை நட்சத்திரம் என்று நாம் நினைத்திருந்தோம், தவறு. அவர் பெரும்பான்மை பர்மியர்களின் தலைவர் மட்டுமே என்கிறார்கள் வேறு சிலர். அவர் 90% மக்களின் அணியில் இடம்பெற்றிருக்கவே விரும்புகிறார். அவர்களுக்கு சூச்சி தேவைப்படுகிறார்கள். சூச்சிக்கும் அவர்கள் தேவை. இது ஓர் ஒப்பந்தம். இரு தரப்புக்கும் நலனளிக்கும் ஒப்பந்தம். ஒரு தலைவர் நீதியின் பக்கம் நிற்கவேண்டும் என்று அவசியமில்லை, பெரும் பான்மையின் பக்கம் நின்றாலே போதும். ஜனநாயகமோ நீதியோ அல்ல ஓட்டுகளே அவருக்கு இப்போது முக்கியமாக இருக்கிறது. இமாலய வெற்றியின் மிதப்பில் இப்போது அவர் பூரித்துக் கிடக்கிறார். இந்தப் பூரிப்பு அவருக்கு முக்கியமானதாக இருக்கிறது. இப்போது அவரால் நம்மைப் பற்றிச் சிந்திக்கக்கூட முடியாது. கொஞ்சம் யோசித்துப் பாருங்கள். ரோஹிங்கியா முஸ்லிம்களை ஆதரிப்பதால் அவருக்கு ஏதேனும் ஆதாயம் கிடைக்கும் என்றா நினைக்கிறீர்கள்?

மாறாக, கெட்ட பெயரே கிடைக்கும். நீதிக்குக் குரல் கொடுப்பதாக நினைத்துக்கொண்டு அவர் நமக்காகப் பேசினால் ஒட்டுமொத்த பர்மாவும் அவரை வெறுத்தொதுக்க ஆரம்பித்துவிடும். அங்கொன்றும் இங்கொன்றுமாகக் குரல் கொடுக்கும் சில மனித உரிமைப் போராளிகளுக்காகவும் ஒருசில நோபல் விருதாளர்களுக்காகவும் சூச்சி தன் அரசியல் எதிர்காலத்தைப் பாழாக்கிக்கொள்வாரா என்ன? இந்த யதார்த்தத்தைப் புரிந்துகொண்டு நாம் தெளிவடைய வேண்டும். இது நம் போராட்டம். இது நம் போர். நம்முடையது மூழ்கும் கப்பல். ஓடிவந்து இதில் தாவிக் குதிக்க ஒருவரும் விரும்ப மாட்டார்கள். அகதிகளைத் தவிர.

மலாலாவும் டுட்டுவும் சூச்சி வாய் திறக்கவேண்டும் என்கின்றனர். அவர் வாய் திறக்கும் ஒவ்வொருமுறையும் எங்கள் வலி அதிகரிக்கவே செய்கிறது என்கின்றனர் ரோஹிங்கியாக்கள். எங்கள் மீதான

இனவொழிப்புக்குக் காரணம் நாங்கள்தான் என்கிறார் அவர். எங்கள் குழந்தைகள் துப்பாக்கிகளைக் கண்டு வீறிட்டு அழுவதற்குக் காரணம் எங்கள் குழந்தைகள்தான் என்று அவர் நம்பச் சொல்கிறார். பர்மா எங்களைத் துரத்தவில்லை, நாங்களே எங்களை வெளியேற்றிக்கொண்டிருக்கிறோம். பர்மா எங்களைத் தாக்கவில்லை, நாங்களே எங்களை அழித்துக்கொள்கிறோம். எங்களை நாங்களே வெறுத்துக்கொள்கிறோம். நாங்களே எங்களை அகதிகளாக மாற்றிக்கொண்டிருக்கிறோம். ஒவ்வொரு ரோஹிங்கியாவும் இதை நம்பவேண்டும் என்று அவர் விரும்புகிறார். இப்படி நம்புவது அவருக்கு வேண்டுமானால் அனுகூலமாக இருக்கலாம். நாங்களுமா அதைச் செய்யவேண்டும்?

டெஸ்மாண்ட் டுட்டு தன்னுடைய அன்புக்குரிய சகோதரியின் புகைப்படத்தை இன்னமும் மேஜையின்மீது வைத்திருக்கிறாரா என்று தெரியவில்லை. அவரைப்போலவே பிரிட்டனில் உள்ள ஆக்ஸ்ஃபோர்ட் கல்லூரியும் தனது கூடத்தில் சூச்சியின் புகைப் படத்தை மாட்டி வைத்திருந்தது. 1960களில் சூச்சி அரசியல், தத்துவம், பொருளாதாரம் பயின்றது இங்கேதான். தன்னுடைய 67வது பிறந்தநாளை சூச்சி இங்கே வந்து மகிழ்ச்சியுடன் கொண்டாடினார். அந்த மகிழ்ச்சியில் பங்கேற்கும் விதமாக தன்னுடைய பெருமிதத்துக்குரிய பழைய மாணவிக்கு கௌரவ டாக்டர் பட்டம் அளித்தது ஆக்ஸ்ஃபோர்ட். ஆனால் இனியும் அதே பெருமித உணர்வைத் தக்க வைத்துக்கொள்ளமுடியுமா என்று ஆக்ஸ்ஃபோர்டுக்குத் தெரியவில்லை. ரோஹிங்கியா முஸ்லிம்கள் விவகாரத்தில் சூச்சியின் அணுகுமுறை ஏற்கத்தக்கதாக இல்லை என்கிறது அந்தப் பல்கலைக்கழகம். அத்தோடு சூச்சியின் படத்தை அகற்றி சரக்கு அறையில் ஒரு மூலையில் கிடத்தியுள்ளது.

சூச்சி தனது குடிமக்களைப் பாரபட்சமின்றி நடத்தவேண்டும் என்று விரும்புகிறோம். அதை அவர் செய்வார் என்ற நம்புகிறோம் என்கிறது ஆக்ஸ்ஃபோர்ட். டுட்டுவும் மலாலாவும்கூட இதே நம்பிக்கையைத்தான் வெளிப்படுத்துகிறார்கள். உலகின் நம்பிக்கையும் இதுதான். ஆனால் ரோஹிங்கியா அகதிகள் நம்பிக்கை குறித்து பேசத் தயங்குகிறார்கள். எங்களுடைய உடைமைகளையும் உறவினர்களையும் குழந்தைகளையும் நண்பர்களையும் தாய் மண்ணையும் இழப்பதற்கு முன்னால் நாங்கள் முதலில் துறந்தது எங்கள் நம்பிக்கையைத்தான். நம்பிக்கை என்னும் சுமையை நாங்கள் சுமக்க விரும்பவில்லை. அதற்கான வலு எங்களிடம் இல்லை, மன்னித்துக்கொள்ளுங்கள்.

9

அகதிகளை உற்பத்தி செய்வது எப்படி?

'இது என்னுடைய கிராமம் என்பதற்காகச் சொல்லவில்லை. நிஜமாகவே அல் வலாஜா உலகிலேயே மிக அழகான ஓரிடம்' என்கிறார் ஷீரின் அல் அராஜ். பாலஸ்தீனத்துக்காகக் குரல் கொடுத்துவரும் ஒரு செயற்பாட்டாளர் இவர். மேற்குக் கரையில் அமைந்திருக்கும் அல் வலாஜா அதிகம் அறியப்படாத அதே சமயம் அபூர்வமான ஒரு சிறிய கிராமம். பாலைவனம் போல் வறண்டிருக்கும் நீண்ட நிலப்பகுதிகளுக்கு மத்தியில் இந்த ஒரு கிராமம் மட்டும் பச்சைப் பசேலென்று பூத்துக் கிடக்கிறது. ஆயிரமாண்டு கால உழைப்பின் காரணமாக பாலஸ்தீனர்கள் இந்த அதிசயத்தை நிகழ்த்திக் காட்டியிருக்கிறார்கள். ஆனால் இந்த அதிசயத்தை அவர்களால் தொடர்ந்து தக்கவைத்துக் கொள்ளமுடியுமா என்று தெரியவில்லை.

'நான் பல நாடுகளுக்குச் சென்றிருக்கிறேன், எங்குமே என்னுடைய அல் வலாஜாபோன்றதோர் இடத்தைக் கண்டதில்லை. ஆனால் இன்று என் அழகிய கிராமம் இஸ்ரேலின் ஆக்கிரமிப்பால் சீரழிந்து கொண்டிருக்கிறது' என்கிறார் ஷீரின். என் கிராமம் தனது தனித்துவத்தை

இழந்துகொண்டிருக்கிறது. என் மக்கள் தங்களுடைய அடையாளத்தை இழந்துகொண்டிருக்கிறார்கள். பாலஸ்தீனத்தின் துயரத்தை நீங்கள் புரிந்துகொள்ள விரும்புகிறீர்களா? இன்று என் கிராமத்துக்கு என்ன நடந்துகொண்டிருக்கிறது என்று பாருங்கள். இந்தக் கிராம மக்கள் எதற்காகப் போராடிக்கொண்டிருக்கிறார்களோ அதற்காகத்தான் பாலஸ்தீனமும் போராடிக்கொண்டிருக்கிறது' என்கிறார் ஷீரின்.

இஸ்ரேல் என்னும் நாடு உதயமான 1948ம் ஆண்டே அல் வலாஜாவுக்குக் குறி வைக்கப்பட்டுவிட்டது. இந்தக் கிராமத்தின் 85% பகுதி ஏற்கெனவே இஸ்ரேலுடன் இணைக்கப்பட்டுவிட்டது. எஞ்சியிருப்பதையும் கைப்பற்றிவிட்டால் ஆக்கிரமிப்பு முழுமை யடைந்துவிடும். இந்தக் கிராமத்தைச் சேர்ந்த 90% மக்கள் முன்பே வெளியேற்றப்பட்டுவிட்டனர். ஆயிரக்கணக்கான ஆண்டுகால வரலாறு கொண்டவர்கள் அந்த மக்கள். 'மேற்குக் கரையில் எங்கள் பகுதியில் மட்டும்தான் காய்கறிகளும் பயிர்களும் விளையும் தெரியுமா என்று கண்கள் மின்ன பெருமிதம் கொள்பவர்கள். இப்போது அவர்கள் பாலஸ்தீனர்களோ மேற்குக் கரை மக்களோ அல்லது அவர்கள் தங்களைப் பெருமையுடன் அறிவித்துக் கொள்வதுபோல் அல் வலாஜாவாசிகளோ அல்ல. என்னுடைய அழகிய கிராமத்தின் மக்கள் இன்று அகதிகளாக உலகம் முழுக்கச் சிதறடிக்கப்பட்டிருக்கிறார்கள்' என்கிறார் ஷீரின்.

எஞ்சியிருந்தவர்கள் பத்து சதவிகிதம் பேர் மட்டுமே. அவர்களையும் நிம்மதியாக இருக்கவிடவில்லை இஸ்ரேல். 2007ம் ஆண்டு ஒரு நாள் பெரிய பெரிய புல்டோஸர்கள் கிராமத்துக்குள் நுழைந்தன. அடுத்து என்ன நடக்கப்போகிறது என்று கிராம மக்களுக்குப் புரிந்துவிட்டது. உடம்பு முடியாமல் படுத்துக்கிடந்த முதியோர்கள் கைத்தடியை ஊன்றி எழுந்து நின்றனர். பெண்கள் மொத்தமாக வீதிக்குத் திரண்டு வந்தார்கள். இதென்ன புதிய இயந்திரம் என்று வேடிக்கை பார்க்க வந்த குழந்தைகளை அவர்களுடைய தந்தைகள் கெட்டியாகப் பிடித்துக்கொண்டார்கள். 'இது எங்கள் நிலம், இவற்றையெல்லாம் எடுத்துக்கொண்டு வெளியேறுங்கள்' என்று ஒரே குரலில் அனைவரும் சொல்லிப் பார்த்தார்கள். ஒருவரும் மசிந்து கொடுப்பதாக இல்லை.

ஆண்களும் பெண்களும் ஒன்றுதிரண்டு புல்டோஸர்கள் முன்னால் காலை மடக்கி அமர்ந்துகொண்டனர். ஊன்றுகோலைத் தரையில் படுக்கவைத்துவிட்டு முதியோர் கீழே உட்கார்ந்துகொண்டனர். சிலர் அப்படியே படுத்துவிட்டனர். என்ன நடக்கிறது என்று

தெரியாமல் குழந்தைகள் ஓடிவந்து குடும்பத்தோடு சேர்ந்து விட்டன. கிராம மக்கள் எதிர்ப்பார்கள் என்று தெரிந்துதான் ஆயுதம் தாங்கிய இஸ்ரேலிய வீரர்களும் உடன் வந்திருந்தனர். உண்மையில் அவர்கள் ஆயுதம் தாங்கிய போராட்டத்தையே எதிர்பார்த்திருந்தனர். இப்படி முதியோர்களும் குழந்தைகளும் பெண்களும் வெறுங்கை யோடு வந்து நின்று கலங்கி நிற்பார்கள் என்று அவர்கள் நினைக்க வில்லை.

அதனாலென்ன? ஆயுதம் இருந்தாலும் இல்லாவிட்டாலும் எதிரிகள், எதிரிகள்தாம். அவர்களை எப்படி அணுகவேண்டுமோ அப்படித்தான் அணுகியாகவேண்டும். தடதடவென்று குதித்து வந்த ராணுவ வீரர்கள் புல்டோஸர் வண்டிகளுக்கு முன்னால் அமர்ந்திருந்த அனைவரையும் விரட்டியடிக்கத் தொடங்கினார்கள். சுண்டுவிரலை உயர்த்தவேண்டிய அவசியம்கூட இல்லை என்ற போதும் ராணுவம் தனது இயல்பை மாற்றிக்கொள்ளமல் வன்முறையில் இறங்கியது. அடித்தும் உதைத்தும் மக்கள் இழுத்து வெளியில் வீசப்பட்டார்கள். குழந்தைகளும் முதியோர்களும்கூட இந்தத் தாக்குதலில் இருந்து தப்பவில்லை.

வாய்விட்டு அழுதபடி ஒதுங்கி நின்றார்கள் அல் வலாஜா மக்கள். அது மட்டும்தான் நம்மால் முடியும் என்று அவர்களுக்குத் தெரியும். அடிபட்ட வலியைவிட தங்கள் நிலத்தின்மீது இயந்திரங்கள் உருண்டு சென்றதைக் கண்டு ஏற்பட்ட வலி அவர்களை மிகுதியாகத் துன்புறுத்தியது. அவர்கள் பார்த்து வளர்த்த மரங்களும் அவர்களுக்கு முன்பே வேர்கொண்டுவிட்ட மரங்களும் நசுக்கப் பட்டபோது பலரும் தங்கள் உடல் நடுங்குவதை உணர்ந்தனர். மலைகளுக்கு அரசியல் உணர்வு இல்லை என்பதால் அவை பாலஸ்தீனத்தில் கொஞ்சம் இஸ்ரேலில் கொஞ்சம் என்று முறையற்று வளர்ந்து நின்றுகொண்டிருந்தன. அதையும் இஸ்ரேல் ராணுவம்தான் சரி செய்யவேண்டியிருந்தது. பாலஸ்தீனத்து மலைப் பாகங்களை வெடித்துத் தகர்த்தார்கள். தங்கள் நிலத்தின் மீதான தாக்குதலை தங்களுடைய இன மக்களின் ஆன்மாவின்மீதான தாக்குதலாகவே அந்தக் கிராம மக்கள் கண்டனர்.

மரம், மலை, பயிர்கள், குடியிருப்புகள் ஆகியவற்றை நசுக்கிப் போட்ட பிறகு அங்கே ஒரு சுவர் உருவாக ஆரம்பித்தது. அந்தச் சுவர் எங்கே பாலஸ்தீனின் எல்லை முடிவடைகிறது என்பதையும் எங்கிருந்து இஸ்ரேலின் எல்லை தொடங்குகிறது என்பதையும் நிர்ணயம் செய்தது. கட்டடப் பணியார்களே அந்தச் சுவரை

எழுப்பினார்கள் என்றாலும் ராணுவம் அதன் வளர்ச்சியை உன்னிப்பாகக் கவனித்துக் கொண்டிருந்தது. பிரிவினைச் சுவர் என்னும் பெயரால் அது சரியாகவே இன்று அழைக்கப்படுகிறது.

அல் வலாஜாவில் வசிக்கும் அப்ஸியா ஜஃபாரி நூறு ஆண்டுகளைக் கடந்தவர். எண்ணற்ற சுருக்கங்களுக்கு மத்தியில் நிரந்தரமாக ஒரு கேள்விக்குறியும் அவர் முகம் முழுக்க எழும்பி நிற்கிறது. அவரிடம் பாலஸ்தீனக் கடவுச்சீட்டு இருக்கிறது. எப்போது வேண்டு மானாலும் எடுத்துக் காட்டுவதற்குத் தயாராக அதை அவர் தன் படுக்கைக்கு அருகிலேயே வைத்திருக்கிறார். இந்தக் கடவுச்சீட்டு அவருக்கும் அவர் கணவருக்குமானது. அதை வழங்கியவர்கள் பிரிட்டிஷ் அதிகாரிகள். 1923 முதல் 1948 வரை பாலஸ்தீனம் பிரிட்டிஷ் பேரரசின் ஆட்சிக்கு உட்பட்டிருந்தது. அந்தச் சமயத்தில் வழங்கப்பட்ட கடவுச்சீட்டு இது. பிரிட்டனிடமிருந்து விடுதலை பெற்ற பிறகு இஸ்ரேலின் ஆதிக்கத்தின்கீழ் வந்து சேர்ந்தது பாலஸ்தீன். ஒரு கையிலிருந்து இன்னொரு கைக்கு தன்னுடைய கிராமமும் நாடும் கைமாறியதை மட்டுமே கண்டார் அப்ஸியா. விடுதலையை அவரால் காணமுடியவில்லை.

பாலஸ்தீனத்தின் இறந்தகாலத்தில் இருந்தே இஸ்ரேலின் எதிர்காலம் ஆரம்பமாகிறது என்பதை அப்ஸியா 1948ம் ஆண்டே உணர்ந்துவிட்டார். அவர் பிறந்து வளர்ந்த அல் வலாஜாவை இஸ்ரேலியப் படைகள் அப்போதே கிட்டத்தட்ட அழித்து விட்டன. அவருடைய சொந்தங்கள், உறவுகள் கிராமத்திலிருந்து விரட்டியடிக்கப்பட்டதை அவர் கண்டார். ஆனால் அவர் வெளியேறவில்லை. இங்கேயே கிடந்து சாகிறேன் என்று மற்றவர் களுடன் சேர்ந்து தங்கிவிட்டார். வெளியேறிய மக்கள் ஜோர்டான், லெபனான், பெத்லஹாம் என்று பல பகுதிகளில் குடியேறி விட்டதாக அவர் தெரிந்துகொண்டார். இந்த வெளியேற்றம் அவர்களுடைய வாழ்வை எந்தவகையிலும் முன்னேற்றவில்லை என்பதும் அவருக்குத் தெரியும். தவிரவும் இவர்கள் இப்போது அகதிகளாக மாறிவிட்டதையும் அவர் அறிவார். என்னால் அகதியாக மாறமுடியாது என்று அவர் சொல்லிவிட்டார். உயிருள்ள வரை நான் என் கிராமத்தைவிட்டுப் பிரியமாட்டேன். என் கிராமமே என் அடையாளம். 'நான் ஒரு பாலஸ்தீனப் பெண். இதோ அதற்காக ஆதாரம்!' நடுங்கும் விரல்களால் அவர் எடுத்து நீட்டும் கடவுச்சீட்டை வாங்கிப் பார்க்க யாருமில்லை இப்போது.

பிரிவினைச் சுவர் எழும்பிகொண்டிருந்தபோது யாசிர் கலிஃபாவுக்கு 45 வயது. இந்தச் சுவர் கட்டிமுடிக்கப்பட்டால்

சுவருக்கு அந்தப் பக்கம் உள்ள எங்களுடைய குடும்ப நிலம் இஸ்ரேலுக்குச் சொந்தமானதாக மாறிவிடும் என்று வருந்துகிறார் அவர். இவருடைய பயம் இப்போது நிஜமாகிவிட்டது. இவரைப் போல பலரும் தங்களுடைய குடும்பத்துக்குச் சொந்தமான நிலங்களை இழந்துவிட்டனர். சட்டத்தின் உதவியை இவர்களால் நாடிச்செல்லமுடியாது. காரணம் இஸ்ரேலியச் சட்டங்களிப்படி இந்தக் கிராமம் 'ஏரியா சி' என்னும் பெயரால் அழைக்கப்படுகிறது. 1993ம் ஆண்டு கையெழுத்தான ஓஸ்லோ ஒப்பந்தத்தின்படி இந்தப் பகுதி இஸ்ரேலிய ராணுவத்துக்குச் சொந்தமானதாக மாறிவிட்டது. பாலஸ்தீன விடுதலை இயக்கத்தின் தலைவராக இருந்த யாசிர் அராஃபத் பாலஸ்தீன் சார்பாக இஸ்ரேல் அரசுடன் மேற்கொண்ட ஒப்பந்தம் இது.

இதன்படி அல் வலாஜாவில் மட்டுமல்ல, ஜெருசலேம் பகுதியிலும் 1967ம் ஆண்டுக்குப் பிறகு பாலஸ்தீனர்கள் இஸ்ரேலிடம் ஒப்புதல் பெறாமல் எந்தக் கட்டுமானத்தையும் எழுப்பக்கூடாது. மீறி எழுப்பினால் அவற்றை அகற்றுவதற்கு இஸ்ரேல் ராணுவத்துக்கு அதிகாரம் இருக்கிறது. ஆனால் இஸ்ரேலிடம் விண்ணப்பித்து முறைப்படி அனுமதி பெற்று வீடு கட்டிக்கொள்வது என்பது சாத்தியமில்லாதது. அதனால் கிராமவாசிகள் தாங்களே முன்வந்து தங்களுக்கான இருப்பிடங்களை அமைத்துக்கொள்ள வேண்டியிருந்தது.

ஒரு நாடு இன்னொரு நாட்டின் பிரதேசங்களை எப்படி ஆக்கிரமிக்கிறது என்பதைப் புரிந்துகொள்ள அல் வலாஜா கிராமம் ஒரு கண்முன் உதாரணம். இஸ்ரேல் என்னும் நாடு உதயமாகும் போதே இந்தக் கிராமம் பெரும்பாலும் அழிக்கப்பட்டுவிட்டது. அந்த அழிவுக்குப் பிறகு வாழ்வைப் புதிதாகக் கட்டமைத்துக் கொள்வதைத் தடுக்கும் வகையில் பாலஸ்தீனர்கள் எழுப்பும் கட்டடங்களுக்கு அனுமதி பெறவேண்டும் என்று கிடுக்கிப்பிடி ஒப்பந்தம் செய்துகொண்டாகி விட்டது. இதன்மூலம் இஸ்ரேல் அந்தக் கிராம மக்கள் அனைவரையும் அகதிகளாக மாற்றிவிட்டது. முதல் தாக்குதலின்போது வெளியேறியவர்கள் முதல் கட்ட அகதிகள். வெளியேறமாட்டேன் என்று கிராமத்திலேயே தங்கியவர்கள் சொந்த கிராமத்திலேயே அகதிகளாக வாழவேண்டியதுதான். அவர்கள் தங்கியிருக்கும் வீடுகள் எல்லாமே சட்டத்துக்கு விரோதமானவைதாம் என்பதால் எந்நேரமும் அவையனைத்தும் கூண்டோடு இடிக்கப் படலாம். அதற்குப் பிறகு அவர்களும் அங்கிருந்து வெளியேற வேண்டியதுதான்.

ஒரு மலைப்பாம்புபோல் மெல்ல மெல்ல பாலஸ்தீனத்தை விழுங்கிக்கொண்டிருக்கிறது இஸ்ரேல். இந்த ஆக்கிரமிப்புக்கு

அமெரிக்காவின் முழு ஆசிர்வாதமும் இருக்கிறது என்பதால் விளைவுகளைப் பற்றிச் சிந்திக்கவேண்டிய அவசியம் இஸ்ரேலுக்கு இல்லை. பாலஸ்தீனர்கள் இஸ்லாமியர்களாக இருப்பதும் அவர்களில் சிலர் ஆயுதப் போராளிகளாக இருப்பதும் இஸ்ரேலுக்கு வசதியாகப் போய்விட்டது. இஸ்ரேலின் பாலஸ்தீன் ஆக்கிரமிப்புக்கு ஆதரவு கொடுக்க அமெரிக்காவுக்கும் இந்த இரு காரணங்கள் போதும். இஸ்ரேலில் விதிவிலக்கில்லாமல் யார் ஆட்சியில் இருந்தாலும் அவர் பாலஸ்தீனத்துக்கு எதிரான நிலைப் பாட்டையே எடுக்கிறார். அதேபோல் அமெரிக்க ஆட்சியாளராக யார் இருந்தாலும் அவர் இஸ்ரேலை ஆதரிப்பவராகவே இருக்கிறார். இஸ்ரேலுக்கு இருப்பதைப் போன்ற ஆயுத பலமும் உளவு பலமும் சர்வதேச ஆதரவும் பாலஸ்தீனத்துக்கு இல்லை. எனவே மலைப்பாம்பின் வாய்க்குள் பாலஸ்தீன் மெல்ல மெல்ல தொலைந்துகொண்டிருக்கிறது.

'இந்தச் சுவர், சிறைச்சாலையின் சுவரைப்போல் உள்ளது. உள்ளே இருக்கும் நாங்கள் அனைவரும் கைதிகளாக மாறிவிட்டோம்' என்கிறார் முகமது அவதல்லா என்னும் 72 வயது முதியவர். பாலஸ்தீனம் முழுக்க இத்தகைய பிரிவினைச் சுவர்கள் எழுப்பப் பட்டிருப்பதைக் காணலாம். மலைப் பிரதேசங்கள் குண்டு வீசி தகர்க்கப்படுகின்றன. குடியிருப்புகள் புல்டோசர்களால் பொடியாக்கப் படுகின்றன. இடிக்கப்பட்ட இடங்களிலெல்லாம் பிரிவினைச் சுவர் முளைத்துப் படர ஆரம்பிக்கிறது.

ஓமர் ஹஜ்ஜ்லா தனது மூன்று குழந்தைகளுடன் சுவருக்கு அருகில் நின்றுகொண்டிருக்கிறார். அவருடைய வீடு சுவருக்கு மறுபக்கம் அமைந்திருக்கிறது. இதன் பொருள் அவர் தன் வீட்டை இஸ்ரேலிடம் இழந்துவிட்டார் என்பதுதான். அவர் பிறந்து வளர்ந்த வீட்டுக்குள் இனி அவர் காலடி எடுத்து வைத்தால் அது விதிமீறலாகவே பார்க்கப்படும். 'இந்தச் சுவர் என் வாழ்வைப் புரட்டிப்போட்டுவிட்டது' என்கிறார் அவர். சுவர் கட்டுமானப் பணிகள் தொடங்கியதிலிருந்து இரண்டு முறை அவருக்கு இதய வலி ஏற்பட்டு மருத்துவமனையில் அனுமதிக்கப்பட்டுவிட்டார்.

அந்தச் சுவர் குழந்தைகளை அவர்களுடைய பள்ளிக்கூடத்திலிருந்து பிரித்துவிட்டது. பையைத் தூக்கிக்கொண்டு இனி குதித்தபடி ஓடிச் சென்றுவிடமுடியாது. பல கிலோ மீட்டர் நடந்து ஊரைச் சுற்றிச் சென்றால்தான் பள்ளியை அடையமுடியும். தங்களுடைய விளைநிலத்தைக் காணவேண்டுமானால் கிராம மக்கள் இனி

நடையாக நடந்துசெல்லவேண்டும். மலைமீது ஏறி மறு பக்கத்தை அடையவேண்டும். சிலர் சுவற்றில் உள்ள இடைவெளி அல்லது ஓட்டையைப் பயன்படுத்தி குறுக்கு வழியில் செல்வதுண்டு. அப்படிக் கடந்துசெல்லும்போது யாராவது பார்த்துவிட்டால் அது மேலும் சிக்கலைக் கொண்டுவரக்கூடும். பெண்கள் ராணுவச் சோதனைச் சாவடிகளைக் கடந்துதான் செல்லவேண்டும். கண்காணிப்புக் கோபுரம் ஒன்றும் முளைத்திருக்கிறது. ராணுவச் சீருடை அணிந்தவர்கள் எந்நேரமும் கிராம மக்களைக் கண்காணித்துக்கொண்டே இருப்பதால் அச்சத்திலும் பதற்றத்திலும் தான் அனைவரும் வாழ்ந்தாகவேண்டும்.

அல் வலாஜாவை இனியும் கிராமம் என்று அழைக்கமுடியுமா என்று தெரியவில்லை. ஒரு திறந்தவெளி அகதி முகாமாகவே அது காட்சியளிக்கிறது. இறைவனே, எங்களை ஏன் இப்படி சுருக்கிவிட்டீர்கள் என்னும் அழுகுரலை அங்கே அவ்வப்போது கேட்கமுடிகிறது. பூட்ஸ் கால் அணிந்த வீரர்களும் புல்டோசர்களும் தங்கள் நிலத்தைவிட்டு வெளியேறவேண்டும் என்று அவர்கள் தினமும் கனவு காண்கிறார்கள். என் தன்மானத்தை அழித்து என்னைக் கைதியாக மாற்றியிருக்கும் இந்தச் சுவர் இடிந்து நொறுங்கிப்போகாதா என்று தினமும் அவர்கள் ஏங்குகிறார்கள். இது என் நிலம். என் கிராமம். பாலஸ்தீன் என் நாடு. இப்படி உரிமையுடன் குரலை உயர்த்தி முழங்கும் உரிமையை என் வாழ்நாளில் நான் பெறுவேனா?

சிலருக்கு சுவர் பழகிவிட்டது. அதில் அவர்கள் ஓவியங்களைத் தீட்டி வைத்திருக்கிறார்கள். பாலஸ்தீன் விடுதலை குறித்த முழக்கங்களை எழுதிப் பழகுகிறார்கள். சிறுவர்கள் பள்ளி முடித்து வந்ததும் சுவருக்கு அருகில் கால் பந்தை உதைத்து விளையாடு கிறார்கள். சிலர் சுவர் ஏறி பாலஸ்தீன் கொடியை ஏற்றி தாற்காலிக மாக மகிழ்ச்சியடைகிறார்கள். சுவருக்குக் கீழே நிழலில் முதியோர்கள் கட்டிலை இழுத்துக் கொண்டுவந்து போட்டு உறங்குகிறார்கள். பிடிக்கிறதோ, பிடிக்கவில்லையோ சுவர் அவர்களுடைய வாழ்வின் ஒரு பகுதியாக மாறிவிட்டது. அதைக் கண்டும் காணாமலும் இருக்க அவர்கள் தங்களைப் பழக்கப்படுத்திக் கொண்டுவிட்டார்கள். நீங்கள் அகதிகளா என்று கேட்டால், இருக்கலாம் என்பதே அநேகமாக அவர்களுடைய பதிலாக இருக்கும்.

10

ரத்தமும் அவமானமும்

உயிர்கொல்லும் கண்ணீர் புகை குண்டு, ஆபத்தற்ற கண்ணீர் புகை குண்டு என்று இரண்டாக வகைப்படுத்தி அழைத்தாலும் இவற்றுக்கு இடையில் எந்தப் பெரிய வேறுபாடும் இருப்பதுபோல் தெரியவில்லை. இரண்டுமே ஒன்றுபோல் பாய்கின்றன, ஒன்று போல் உயிர்களைக் கொல்கின்றன. ஜவஹெர் அபு ரஹ்மா என்னும் 35 வயது பாலஸ்தீனப் பெண்மீது இஸ்ரேல் வீசியது எந்தவகை புகை குண்டு என்று தெரியவில்லை. அப்படியே சுருண்டு கீழே விழுந்துவிட்டார். போராட்டத்தை நிறுத்திவிட்டு சிலர் அவரை அள்ளியெடுத்துக் கொண்டு ஓடியிருக்கிறார்கள். ஓடிக் கொண்டிருக்கும்போதே அடுத்தடுத்து குண்டுகள் புகை கக்கியபடி பெயர்ந்துவந்து அவர்கள் காலடியில் விழுந்துகொண்டிருந்தன. மயங்கியவர்களைப் போலவே ஓடியவர் களுக்கும் சம அளவில் மூச்சுத் திணறல் இருந்திருக்க வேண்டும். அதையெல்லாம் மீறித்தான் மருத்துவமனையில் கொண்டு சென்று அனுமதித்திருக்கிறார்கள்.

இது நடந்தது ஜனவரி 2011ல். மேற்குக் கரையின் மையப்பகுதியில் அமைந்திருக்கும் பிலின் என்னும் கிராமத்தைச் சேர்ந்தவர் அபு

ரஹ்மா. நான், என் வீடு, என் மதம், என் குடும்பம் என்று வெளியுலகம் உள்புகாதவாறு கதவுகளை இறுக்கப் பூட்டிக்கொண்டு தன்னுடைய பிரத்தியேக உலகில் வாழ்ந்துவந்தவர்தான் அவர். ஆனால் அவர் வசித்த அதே கூரையின்கீழ் வளர்ந்த அவருடைய சகோதரர் பசீம் அபு ரஹ்மா வீட்டைப் பற்றிச் சிந்தித்ததே கிடையாது. மாபெரும் அரசியல் கனவொன்றில்தான் அவர் எந்நேரமும் திளைத்துக்கொண்டிருந்தார். இஸ்ரேலின் பிடியிலிருந்து பாலஸ்தீன் விடுவிக்கப்படவேண்டும் என்பதுதான் அந்தக் கனவு.

இதையே லட்சியமாக வரித்துக்கொண்டு இயங்கிவந்த பாலஸ்தீனிய இளைஞர்களுடன் இணைந்து செயல்பட்டுவந்தார் பசீம். எந்நேரமும் தனது தோழர்களுடன் அமர்ந்து அரசியல் விவாதங்களை நடத்திக்கொண்டு, எந்நேரமும் ஏதோவொரு போராட்டத்துக்குத் திட்டமிட்டுக்கொண்டிருந்த தன் தம்பியைக் கவலையுடன் பார்த்துக்கொண்டு நிற்பதைத் தவிர வேறு என்ன செய்வதென்று தெரியவில்லை ஜவஹெருக்கு. நமக்கே ஆயிரத்தெட்டு பிரச்னைகள், இந்த அரசியல் விபரீதமெல்லாம் உனக்கு எதற்கு பசீம் என்று சொல்லத்தான் ஆசை. ஆனால் சொல்பேச்சு கேட்டு நடக்கக்கூடிய வயதா பசீமுக்கு?

ஒரு நாள், தன்னுடைய பகுதிக்கு மிக அருகில் வளர்ந்து கொண்டிருந்த ஆக்கிரமிப்புச் சுவரை எதிர்த்து ஒரு போராட்டத்தை முன்னெடுக்க பசீமும் அவருடைய நண்பர்களும் முடிவு செய்தனர். பெரிதாக ஒன்றுமில்லை, பாலஸ்தீனக் கொடியைக் கையில் ஏந்தி, சில பதாகைகளைப் பிடித்துக்கொண்டு சுவரையொட்டியுள்ள பகுதிகளில் உலா வருவதுதான் திட்டம். மிக எளிய, மிகவும் அடிப்படையான ஓர் எதிர்ப்புப் பேரணியாக இந்நிகழ்வை அவர்கள் கட்டமைத்திருந்தார்கள். பிரிவினைச் சுவர் என்பது கல்லும் மண்ணும் மட்டுமல்ல. அது நம் இனத்தை அடிமைப்படுத்துவதற் காகப் பின்னப்படும் ஓர் அடிமைச் சங்கிலி என்பதை மக்களுக்கு உணர்த்த அவர்கள் விரும்பினார்கள். அவர்களிடம் ஆயுதம் இல்லை. ஆயுதத்தைக் கொண்டு இஸ்ரேலை வீழ்த்தி விடுதலை பெற்றுவிட முடியும் என்று பகல் கனவு காணத் தயாராக இல்லை அவர்கள். சின்னச்சின்ன அடிகளாக எடுத்து வைத்து மக்களின் மனத்தை மாற்றி, அவர்களை ஒருங்கிணைத்து அமைதி வழியில் போராடி சுதந்தரத்தை வென்றெடுக்கவேண்டும் என்பதே அவர்கள் விருப்பம்.

31 ஏப்ரல் 2009 அன்று நடக்க ஆரம்பித்தார்கள். ஆரம்பிக்கும்போதே, ஆயுதம் தாங்கிய இஸ்ரேலிய ராணுவப் படையை அவர்கள்

எதிர்கொள்ளவேண்டியிருந்தது. தன்னுடைய நாட்டின் மண்ணை மிதித்துக்கொண்டு நிற்கும் இஸ்ரேலிய பூட்ஸ் கால்களைப் பார்த்தபடி பசீம் அபு ரஹ்மா தொடர்ந்து முன்னேறிக்கொண்டிருந்தார். என் காலத்தில் இல்லாவிட்டாலும் அடுத்த தலைமுறையிலாவது இந்தக் கால்களை இங்கிருந்து அகற்றியாகவேண்டும். இல்லா விட்டால் உலக வரைபடத்திலிருந்து பாலஸ்தீன் அகற்றப்பட்டு விடும்.

இதற்கிடையில் ஜவஹெர் வீட்டில் காத்திருந்தார். எல்லாம் நல்லபடியாக முடிந்து பசீம் வீடு வந்து சேர்ந்துவிடவேண்டும் என்பதே அவருடைய ஒரே பிரார்த்தனையாக இருந்தது. ஆனால் வீட்டுக்கு வந்து சேர்ந்தது பசீமின் உடல்தான். என்ன நடந்தது என்பதை மற்றவர்கள் அழுகையுடன் விவரித்தார்கள். ஆனால் ஒரு சொல்கூட ஜவஹெரை சென்றடையவில்லை.

விசாரணை என்றொன்று அதற்குப் பிறகு நடந்தது. அமைதியாக நடந்த ஒரு போராட்டத்தை எதற்காக ராணுவம் குண்டு வீசி தடுக்கவேண்டும்? நிராயுதபாணியைக் கொல்வது கொலைக்குற்றம் அல்லவா? பசீமைக் கொன்ற இஸ்ரேலிய வீரரை ஏன் குற்றவாளி யாகக் கருதி தண்டனை கொடுக்கக்கூடாது? வழக்கு நீதிமன்றத்துக்கு சென்றுள்ளது என்று ஜவஹெரிடம் சொன்னார்கள். நீதி கிடைக்கும், கவலைப்படாதே என்று அவரை ஆற்றுப்படுத்தவும் முயன்றார்கள். இஸ்ரேலிய நீதிமன்றங்களை அவர்கள் ஒருபோதும் நம்பியதில்லை என்றாலும் பசீம் விவகாரம் தனித்துவமானது அல்லவா?

முதல்முறையாக அவர்களிடம் வலுவான வீடியோ ஆதாரம் இருந்தது. பசீம் தன் தோழர்களுடன் அமைதியாக நடந்து கொண்டிருந்த காட்சிகள் அதில் பதிவாகியிருந்தன. பாலஸ்தீனர்கள் தாக்கினார்கள், தற்காப்புக்கு திருப்பித் தாக்கினோம் என்று ஆயிரத்தெட்டு முறை சொன்ன காரணத்தை இந்தமுறை பயன் படுத்தமுடியாது. முன்னெச்சரிக்கையுடன் முடிவு செய்யப்பட்டு எடுக்கப்பட்ட இந்த வீடியோ ஓர் அப்பாவியின் கொலைக்குச் சாட்சியமாக இருக்கும். யார் கண்டது, நீதியைப் பெற்றுத்தரும் வலிமை இதற்கு இருக்கவும் செய்யலாம்.

வீடியோவைப் போட்டுப் பார்த்து பரிசீலித்தபிறகு நீதிமன்றம் தீர்ப்பளித்தது. ஓர் இஸ்ரேலிய வீரர் பசீமின் மார்பைக் குறிவைத்து குண்டு வீசுவதுபோன்ற காட்சி இதில் வருவது உண்மை. ஆனால் சம்பந்தப்பட்ட நபரைக் கொல்லவேண்டும் என்னும் நோக்கத்தில் தான் வீரர் குண்டு வீசினார் என்று உறுதியாகச் சொல்வதற்கில்லை.

எனவே ராணுவ வீரர்மீது நடவடிக்கை எதையும் மேற்கொள்ள முடியாது. இந்தத் தீர்ப்பு குறித்த செய்தி ஜவஹெராவின் காதுகளை அடைந்தபோது அவர் தனது நீண்ட துயிலிலிருந்து திடுக்கிட்டு விழித்துக்கொண்டார்.

பசீமின் வீடியோ அவரை உலுக்கி எடுத்து நிஜ உலகில் கொண்டு வந்து போட்டது. அந்த வீடியோவை அவர் எத்தனை முறை பார்த்திருப்பார் என்று சொல்லமுடியாது. வெள்ளிக்கிழமை தொழுகை முடிந்து பிறகு அந்தப் போராட்டம் ஆரம்பமாகி யிருக்கிறது. உள்ளூர்வாசிகள் மட்டுமின்றி அயல் நாடுகளிலிருந்தும் செயற்பாட்டாளர்கள் திரண்டு வந்திருந்தனர். இஸ்ரேலியப் பாதுகாப்புப் படையினர் (ஐடிஎஃப்) சுவருக்கு அருகில் காத்திருந்தனர். பாலஸ்தீனர்கள் நடந்துவருவதைப் பார்த்ததும், இது ராணுவப் பகுதி நெருங்கி வராதே என்று ஒலிபெருக்கியில் அறிவிக்கிறார்கள். 29 வயது பசீம் வீடியோவில் தனித்து தெரிகிறார். சுத்தமாக மழிக்கப்பட்ட கன்னம். நன்றாக வாரப்பட்ட குட்டையான தலைமுடி. கண்ணைப் பறிக்கும் மஞ்சள் நிற டீ ஷர்டும் ஜீன்ஸும் அணிந்திருக்கிறார். கூட்டத்தோடு நடந்துகொண்டிருந்த பசீம் ஒரு கட்டத்தில் நடப்பதை நிறுத்திவிட்டு இஸ்ரேலியர்களை நோக்கிச் சத்தமிடுவது தெரிகிறது. 'இது ராணுவப் பகுதி என்று சொல்லாதே, இது எங்கள் கிராமம். இதை நீ ஆக்கிரமித்துக்கொண்டிருக்கிறாய். அத்துமீறுவது நாங்களல்ல, நீதான்!'

கலைந்து போ, கலையமாட்டேன் என்னும் இரு குரல்களும் ஒரே சமயத்தில் கலந்து ஒலிக்கின்றன. பாலஸ்தீனக் கொடியை ஏந்திய சில இளைஞர்கள் பசீமைக் கடந்து முன்னால் நகர்ந்து செல்கின்றனர். கீ என்று பஸ்ஸர் ஒலி கேட்கிறது. பூட்ஸ் கால்கள் தடதடக்கின்றன. வீரர்கள் பரபரப்புடன் ஒன்றுகூடுகிறார்கள். கண்ணீர் புகை குண்டுகள் பறந்துவருகின்றன. கூச்சலும் ஓலமும் காற்றில் பரவுகின்றன. காட்சிகள் பேய்த்தனமாக மேலும் கீழுமாக ஆடுகின்றன. கால்கள் மேல்புறத்தில் தோன்றுகின்றன. துப்பாக்கி சத்தம் கேட்டதைத் தொடர்ந்து போராட்டக்காரர்கள் சிலர் விரைந்து பின்னால் திரும்பி ஓடுகிறார்கள்.

காமிரா இப்போது இஸ்ரேலியர்களின் பக்கம் திரும்புகிறது. பாலஸ்தீனக் கொடியுடன் சிலர் அதற்குள் சுவற்றை நெருங்கி யிருந்தனர். சிலருடைய கைகளில் தற்காப்புக் கேடயம் இருக்கிறது. கண்ணீர் புகை குண்டுகள் முன்பைவிட அதிகமாகப் பொழியத் தொடங்குகின்றன. அதிக சத்தம். அதிக ஓட்டம். அதிக குழப்பம். காமிராவை வைத்திருப்பவர் இந்தக் களேபரங்களுக்கு அருகில்

இப்போது இருக்கிறார். பசீம் இருப்பது அவருக்குப் பின்னால். இருவரிடமும் கேடயம் இல்லை. சில காட்சிகளுக்குப் பிறகு பசீம் அலறும் சத்தம் கேட்கிறது. காமிரா திடுக்கிட்டுத் திரும்புகிறது. இப்போது பசீம் தரையில் விழுந்துகிடக்கிறார். தன் மார்பை அவர் கையில் ஏந்தியிருக்கிறார். அவருடைய விரல்களுக்கு இடையி லிருந்து ரத்தம் கசிந்துவருவதை நாம் பார்க்கிறோம்.

கீழே குனிந்து தேடி, பசீமைத் துளைத்த குண்டை எடுத்துவந்து அவருடைய வீட்டில் தரவேண்டும் என்று யாருக்கோ தோன்றி யிருக்கிறது. அந்தக் குண்டையும் பலமுறை கையில் எடுத்துப் பார்த்துவிட்டார் ஜவஹெர். சிறியதாக அதே சமயம் சற்று கனமாக இருந்தது. அதைக் காட்டி உருளைக்கிழங்கு என்று சொல்லி யிருந்தால் அந்நியர்கள் உடனே நம்பிவிடுவார்கள். தன் வீட்டைத் தேடிவந்த பத்திரிகையாளர்களுக்கு ஜவஹெர் அந்தக் குண்டை எடுத்து வந்து காட்டுவதை வழக்கமாக்கிக்கொண்டார். அந்த வீடியோவையும் அவர்களுக்குப் போட்டுக் காட்டுவார். அது பசீம். இது அவனைக் கொன்ற குண்டு.

இஸ்ரேல் முழுக்க முழுக்க சுவர்களைக் கொண்டு ஜீவித்திருக்கிற ஒரு நாடு என்பதை உணர ஜவஹெருக்கு அதிகக் காலம் பிடிக்க வில்லை. ஒரு நாடுகூட அல்ல அது. பலமாகப் பாதுகாக்கப்பட்ட ஒரு கோட்டை மட்டுமே. உளவாளிகளும் ராணுவமும் சுவர்களை எழுப்பும் கட்டடக் கூலிகளும் இல்லாது போனால் இஸ்ரேல் இருக்காது. ஒரே சமயத்தில் மிகப் பெரிய ஆக்கிரமிக்கும் சக்தியாகவும் இருபத்து நான்கு மணி நேரமும் அச்சத்துடன் தன்னைத் தற்காத்துக்கொள்ளும் ஒரு பலவீனமான விலங்காகவும் இஸ்ரேல் இருக்கிறது. ஆயுதங்களையும் அமெரிக்காவையும் கொண்டு அது தன் பலவீனத்தை மறைத்துக்கொள்கிறது. ராணுவத்தை அரசியல் பாதுகாக்கிறது. அரசியல் ராணுவத்தைச் சார்ந்திருக்கிறது. அரசியலும் ராணுவமும் இணைந்து சுவரை எழுப்புகின்றன. இந்த இரண்டும் சேர்த்தே அதைப் பாதுகாக்கின்றன.

சுவற்றுக்குப் பல பொறுப்புகள் இருக்கின்றன. அது இஸ்ரேலைப் பாலஸ்தீனத்திடமிருந்து பிரிக்கிறது. பாலஸ்தீன மக்களை சுதந்தரத்திடமிருந்தும் சுதந்தர வேட்கையிலிருந்தும் பிரிக்கிறது. இளைஞர்களை அவர்களுடைய குடும்பங்களிடமிருந்தும் தந்தைகளை அவர்களுடைய குழந்தைகளிடமிருந்தும் பெண்களை அவர்களுடைய கணவன்களிடமிருந்தும் பிரித்து வைக்கிறது. சுதந்தரமான ஒரு பகுதியை சுவர் ராணுவ கேந்திரமாக மாற்றுகிறது. பள்ளிக் கூடங்களை, குடியிருப்புகளை, விளைநிலங்களை வகுத்து

சுடுகாடாக மாற்றுகிறது. சுடுகாட்டையும்கூட அது விட்டுவைக்க வில்லை. என் வீட்டுக்கு அருகிலிருந்த தந்தையாரின் கல்லறை இப்போது சுவருக்கு அந்தப் பக்கம் சென்றுவிட்டது. சட்ட விரோதமாக மட்டுமே இனி நான் என் தந்தையைத் தரிசிக்கமுடியும் என்கிறார் பாலஸ்தீனியர் ஒருவர்.

பசீமும் அவருடைய தோழர்களும் சுவற்றை எப்படி அர்த்தப் படுத்திக் கொண்டார்கள் என்பதும் ஏன் அதை உயிரைக் கொடுத்து எதிர்த்தார்கள் என்பதும் ஜவஹெருக்கு இப்போது தெளிவாகப் புரிந்தது. அது ஒரு பிரிவினைச் சுவர் மட்டுமல்ல, பாலஸ்தீனர்கள் பலரின் ரத்தம் அதில் பீய்ச்சியடிக்கப்பட்டிருக்கிறது. நீங்கள் ஆக்கிரமிக்கப்பட்டவர்கள், இஸ்ரேலின் தயவில் வாழ்பவர்கள் என்பதை இரவு பகலாக உணர்த்திக்கொண்டு நிற்பதால் அது ஓர் அவமானச் சுவரும்கூட. அதை ஏற்றுக்கொண்டால் நாம் அடிமைகள் என்பதையும் ஏற்றுக்கொண்டதாக ஆகிவிடும்.

ஒரு நாட்டில் இருந்து அகதிகள் உருவாவதை உலகம் கண்டிருக்கிறது. ஒரு நாடே அகதிகளாலும் அகதிகளாக மாறவிருப்பவர்களாலும் நிரம்பியிருப்பது பாலஸ்தீனத்தில் மட்டும்தான். சுவரின் நீளம் பெருகப் பெருக அது கிழிக்கும் மனிதர்களின் எண்ணிக்கையும் பெருகிக்கொண்டே போகிறது. இரு வாய்ப்புகள் மட்டுமே இப்போதைக்கு பாலஸ்தீனர்களுக்கு இருக்கிறது. உள்ளிருந்து இஸ்ரேலியர்களின் கையில் வதைப்பட்டுச் சாவது. அல்லது தப்பியோடி முகாம்களில் வசிப்பது. ஜோர்டன், லெபனான், காசா முனை, மேற்குக் கரை, கிழக்கு ஜெருசலேம் ஆகிய பகுதிகளில் உள்ள முகாம்களில் பாலஸ்தீன அகதிகள் தஞ்சம் அடைந்துள்ளனர். ஐ.நாவின் பார்வையில் மொத்தம் 1.5 மில்லியனுக்கும் அதிகமான பாலஸ்தீன அகதிகள் 58 அதிகாரபூர்வமான அகதி முகாம்களில் வாழ்ந்துவருகிறார்கள். அரசு ஆதரவுடன் இஸ்ரேலிய குடிமக்கள் அவர்களுடைய இருப்பிடத்தை ஆக்கிரமித்துக்கொண்டுவிட்டனர். எனவே திரும்பிப் போவதென்னும் பேச்சுக்கே இடமில்லை. வீட்டை மட்டுமா அல்லது நாட்டையும் சேர்த்தே இழந்து விட்டோமா என்னும் அச்சமும் இருக்கிறது அவர்களிடம்.

அகதிகள் மேலும் பெருகக்கூடாது என்பதால்தான் பசீம் போராட வந்தார். அதே காரணத்துக்காக ஜவஹெரும் இப்போது வீதியில் இறங்கினார். அபு ரஹ்மா குடும்பத்திலிருந்து இன்னொரு போராளியா, அதுவும் பெண்ணா என்று வியந்து அந்தக் கிராமம் அவரை உற்சாகத்துடன் வரவேற்றது. பசீம் சென்ற பாதையிலேயே

ஜவஹெரும் சென்றார். பசீமைப்போலவே இப்போது அவரும் முழக்கமிட ஆரம்பித்திருந்தார். போராட்டக்காரர்களுடன் சேர்ந்து பதாகையைப் பிடித்துக்கொண்டு நடைபோடவும் அவர் இப்போது கற்றிருந்தார். திரும்பிப்போ என்று கத்தும் இஸ்ரேலிய வீரனைப் பார்த்து நீ போ முதலில் என்று திருப்பிக் கத்தும் திராணியும் துணிவும் இப்போது அவருக்கு வந்திருந்தது. அதனால்தானோ என்னவோ பசீமைத் தாக்கிய அதே குண்டு அவரையும் வீழ்த்திப் போட்டது. மருத்துவமனையில் அனுமதிக்கப்பட்டு சிகிச்சை அளிக்கப்பட்டது என்றாலும் பிழைக்கமுடியவில்லை.

இப்போது அஷ்ரஃப் அபு ரஹ்மாவின் முறை. தன்னுடைய சகோதரியும் சகோதரனும் கொல்லப்பட்டுவிட்ட பிறகும் அஷ்ரஃபால் சுவர் குறித்தும் அது உருவாக்கும் அகதிகள் குறித்தும் தெளிவான பார்வையுடன் உரையாடமுடிகிறது. கணக்கற்ற போராளிகளை உற்பத்தி செய்தபடி இருக்கும் அபு ரஹ்மா குடும்பத்தைக் குறித்து கேள்விப்பட்டு அவரை நேரில் கண்டு உரையாடிய பத்திரிகையாளர் அஷ்ரஃபின் வீட்டுச் சுவரில் சே குவேராவின் படங்கள் ஒட்டப்பட்டிருந்ததைக் கண்டார். அஷ்ரஃப் இப்போது அந்தப் பகுதியின் புகழ்மிக்க இளம் போராளியாக மாறிப்போயிருந்தார். அவரிடமும் வீடியோ பதிவுகள் இருக்கின்றன. 'இஸ்ரேலிய வீரர்களிடமிருந்த நான் தப்பியோடி வரும் காட்சிகள் இதில் இருக்கின்றன. எங்கள் வீடுகளை இடிக்கும் இஸ்ரேலிய புல்டோசரின் மேலே ஏறி அதில் தேசியக்கொடியை ஏற்றிய கட்சியும் இருக்கிறது, பார்க்கிறீர்களா?' என்று புன்னகையுடன் கேட்கிறார் அவர். அந்த உருளைக்கிழங்கு குண்டு இப்போது அவரிடம்தான் இருக்கிறது.

11

ஹிட்லரின் வதைமுகாம்கள்

ஹிட்லருக்குப் படம் பார்க்கப் பிடிக்கும். வெறும் பொழுதுபோக்கு சாதனமாக இல்லாமல், ஓர் அரசியல் கருவியாகவும் திரைப்படத்தைப் பயன்படுத்தமுடியும் என்று அவர் நம்பினார். ஏப்ரல் 1941ல் ஜெர்மனியில் ஒரு திரைப்படம் வெளியிடப்பட்டது. அந்தப் படத்தைக் காண ஜெர்மானியர்கள் கும்பல் கும்பலாக அணிவகுத்துச் சென்று வரிசையில் நின்றனர். ஒருவர் பாக்கியில்லாமல் ஜெர்மானியர்கள் அனைவரும் இந்தப் படத்தைப் பார்க்க வேண்டும் என்பதுதான் ஹிட்லரின் விருப்பமும். அதனால்தான் அவருடைய நாஜி கட்சி இந்தத் திரையிடலுக்கு மிகுந்த ஆதரவை அளித்தது. தேசபக்திமிக்க குடிமகன்கள் இந்தப் படத்தைப் பார்ப்பது நல்லது என்று பிரசாரமும் செய்தது.

முழுப்படமும் அல்ல, அதன் இறுதிக் காட்சியே முக்கியமானது. அதில் சிறைக் கைதிகள் பலர் காட்டப்படுவார்கள். இந்தக் கைதிகள் பரிதாபகரமாக நலிந்தும் மெலிந்தும் இருப்பதைப் பார்க்கலாம். எதிர்காலம் குறித்த அச்சமும் தவிப்பும் அவர்களுடைய வாடி வதங்கிய முகங்களில் அப்பட்டமாகத் தெரிகிறது. முதலில் ஒரு கைதியைப் பிடித்து இழுத்து

வருகிறார்கள். கைது செய்யப்படுவதற்குமுன்பு அவன் ஒரு போர்வீரனாக இருந்தவன். அவனை இழுத்துவந்து தூக்கில் போடுகிறார்கள் அதிகாரிகள். அடுத்த காட்சியில் அவன் மனைவி சுட்டுக்கொல்லப்படுகிறார். இவர்களைத் தொடர்ந்து மற்ற கைதிகளும் ஒவ்வொருவராகக் கொல்லப்படுகிறார்கள்.

யார் இந்தக் கைதிகள்? எதற்காக அவர்களு க்கு இந்தக் கொடூரமான தண்டனை? அவர்களுக்குத் தண்டனை விதிப்பவர்கள் யார்? இவை அனைத்தும் குழப்பமின்றி திரைக்கதையில் விவரிக்கப்பட்டுள்ளன. இறுதிக் காட்சியில் காட்டப்படும் கைதிகள், ஆப்பிரிக்காவிலுள்ள போயர் பழங்குடிகள். இவர்களைச் சிறையில் அடைத்துத் தூக்கிலிட்டும் சுட்டுக் கொன்றும் தண்டிப்பவர்கள் பிரிட்டிஷ் அதிகாரிகள். படத்தின் கதாநாயகர்கள் அவர்கள்தாம். பின்தங்கிய ஆப்பிரிக்காவை நல்வழிப்படுத்தி முன்னேற்றுவதற்காக அவர்கள் இத்தகைய தண்டனைகளை விதிக்கிறார்கள். பிரிட்டின் காலனிய அரசின் உன்னதமான நோக்கத்தைப் புரிந்துகொள்ளமுடியாமல் எதிர்த்தவர்கள்தாம் இந்தக் கைதிகள். எல்லாம் சரி, இந்தப் படத்தை ஹிட்லர் ஜெர்மனியில் திரையிடவேண்டிய அவசியம் என்ன? ஜெர்மானியக் குடிமகன்கள் இந்தப் படத்தைப் பார்க்கவேண்டும் என்று அவர் விரும்பியது ஏன்?

ஏனென்றால் இந்தப் படத்தின் இறுதிக் காட்சிகள் அனைத்தும் நடைபெறுவது வதைமுகாமில். ஹிட்லர் இதன்மூலம் தெரியப் படுத்த விரும்பிய செய்தி அழுத்தமானது. ஜெர்மனியிலும் இதே போன்ற வதைமுகாம்கள்தான் உருவாக்கப்பட்டிருக்கின்றன. ஐயோ, நம் நாட்டில் இப்படிப்பட்ட ஓர் கொடூரமான அமைப்பு இருக்கிறதா என்று நீங்கள் அச்சப்படவேண்டியதில்லை. நாம் கைதிகளை வதைக்கிறோமே, கொல்கிறோமே என்று அவமானம் கொள்ளவேண்டிய அவசியமும் இல்லை. 'Ohm Kruger' என்னும் திரைப்படத்தைப் பாருங்கள். அதிலும் வதைமுகாம் வருகிறது. நாம் உருவாக்கியதைப் போன்ற அதே வதைமுகாம். அதே போன்ற கைதிகள். அதே போன்ற தண்டனைகள். அங்கே கைதிகளாக இருந்தவர்கள் போயர்கள். நாம் கைது செய்து அடைத்து வைத்திருப்பது யூதர்களை. அதுதான் வேறுபாடு.

பிரிட்டிஷ் காலனிய அரசு பலமிக்கதாக ஆக ஆப்பிரிக்காவை அடிமைப்படுத்தவேண்டியிருந்தது. போயர்களை அழிக்க வேண்டியிருந்தது. அதேபோல் ஜெர்மனி ஒரு பெரும் சாம்ராஜ்ஜிய மாக மாறவேண்டுமானால் நாமும் பிற நாடுகளை ஆக்கிரமிக்க வேண்டும். நாமும் பெருமளவில் எதிரிகளை அழிக்கவேண்டும்.

இது தவிர்க்கமுடியாதது மட்டுமல்ல இதுவேதான் இயற்கை விதியும்கூட. யூதர்கள் பரவுவது நம் சுத்தமான ஆரிய இனத்துக்குக் கேடானது. நோய்களைப் பரப்பும் கொசுக்களை நாம் என்ன செய்யவேண்டும், சொல்லுங்கள்? பாவம் பறந்து போகட்டும் என்றா விட்டுவைப்போம்?

Ohm Kruger என்னும் இந்த ஜெர்மானியப் படத்தைத் திரையிட்டு ஜெர்மானியர்களை அதிக எண்ணிக்கையில் பார்க்க வைத்ததன் மூலம் ஜெர்மானியர்களின் கலங்கிய மனசாட்சியை வருடிக் கொடுக்க விரும்பினார் ஹிட்லர். வதைமுகாம் என்பது என் கண்டுபிடிப்பு அல்ல, உலகுக்கே நாகரிகம் கற்றுக்கொடுத்த வெள்ளைக்காரர்கள்தான் அதையும் அறிமுகப்படுத்தினார்கள் என்று ஜெர்மானியர்களுக்கு மட்டுமல்ல, உலகுக்கும் அவர் தெளிவு படுத்த விரும்பினார். இறுதியாக, யூதர்கள் ஜெர்மானியர்கள் அல்லர். அவர்கள் ஜெர்மானியர்களின் எதிரிகள் என்று அழுத்தந் திருத்தமாகப் பதிவு செய்யவிரும்பினார். கதாநாயகர்களாக வலம் வரும் நல்ல பிரிட்டிஷ் அதிகாரிகள் கெட்டவர்களைச் சுட்டுக் கொன்றபோது கை தட்டி மகிழ்ந்தீர்கள் அல்லவா, அப்படியே யூதர்களை நாஜிகள் சுட்டுக்கொல்லும்போதும் மகிழுங்கள்!

கவனிக்கவும், பிரிட்டனைக் குற்றம்சாட்டுவதல்ல ஹிட்லரின் நோக்கம். தன் செயலுக்கு நியாயம் கற்பிக்கவே அவர் பிரிட்டனைத் துணைக்கிழுத்தார். ஒருமுறை, இருமுறை அல்ல தொடர்ச்சியாக ஹிட்லர் பிரிட்டனையும் போயர் வதைமுகாமையும் ஜெர்மானியர் களுக்கு நினைவூட்டிக்கொண்டே இருந்தார். இரண்டாம் உலகப் போர் வெடித்தபோது இந்தப் பிரசாரம் மேலும் தீவிரமடைந்தது. வதைமுகாம் என்பது அயல்நாடுகளில் காலம் காலமாக இருந்து வரும், மதிக்கத்தக்க ஒரு நிறுவனம் என்றார் ஹிட்லருடன் பணிபுரிந்த மற்றொரு உயர் அதிகாரி.

யூதர்களுக்கு எதிரான பெரும்போரைத் தொடங்குவதற்குமுன்பு ஹிட்லர் மேற்கொண்ட முதல் முக்கியமான நடவடிக்கை அவர் களுடைய குடியுரிமையைப் பறித்ததுதான். சட்டத்தின் உதவியைக் கொண்டு, ஆட்சி நிர்வாகத்தைப் பயன்படுத்தி அவர் இதனை அதிகாரபூர்வமாக செய்துமுடித்தார். சுத்த ரத்தத்தை உடலில் தாங்கி நிற்கும் ஆரியர்களாக ஜெர்மானியர்கள் மட்டுமே நாட்டின் அதிகார பூர்வமான குடிமக்களாக இருப்பார்கள். யூதர்கள் வெளியேற்றப்பட வேண்டிய அந்நிய சக்திகள் அல்லது அழித்தொழிக்கவேண்டிய கிருமிகள். வதைமுகாமை ஹிட்லர்தான் முதலில் கண்டுபிடித்தார்

என்று எப்படிச் சொல்லமுடியாதோ அப்படியே யூத வெறுப்பையும் அவர்தான் முதலில் தூண்டிவிட்டார் என்று சொல்லமுடியாது. பல நூற்றாண்டுகால வெறுப்பு அது. ஹிட்லர் செய்ததெல்லாம் இந்த வெறுப்பைத் தன்னுடைய அரசியல் லாபத்துக்காக மேலும் வளர்த்தெடுத்து கொடூரமானதோர் இனவொழிப்புக்கு இட்டுச் சென்றது மட்டும்தான்.

எந்த அளவுக்குத் தீவிரமான யூத வெறுப்பை ஹிட்லரும் அவருடைய அரசும் கொண்டிருந்தது என்பதற்கு எண்ணற்ற உதாரணங்களை வரலாறு சேமித்து வைத்திருக்கிறது. யூதர்களை அணு அணுவாகச் சிதைத்து முடித்த பிறகு எஞ்சியிருக்கும் உடலைத்தான் அவர்கள் இறுதியில் கொன்றார்கள். போலந்தில் உள்ள மாஜ்டெனெக் என்னும் முகாமில் ஒரு குளியலறை இருந்தது. அதைப் பயன்படுத்திய ஒரு கைதியின் குறிப்பு இது. ‘கைதிகள் எல்லோரும் அந்த அறையில்தான் குளிப்போம். மிகக் குறைவான குழாய்கள்தான் இருக்கும். நாங்கள் 4,500 பேர் இருந்தோம். அனைவரும் குளித்தாகவேண்டும். சோப் இருக்காது. துடைத்துக் கொள்ள டவல் கிடையாது. ஒரு கைக்குட்டைகூட இருக்காது. ஆனாலும் குளித்தோம்.’

கழிப்பறை என்பது தோண்டப்பட்ட குழிகள்தாம். முழுக்க நிரம்பி மலம் நிரம்பி வழியத் தொடங்கியபிறகும் மேலும் சில நூறு பேர் பயன்படுத்திக்கொள்ளவேண்டும். சுத்தப்படுத்திக்கொள்ள அழுக்கடைந்த சாக்கடை நீரே இருக்கும். வேலையின் ஒரு பகுதியாக மலக்குழிகளைச் சுத்தப்படுத்தும் பணிகளைக் கைதிகளே செய்தாகவேண்டும். இரண்டு பெரிய தகரப்பெட்டிளில் கழிவுகளை வழிய வழிய நிரப்பிக்கொண்டபிறகு ஒரு கழியை எடுத்து இரு ஓரங்களிலும் அந்தத் தகரப்பெட்டிகளைத் தொங்கவிட்டுக்கொண்டு தோளில் சுமந்து நடக்கவேண்டும். சில கிலோ மீட்டர் இப்படி நடக்கவேண்டும். கவனமாக இருப்பது சுமப்பவருக்கு நல்லது; இல்லாவிட்டால் தகரப்பெட்டிகளில் இருப்பது உங்கள் கால்களிலும் தொடைகளிலும் சிந்தி வழியும்.

சுகாதாரமற்ற சூழல் பலவிதமான வியாதிகளை உற்பத்தி செய்தது. தொற்று நோய் மிக எளிதில் உடல் விட்டு உடல் தாவிப் படர்ந்தது. உடல் வியாதி சிலருக்கு மன வியாதியாகவும் மாறியது. பெர்கென் பெல்சன் முகாமைச் சேர்ந்த ஒரு யூதர் சொல்கிறார். ‘எங்கள் முகாமில் வியாதிகள் மிக வேகமாகப் பரவின. டைஃபாய்ட் காய்ச்சல் பலருக்கும் வந்தது. சிலர் தங்களுக்குள் பேசிக்கொள்ளத் தொடங்கினர். திரும்பத் திரும்ப நடந்துகொண்டே இருந்தனர்.

பசியாலும் வியாதியாலும் நாங்கள் சாகவேண்டும் என்பதுதான் நாஜிகளின் விருப்பமும்.'

அதிகபட்ச காய்ச்சல் இருந்தாலும் கைதிகள் வேலை செய்தே தீரவேண்டும். ஒரு கூடுதல் கம்பளிகூட கிடைக்காது. ஒரு ஜோடி மரக்காலணி இருந்திருந்தால் குளிரிலிருந்து தப்பிப் பிழைத்திருக் கலாம். கொடுக்கமாட்டார்கள். வயிற்றுப் போக்கைத் தடுத்து நிறுத்த சில எளிய மாத்திரைகள் போதுமானதாக இருந்திருக்கும். அளிக்கமாட்டார்கள். அது வளர்ந்து வளர்ந்து அவரைக் கொல்லும் வரை காத்திருப்பார்கள். மலச்சிக்கல், பல் வலி, தலைவலி, உடல் வலி எதற்கும் சிகிச்சை கிடையாது. வலியிலும் காய்ச்சலிலும் செயலிழந்து புத்தி பேதலித்து தனக்குள் அரற்றிக்கொண்டிருக்கும் நிலை ஏற்பட்டாலும் சீந்த ஒருவரும் இருக்கமாட்டார்கள்.

கிரேக்கத்தில் இருந்து வந்திருந்த கைதிகள் என்று சிலரைக் கிடத்தி வைத்திருப்பார்கள். அவர்களுடைய உடல் பாதி எரிந்திருக்கும். சிலருடைய உடல்களில் பெரிய பெரிய ஓட்டைகள் போடப் பட்டிருக்கும் அல்லது ஆழமான தீக்காயங்கள் காணப்படும். 27 தினங்கள் தொடர்ச்சியாக உணவு, ஆகாரம் இல்லாததால் இறந்த ஒரு யூதரின் சடலம் இருக்கும். முழுவதுமாக கிழிக்கப்பட்ட உடல்களையும் கண்கள் பிடுங்கப்பட்ட உடல்களையும் காண்பது இயல்பானது. யூதர்களை உயிருடன் படுக்கவைத்து விருப்பப்படி உடலைக் கிழித்தும் குதறியும் போட்ட மருத்துவர்கள் பலர் இருந்தனர்.

வார்த்தைகளில் விவரிக்கமுடியாத பல கொடுமைகளை யூதர்கள் சந்தித்துக்கொண்டிருந்தபோது பெரும்பான்மை ஜெர்மானியர்கள் என்ன செய்துகொண்டிருந்தார்கள் தெரியுமா? வாய்மூடி அமைதி யாக இருந்தார்கள். இந்த அமைதிக்கு மூன்று காரணங்களைக் குறிப்பிட்டுச் சொல்லமுடியும். முதலாவது பொருளாதாரக் காரணம். யூதர்களை அகற்றுவதன்மூலம் சமூகத்தில் அவர்கள் இதுவரை வகித்துவந்த பாத்திரத்தை இனி நாம் வகிக்கலாம். அவர்களுடைய தொழில்களை நாம் நடத்தலாம். அவர்களுடைய செல்வத்தை, அவர்களுடைய சேமிப்புகளை, அவர்களுடைய வாய்ப்புகளை இனி நாம் பயன்படுத்திக்கொள்ளலாம். யூதர்களை அகற்றுவது நமக்கு லாபகரமானதாக இருக்கும் என்று ஜெர்மானியர்கள் நினைத்தனர்.

இரண்டாவது காரணம், வெறுப்பு அரசியல். யூதர்களை உள்ள படியே வெறுத்த ஜெர்மானியர்கள் பலர் இருந்தனர். யூதர்களைச் சமூகத்திலிருந்து அகற்றமுடிந்தால் எவ்வளவு நன்றாக இருக்கும்

என்று உள்ளூற கனவு கண்டுகொண்டிருந்தவர்கள் இவர்கள். யூத வெறுப்பையே தன்னுடைய அரசியலாக அறிவித்துக்கொண்ட ஹிட்லரின் அதிரடி நுழைவு இவர்களை உற்சாகப்படுத்தியது. நாஜிகள் யூதர்களை வளைத்துப் பிடித்ததும், குடியுரிமையைப் பறித்ததும், வதைமுகாமில் அடைத்து வைத்துக் கொன்றதும் இவர்கள் மனச்சாட்சியைச் சிறிதும் அசைக்கவில்லை. உண்மையில் அவர்கள் இத்தனை காலமாகச் செய்ய நினைத்திருந்ததைத்தானே ஹிட்லர் சாதித்துக் காட்டியிருக்கிறார்?

மூன்றாவது பிரிவினரின் மனச்சாட்சி உயிர்ப்புடன் இருந்தது. ஆயிரம் சொன்னாலும் யூதர்களைக் கொல்வது ஏற்கத்தக்கதல்ல என்றே அவர்கள் நினைத்தனர். ஹிட்லரின் இனவெறி அரசியலோடு அவர்களால் ஒன்றமுடியவில்லை. யூதர்கள் ஒழிவது நமக்கு லாபகரமானதுதானே என்று மற்றவர்களைப்போல் அத்தனை எளிதாக அவர்களால் வதைமுகாமைக் கடந்துசெல்லமுடியவில்லை. என் அரசு செய்வது தவறு என்று அவர்கள் உறுதியாக நம்பினர். இருந்தாலும் அவர்கள் அமைதியாக இருந்ததற்குக் காரணம் அப்படி இருப்பதைத் தாண்டி வேறு என்ன செய்வது என்று அவர்களுக்குத் தெரியவில்லை.

யூத இனப்படுகொலை நிகழ்ந்ததற்கு ஹிட்லர் மட்டுமல்ல இவர்களும்தான் காரணம். யூதர்கள் இல்லாத ஜெர்மனி அமைய வேண்டும் என்பதே முதல் இரு பிரிவினரின் விருப்பம் என்பதால் அவர்கள் ஹிட்லரைத் தாங்கிப் பிடித்து நின்றனர். நாஜிப் படைகளோடு பல சமயம் இந்த இரு பிரிவினரும் இணைந்து யூதர்களின் குடியிருப்புகளையும் வர்த்தக நிறுவனங்களையும் சூறையாடினர். மறைந்து வாழ்ந்த யூதர்களை காட்டிக்கொடுக்கவும் அவர்கள் தயங்கவில்லை. ஜெர்மனியின் வரலாற்றை ஹிட்லர் சரி செய்வார் என்றும் இழந்த பெருமிதங்களை மீட்டெடுப்பார் என்றும் அவர்கள் எதிர்பார்த்தார்கள். ஜனநாயகத்தால் ஒரு பலனும் விளையப் போவதில்லை என்றும் ஹிட்லர் போன்ற ஒரு வலுவான தலைமை எடுக்கும் சில கடினமான முடிவுகள் தேசத்தின் வளர்ச்சியைத் துரிதப்படுத்தவே செய்யும் என்றும் இவர்கள் நம்பினர். மூன்றாவது பிரிவினருக்கு இத்தகைய நம்பிக்கைகள் இல்லை என்றாலும் அவர்கள் தங்களுடைய ஒட்டுமொத்த பலவீனத்தால் ஹிட்லரின் பலத்தைப் பல மடங்கு பெருகச் செய்தனர்.

ஹிட்லரின் யூதர்கள் அன்றிருந்த நிலையில்தான் இன்றைய அகதிகள் பலர் இருக்கிறார்கள். நாஜிகள் போல் வகை வகையாகச் சித்ரவதைகள் செய்ய இன்று யாருமில்லை என்றபோதும் அகதிகள்

சந்திக்கும் பல துயரங்கள் யூதர்கள் முன்பு சந்தித்த துயரங்களையே நினைவுபடுத்துகின்றன. ஜெர்மானிய யூதர்களின் குடியுரிமை எப்படிப் பறிக்கப்பட்டதோ அப்படித்தான் இன்று பல அகதிகளின் குடியுரிமையும் பறிக்கப்பட்டுள்ளது. ஹிட்லரின் படைகளுக்குப் பயந்து தங்களுடைய நாட்டைவிட்டுத் தப்பியோடிய யூத அகதிகள், எல்லாவற்றையும் போட்டது போட்டபடி தப்பியோடிய ரோஹிங்கியா முஸ்லிம்களையே நினைவுபடுத்துகிறார்கள். சிரியாவில் நடந்ததும் இதுவேதான். இராக்கிலும் ஆப்கானிஸ்தானிலும் ஆப்பிரிக்காவிலும் இலங்கையிலும் இதுவேதான் நடந்தது. நீ இந்த நாட்டைச் சேர்ந்த வனல்ல. உன் வேர் இந்த மண்ணில் இல்லை. நீ அந்நியன். எனவே நீ வெளியேறியாகவேண்டும். இல்லாவிட்டால் கொல்லப்படுவாய்.

ஹிட்லர் இன்றில்லை. வதைமுகாம்கள் இல்லை. ஆனால் காளான் போல் பெருகிக்கொண்டே போகும் அகதி முகாம்கள் அழுத்தமாக அறிவிக்கும் செய்தி ஒன்றுதான். ஹிட்லரைப் பலப்படுத்திய மூன்று பிரிவினரும் இப்போதும் உலகம் முழுக்க நிரம்பியிருக்கிறார்கள். ரோஹிங்கியா முஸ்லிம்கள் நம் எதிரிகள் என்று அவர்கள் நினைக்கிறார் கள். இலங்கைத் தமிழர்களை வெளியேற்றினால் அவர்களுடைய வாய்ப்புகளை நாம் பயன்படுத்திக்கொள்ளலாம் என்று நினைக்கிறார்கள். என் அரசு செய்வதை நான் ஏற்கவில்லை, ஆனால் என்னால் என்ன செய்யமுடியும் என்று நினைக்கிறீர்கள் என்று அமைதி காப்பவர்களும் இருக்கத்தான் செய்கிறார்கள். அகதி முகாம்கள் பெருகிக்கொண்டு போவதற்கு இவர்களும் ஒரு வகையில் காரணம்.

வரலாற்றிலிருந்து நாம் கற்கவில்லை என்பது பெருஞ்சோகம். ஹிட்லரின் கரங்களில் கடும் வதைகளை அனுபவித்த யூதர்கள், உலகம் முழுக்க அகதிகளாகச் சிதறியோடிய யூதர்கள் தங்களுக் கென்று ஒரு தனி நாட்டை உருவாகிக்கொண்டிருக்கிறார்கள். நல்லது. ஆனால், அதே யூதர்கள் இன்று பிரிவினைச் சுவர்களை எழுப்பி பாலஸ்தீனர்களை அகதிகளாக மாற்றிச் சிதறடிக்கிறார்கள் என்பதை எப்படிப் புரிந்துகொள்வது?

12

சபிக்கப்பட்ட பயணம்

கனவொன்று உயிர்பெற்று மிதந்து வந்தது போல் இருந்தது. பிரமாண்டமாகவும் பளபளப்பாகவும் இருந்த அந்தக் கப்பலுக்குள் தயக்கத்துடன் நுழைந்தார் 15 வயது இளம்பெண் ஜிசெலா ஃபெல்ட்மென். முதல் பெரும் பயணம் என்றாலும் அவர் நடையில் துள்ளல் இல்லை. கண்களில் பூரிப்போ நிறைவோ இல்லை. ஜிசெலாவின் தங்கை அவருக்குப் பின்னால் தயங்கித் தயங்கி வந்துகொண்டிருந்தார். அவருக்கும் பின்னால் அவர்களுடைய அம்மா. அவர் முகம் வெளிறியிருந்ததைக் காணும் போது ஜிசெலாவின் அச்சம் மேலும் அதிகரித்தது. அச்சங்களிலிருந்தும் துயரங்களிலிருந்தும் விடுவித்து நிம்மதியான ஓரிடத்துக்குக் கொண்டு சென்று சேர்க்கும் திறன் இருக்கிறதா இந்தக் கப்பலுக்கு?

அந்தக் கப்பலின் பெயர் எஸ்எஸ் செயிண்ட் லூயிஸ். கண்டம்விட்டு கண்டம் பாயும் சொகுசுக் கப்பல் அது. ஹாம்பர்க் துறைமுகத்திலிருந்து நியூ யார்க், கானரி தீவுகள், மொராக்கோ என்று பல இடங்களுக்கு ஜெர்மானியர்களை அது அழைத்துச் சென்றிருக்கிறது. ஆனால் 13 மே 1939 அன்று அந்தக் கப்பல் ஒரு புதிய திசை நோக்கி நகர்ந்து கொண்டிருந்தது. இது

வழக்கமான மற்றுமொரு பயணம் அல்ல என்பது அந்தக் கப்பலில் பணிபுரிந்தவர்களுக்கு நன்கு தெரியும். இந்தமுறை அவர்கள் ஒரு பொறுப்புமிக்க பணியைச் செய்தாக வேண்டும். முதலில் க்யூபா செல்லவேண்டும். பிறகு அங்கிருந்து அமெரிக்கா சென்று கப்பலில் உள்ள யூதர்களைப் பத்திரமாக இறக்கிவிடவேண்டும்.

ஜிசெலா வியப்புடன் சுற்றிப் பார்த்தபடி நடந்துகொண்டிருந்தார். பெரிய உணவுக்கூடங்கள் தென்பட்டன. ஓட்டலில் இருப்பதைப் போன்ற பெரிய சொகுசு அறைகளையும் அவர் கடந்துசென்றார். இன்னும் சற்று தள்ளி ஓரிடத்தில் திரைப்படம் ஓடிக்கொண்டிருந்தது. அதைவிடவும் ஆச்சரியம் உள்ளுக்குள்ளே ஒரு நீச்சல் குளமும் இருந்தது. இது அமெரிக்காவுக்கு அழைத்துச் செல்லும் கப்பலா அல்லது அமெரிக்காவே தானா?

தங்களை வழியனுப்ப வந்த உறவினர்களும் நண்பர்களும் வெடித்து அழுதது திடீரென்று நினைவுக்கு வந்தது. கொஞ்சம் புதிராகவும் இருந்தது. இளகிய மனம் கொண்டவர்கள் இப்படிப்பட்ட பிரிவுத் தருணங்களில் கண் கலங்குவது இயல்புதான். ஆனால் இப்படியா பெருங்குரல் எடுத்து அழுவார்கள்? ஒரு சிலர் என்றால் பரவாயில்லை, கப்பலில் உள்ள மற்றவர்களின் உறவினர்களும்கூட ஒன்றுபோலவே அழுதுகொண்டிருந்தது ஏன்? இனி இவர்களைக் காணவேமுடியாது என்று நினைத்து இறுதிவிடை கொடுத்து அனுப்பிவிட்டார்களா?

இந்தக் கப்பலுக்குள் நுழைந்து பார்த்திருந்தால் அவர்கள் நிச்சயம் கலங்கியிருக்க மாட்டார்கள் என்று தோன்றியது. மாறாக, அவர்களுக்குப் பொறாமைதான் தோன்றியிருக்கும். இருள் படர்ந்து கிடக்கும் ஜெர்மனியிலிருந்து நம்மையும் ஒரு கப்பல் மீட்டெடுக்குமா என்று அவர்கள் ஏங்க ஆரம்பிப்பார்கள். யார் கண்டது? இந்தக் கப்பல் எங்களை இறக்கிவிட்ட பிறகு மீண்டும் ஜெர்மனி திரும்பி மேலும் பல ஜெர்மானியர்களை அழைத்து வரலாம். அந்தக் கப்பலில் என் உறவினர்களும் நண்பர்களும் இருக்கலாம். இதே போன்ற இன்னொரு கப்பல் போலந்திலிருந்து என் அப்பாவையும் கொண்டுவந்து அமெரிக்காவில் சேர்க்கலாம். எல்லாக் கவலைகளையும் மறந்துவிட்டு ஒரு புதிய வாழ்வை அமெரிக்காவில் மீண்டும் தொடங்கலாம். அம்மாவின் முகம் நிச்சயம் மீண்டும் மலரும்.

ஜிசெலாவின் அம்மா பெர்லினிலேயே தனக்கும் தன்னுடைய இரு மகள்களுக்கும் சேர்த்து க்யூபாவுக்கான விசாவை முன்கூட்டியே

வாங்கி வைத்திருந்தார். அமெரிக்கா செல்வதற்கான விசாவை க்யூபா சென்றபிறகுதான் பெற்றுக்கொள்ளவேண்டியிருக்கும். அவருடைய கைப்பையில் பத்து ஜெர்மானிய மார்க்குகள் இருந்தன. தன்னுடைய உள்ளாடையில் இருநூறு மார்க்குகளை அவர் மறைத்து வைத்திருந்தார். இது அவருக்கும் ஜிசெலாவுக்கும் மட்டுமே தெரிந்த ரகசியம். அமெரிக்காவில் புது வாழ்வைத் தொடங்குவதற்கு இது ஒரு முதலீடாக இருக்கட்டும்.

ஜெர்மனி யூதர்களுக்கு விடைகொடுக்க ஆரம்பித்து வெகுகாலம் ஆகியிருந்தது. இனி இது என் தாய்நாடல்ல, நான் ஓர் அகதி என்பதை உணர்ந்த மறுகணமே யூதர்கள் வெளியேற ஆரம்பித்து விட்டார்கள். அப்படி வெளியேறாவிட்டால் என்ன நடக்கும் என்று அவர்களுக்குத் தெரியும். 28 அக்டோபர் 1938 அன்று நள்ளிரவு ஜிசெலாவின் வீட்டுக் கதவைத் தட்டி உள்ளே புகுந்த நாஜிகள் ஜிசெலாவின் அப்பாவைத் தரதரவென்று இழுத்துச் சென்று விட்டனர். அவர் யூதராக இருந்தது முதல் குற்றம் என்றால் இரண்டாவது குற்றம் அவர் போலந்து நாட்டுக்காரராகவும் இருந்தது. ஜெர்மனி ஜெர்மானியர்களுக்கானது மட்டுமே, யூதர்களுக்கு இடமில்லை என்று சொல்லி அவரைக் கையோடு போலந்துக்கு நாடு கடத்தினர். அதற்குப் பிறகுதான் நாஜிகள் தங்கள் தவறை உணர்ந்து கொண்டனர். யார் வேண்டுமானாலும் யூதர்களை விரட்டியடிக்க முடியும். ஹிட்லர் விரட்டுபவர் அல்ல, அழிப்பவர். யூதர்கள் இல்லாத ஜெர்மனியல்ல, யூதர்கள் இல்லாத பூமிப்பந்தே அவர் விரும்புவது.

1939 தொடங்கும்போதே ஜெர்மனியின் எல்லைகளை இழுத்து மூடும்படி உத்தரவு பிறப்பித்துவிட்டார் ஹிட்லர். கிட்டத்தட்ட அதே சமயத்தில் ஜெர்மனியை ஒட்டியுள்ள நாடுகளும் தங்களுடைய எல்லைகளை அடைத்துக்கொண்டுவிட்டன. ஹிட்லரின் நோக்கம் யூதர்கள் தப்பவிடாமல் பிடித்து அவர்களை வதைமுகாம்களில் அடைத்து அழிப்பது. என்னதான் காவல் பலப்படுத்தப்பட்டிருந் தாலும் யூதர்கள் அங்கும் இங்குமாகச் சந்துகளைக் கண்டுபிடித்து நழுவிக்கொண்டுதான் இருந்தார்கள். 1938முதல் 1930வரை இரு ஆண்டுகளில் மட்டும் ஐம்பது சதவிகித யூதர்கள் ஜெர்மனியிலிருந்து தப்பிவிட்டனர். இப்படித் தப்பியோடும் யூதர்கள் அருகிலுள்ள நாடுகளில்தான் அடைக்கலம் புகுந்தனர். தொடக்கத்தில் வாசலைத் திறந்து அவர்களை வரவேற்ற நாடுகள் பின்னர் தங்கள் அணுகு முறையை மாற்றிக்கொண்டன. ஜெர்மானிய யூதர்கள் ஜெர்மனியின் பிரத்தியேகப் பிரச்னையல்லவா? எனவே, வருபவர்கள்

எல்லோரையும் அனுமதிப்பதற்குப் பதில் ஒரு வரையறையை நிர்ணயித்துக்கொண்டு இத்தனை தலைகள் மட்டுமே என்று எல்லையை இழுத்துப் பிடித்துக்கொண்டன பல நாடுகள்.

அதே கப்பலில் ஜெரால்ட் கிரான்ஸ்டன் என்னும் ஆறு வயது சிறுவனும் தன் அப்பாவுடன் அமர்ந்திருந்தான். ஜெரால்டுக்கு க்யூபாவும் தெரியாது, அமெரிக்காவும் தெரியாது. யூதர்கள், அகதிகள், நாஜிகள் ஒன்றுக்கும் பொருள் தெரியாது. இந்த ஊர் வேண்டாம், நாம் வேறிடம் போகலாம் என்று அப்பா கைபிடித்து அழைத்துச் சென்று புனித லூயிஸ் கப்பலில் ஏற்றிவிட்டபோது ஜெரால்ட் கண்கள் விரிய ஆச்சரியப்பட்டான். கப்பலில் கிடைத்த வகை வகையான தின்பண்டங்களும் மாலை நேரங்களில் நடைபெற்ற நடனங்களும் திரையிடப்பட்ட சினிமாக்களும் ஜெரால்டைக் கவர்ந்திழுத்தன. இரண்டு வாரங்கள் இந்தக் கப்பலில் சென்றாகவேண்டும் என்று அப்பா சொல்லியிருந்ததை நினைத்து அவன் வருந்தினான். இன்னும் சில வாரங்கள் கூடுதலாக இதில் இருக்கமுடிந்தால் எவ்வளவு நன்றாக இருக்கும்!

மொத்தம் அந்தக் கப்பலில் 900க்கும் அதிகமான ஜெர்மானிய யூதர்கள் இருந்தனர். கப்பலின் கேப்டன் குஸ்டாவ் ஷ்ரோடர் பயணிகளின் உணர்வுகளை நன்கு அறிந்து வைத்திருந்தார். இது சாதாரண பயணமல்ல, பாவம் யூதர்கள் உயிரைக் கையில் பிடித்துக் கொண்டு தப்பிவந்திருக்கிறார்கள், இவர்களிடம் இதமாக நடந்து கொள்ளுங்கள் என்று பணியாளர்களுக்கு அவர் அறிவுறுத்தி யிருந்தார். வெள்ளிக் கிழமைகளில் கப்பலில் யூதர்கள் பிரார்த்தனை செய்துகொள்ளவும் ஏற்பாடுகள் செய்திருந்தார். நீச்சல் குளங்களில் குழந்தைகளும் பெரியவர்களும் தங்கள் கவலைகளை மறந்து நீந்திக்கொண்டிருப்பதைக் கண்டு மகிழ்ந்தார். ஒரு ஜெர்மானியரான அவர் இதில் எதுவொன்றையும் ஜெர்மனியின் மண்ணில் அனுமதித் திருக்கமுடியாது. மீறினால் தண்டனை உறுதி என்று அவருக்குத் தெரியும். இது ஜெர்மானியக் கப்பல். ஆனால், இதைச் செலுத்திக் கொண்டிருப்பவர் ஹிட்லரல்ல, நான். என் கட்டுப்பாட்டில் இருக்கும்வரை யூதர்கள் இங்கே மனிதர்களாக மட்டுமே நடத்தப் படுவார்கள். அதனால்தான், வழிபாட்டுக்கு யூதர்கள் ஒன்றுகூடும் போது வரவேற்பறையில் மாட்டப்பட்டிருந்த ஹிட்லரின் உருவப் படத்தை அகற்றிவைத்தார் குஸ்டாவ். வேறொரிடத்தில் இருந்த ஹிட்லரின் மார்பளவு சிலை துணி கொண்டு மூடப்பட்டிருந்தது.

மே 27ம் தேதி கப்பல் க்யூபாவை வந்தடைந்தது. ஜெரால்ட்டின் அப்பா மூட்டை முடிச்சுகளோடு தயாரானார். ஜிசெலாவின்

குடும்பம் கப்பலைவிட்டுப் பிரிய மனமில்லாமல் எழுந்து கொண்டனர். கப்பலில் இருந்த எல்லோருடைய மனநிலையும் கிட்டத்தட்ட இதுதான். ஒரு பெரிய இடைவெளிக்குப் பிறகு சுதந்தரமாகவும் மகிழ்ச்சியாகவும் மிக முக்கியமாக இயல்பாகவும் அவர்களால் கப்பலில் வாழமுடிந்தது. இந்த வாழ்க்கை அமெரிக்காவில் கிடைக்கவேண்டும் என்பதே அவர்கள் அத்தனை பேரின் ஒற்றைப் பிரார்த்தனை.

க்யூப அதிகாரிகளுடன் உரையாடிவிட்டுத் திரும்பிய குஸ்டாவின் முகம் இறுகிக்கிடப்பதைப் பார்த்ததும் பயணிகளின் கனவு சட்டென்று வடிந்துபோனது. 'காத்திருங்கள், அனுமதி கிடைக்கும்' என்று அமைதிப்படுத்தினார் குஸ்டாவ். அடுத்த ஏழு நாள்களும் அவர்கள் அமைதியாகத்தான் காத்திருந்தனர். இறுதிவரை அமெரிக்க விசா கிடைக்கவேயில்லை. 'அப்பா எப்போது இறங்குவோம்?' என்றான் ஜெரால்ட். நீச்சல்குளமும் திரைப்படமும் நடனமும் அலுக்க ஆரம்பித்துவிட்டது ஜிசெலாவுக்கு. ஏதேனும் சிக்கலா? பலர் அழ ஆரம்பித்துவிட்டனர். குஸ்டாவ் நிதானமிழக்காமல் பேசினார். 'சிக்கல்தான். க்யூபா நம்மை தரையிறங்க அனுமதிக்க வில்லை. அமெரிக்காவிடமிருந்து விசா பெறுவது சாத்தியமில்லை என்று சொல்லிவிட்டார்கள். பயப்படவேண்டாம். நாம் நேராக அமெரிக்காவுக்கே சென்று விசா பெற்றுக்கொண்டுவிடலாம். நம்முடைய அடுத்த நிறுத்தம் ஃபுளோரிடா.'

பயணம் ஆரம்பமானது. அதுவரை இருந்த உற்சாகம் காணாமல் போய் விட்டதை உணர்ந்தார் ஜிசெலா. அம்மா மட்டுமல்ல எல்லோருடைய முகங்களும் விதிவிலக்கில்லாமல் வாடிப்போயிருந்தன. குழந்தைகள் எங்கிருந்து என்ன தெரிந்துகொண்டார்களோ தெரியவில்லை அவர்களுடைய கூச்சலும்கூட குறைந்துவிட்டது. நேரத்தைப் பிடித்துப் பிடித்துத் தள்ளியபடி ஒரு வழியாக அமெரிக்காவை வந்தடைந்தது கப்பல். மீண்டும் அனைவரும் உற்சாகத்துடன் தயாரானார்கள். வழக்கம்போல் குஸ்டாவ் முதலில் இறங்கி அமெரிக்க அதிகாரிகளுடன் உரையாடினார். 'அப்பா, நம்மை மீண்டும் வீட்டுக்கே அனுப்பிவிடுவார்களா?' என்று மீண்டும் மீண்டும் கேட்டுக் கொண்டிருந்தான் ஜெரால்ட். எல்லோருக்கும் சேர்த்தே பதிலளித்தார் பேச்சுவார்த்தை முடிந்து திரும்பிவந்த குஸ்தாவ். 'அமெரிக்கா நம்மை ஏற்றுக்கொள்ளத் தயாராக இல்லை.'

கட்டுப்படுத்தமுடியாமல் பலர் பெருங்குரலில் அழ ஆரம்பித்தனர். குழந்தைகள் பெற்றோர்களைக் கட்டிப்பிடித்துக்கொண்டு வீறிட்டு

அலறினார்கள். குஸ்தாவ் அவர்களை ஆற்றுப்படுத்தமுடியாமல் தவித்துக்கொண்டிருந்தார். ஓவென்று கத்தியபடி எங்கிருந்தோ ஓடிவந்த ஒருவர் தன் மணிக்கட்டைக் கீறிக்கொண்டு துடிதுடிக்க கீழே விழுந்தார். பீய்ச்சியடிக்கும் ரத்தத்தை வைத்த கண் வாங்காமல் பார்த்தபடி நின்றுகொண்டிருந்தான் ஜெரால்ட். ஜிசெலா வெறித்த விழிகளுடன் இடிந்துபோய் அமர்ந்திருந்தார். ஏன் அமெரிக்கா ஏற்றுக்கொள்ள மறுத்துவிட்டது? யூதர்களை ஹிட்லர் வதைத்துக் கொண்டிருப்பது அவர்களுக்குத் தெரியாதா? எங்களுடைய வீடுகளை நாஜிகள் ஆக்கிரமித்துக்கொண்டதும் கடைகளைச் சூறையாடியதும் குடியுரிமைகளை ரத்து செய்ததும் சொந்த நாட்டிலேயே அகதிகளாக மாற்றியதையும் அமெரிக்கா அறிந்து வைத்திருக்கவில்லையா? ஃபிராங்ளின் ரூஸ்வெல்ட்டை மனிதாபிமானமிக்க தலைவர் என்றல்லவா உலகம் புகழ்கிறது? அவரால் ஏன் ஒரேயொரு கப்பலைக்கூட அனுமதிக்கமுடிய வில்லை? நேரடியாக அவருக்குக் கடிதம் எழுதியும்கூட ஏன் பதிலில்லை? ஹிட்லர் ஒரு சர்வாதிகாரி என்பது தெரிந்ததுதான். அவருக்கு வெறுப்பு அரசியல் என்பது இயல்பானதாக இருக்கிறது. ஆனால் ஜனநாயகத்தை உயர்த்திப் பிடிக்கும் அமெரிக்கா ஏன் ஹிட்லரைப்போல் மனிதர்களை வெறுக்கவேண்டும்? உயிர்தப்பி நிராயுதபாணிகளாக வந்து நிற்கும் எளிய மக்களை வெளியில் தள்ளிப் பூட்டு போடுபவர்களால் எப்படி ஜனநாயகம் குறித்து பேச முடிகிறது? நாங்கள் அந்நியர்கள் என்பதால் ஜெர்மனி எங்களை வேட்டையாடுகிறது. நீங்கள் அந்நியர்கள் அதனால் நீங்கள் வேட்டையாடப்படுவதை நாங்கள் வேடிக்கை மட்டுமே பார்ப்போம் என்கிறது அமெரிக்கா. ஒருவேளை நாங்கள் கொல்லப் பட்டால் இந்த இருவரின் கரங்களிலும் ரத்தக்கறை கிட்டத்தட்ட சமமாகப் படிந்திருக்கும் அல்லவா?

குஸ்தாவுக்கும் புரியவில்லை. அவர் மீண்டும் கப்பலை ஐரோப்பாவை நோக்கித் திருப்பினார். ஆனால் ஜெர்மனிக்குத் திரும்பிப்போக அவர் விரும்பவில்லை. புறப்பட்டு ஒரு மாதம் கழிந்தபிறகு ஜூன் 17ம் தேதி அங்குமிங்கும் சுற்றிவிட்டு கடைசியில் பெல்ஜியத்தில் உள்ள ஆண்ட்வெர்ப் துறைமுகத்தை வந்தடைந்தார். பெல்ஜியம் அவர்களைத் திருப்பியனுப்பவில்லை. மாறாக, பயணிகள் தரையிறங்குவதற்கு அனுமதித்தது. யூதர்கள் மீண்டும் ஜெர்மனிக்குத் திருப்பியனுப்பப்பட மாட்டார்கள் என்றும் உறுதியளித்தது. பெல்ஜியம் போக, பிரான்ஸ், நெதர்லாந்து, பிரிட்டன் ஆகிய நாடுகளும் விரிவான பேச்சுவார்த்தைகளுக்குப் பிறகு யூத அகதிகளைத் தங்களுக்குள் பங்கிட்டு ஏற்றுக்கொள்ள

முன்வந்தன. 288 பேர் பிரிட்டனுக்குச் சென்றனர். 224 பேரை பிரான்ஸும் 214 பேரை பெல்ஜியமும் 181 பேரை நெதர்லாந்தும் ஏற்றுக்கொண்டன. ஜிசெலாவின் குடும்பமும் ஜெரால்ட் குடும்பமும் பிரிட்டனைத் தேர்ந்தெடுத்தனர். குஸ்தாவ் நியாயமான மன திருப்தியுடன் காலியான செயிண்ட் லூயிஸ் கப்பலை ஜெர்மனியில் கொண்டுசென்று சேர்த்தார்.

இருந்தும் சபிக்கப்பட்ட பயணம் என்றே வரலாறு இந்நிகழ்வை நினைவில் வைத்திருக்கிறது. காரணம் பிரிட்டனுக்குச் சென்றவர்கள் மட்டுமே பாதுகாப்பாக இருந்தனர். மற்ற நாடுகளை ஹிட்லர் போரிட்டு ஆக்கிரமித்துக்கொண்டபோது யூதர்கள் மீண்டும் நாஜிகளால் சிறைபிடிக்கப்பட்டனர். அவர்களில் பலர் வதைமுகாம் களுக்கு அனுப்பிவைக்கப்பட்டனர். செயிண்ட் லூயிஸ் கப்பலைச் சேர்ந்த மொத்தம் 254 யூதர்கள் போரிலும் விவரிக்கமுடியாத வதைகளாலும் கொல்லப்பட்டனர். அமெரிக்கா அன்று கப்பலை அனுமதித்திருந்தால் இந்த 254 மரணங்களைத் தவிர்த்திருக்க முடியும். அமெரிக்கா ஏற்க மறுத்த அகதிகள் அல்லது அமெரிக்காவால் மறைமுகமாகக் கொல்லப்பட்ட அகதிகள் என்று இவர்கள் இன்று நினைவுகூரப்படு கிறார்கள். பின்னர் யூதர்கள் தங்களுக்கென்று ஒரு தாய்நாட்டை உருவாக்கிக்கொண்டபோது அவர்களை அமெரிக்கா ஆதரித்ததும் இன்றுவரை அந்த ஆதரவு தொடர்வதும் நமக்கெல்லாம் தெரிந்தது தான். ஆனால் இந்த ஆதரவு யூதர்களுக்கு மட்டும்தான், அகதிகளுக்கு அல்ல. சபிக்கப்பட்ட பயணங்கள் தொடர்ந்துகொண்டிருக்கின்றன.

செயிண்ட் லூயிஸ் நிகழ்வை ஹிட்லர் சாமர்த்தியமாகப் பயன்படுத்திக் கொண்டார். 'யூதர்களை நாங்கள் வெறுக்கிறோம், ஒடுக்குகிறோம் என்று குற்றம்சுமத்துகிறீர்களே. இந்தக் கப்பலுக்கு என்ன ஆனது என்று பாருங்கள். துறைமுகம் துறைமுகமாக நின்று மன்றாடிய போதும் ஒருவரும் யூதர்களை ஏற்றுக்கொள்ளவில்லை. செல்வத்தில் கொழிக்கும் அமெரிக்காவுக்குக்கூட யூதர்கள் தேவைப்படவில்லை என்பதைக் கவனியுங்கள். யூதர்கள் பயனற்றவர்கள், அவர்கள் நமக்கெல்லாம் பெருஞ்சுமை என்று நான் சொல்வதன் அர்த்தத்தை இப்போதாவது உலகம் புரிந்துகொண்டிருக்கும் என்று நம்புகிறேன்.'

உயிர் தப்பி கப்பலில் வந்துசேரும் அகதிகளையெல்லாம் திருப்பியனுப்பிக்கொண்டிருக்கும் இன்றைய உலகைக் கண்டால் ஹிட்லர் நிச்சயம் பெருமிதம் கொள்வார். ஹிட்லருக்குப் பிடித்த மான ஓர் உலகில்தான் நாம் அனைவரும் இன்று வாழ்ந்து கொண்டிருக்கிறோம்.

13

வரலாற்றில் அகதிகளும் அகதிகளின் வரலாறும்

‘என் கணவர் வீட்டில் இல்லை, வெளியில் போயிருக்கிறார்’ என்று சொல்லி கதவை வேகமாக மூடிவிட முயன்றார் அம்மா. ஆனால் அந்த இருவரும் கேட்பதாக இல்லை. கதவை அழுத்தித் திறந்து உள்ளே நுழைந்தார்கள். மொத்தம் இரண்டு பேர். ஏற்கெனவே சிறியதாக இருந்த எங்கள் வரவேற்பறையில் உள்ள நாற்காலிகளில் அமர்ந்துகொண்டார்கள். அவர்களை வெளியில் அனுப்புவது சாத்தியமில்லை என்பது புரிந்தது. வீடு திரும்பிய அப்பா அந்த இரு அதிகாரிகளையும் பார்த்து அதிர்ந்து நின்று விட்டார். நான் குளியலறைக்கு ஓடிச்சென்று கதவைத் தாழிட்டுக்கொண்டு அழ ஆரம்பித்தேன். அம்மாவும் அழுதுகொண்டு தான் இருந்தார். ஆனால் என்னை வெளியில் வரச் சொல்லி அப்பாவுக்கு விடைகொடுத்து அனுப்பச் சொன்னார். நான் அழுகையுடன் முத்தமிட்டு அப்பாவை அனுப்பிவைத்தேன். அப்பா அழாமல் இருப்பதற்குப் பிரயத்தனப்பட்டுக் கொண்டிருந்தார்.

இரண்டு மாதங்கள் கழிந்திருக்கும். மீண்டும் கதவு தட்டும் சத்தம். இந்த முறையும் இரண்டு பேர். அம்மாவை அழைத்துப் போக வந்திருக்கிறார்களாம். அப்படியானால் நான் மட்டும் தனியாக இருக்கவேண்டுமா? அம்மா கேட்டதற்கு அவர்களிடம் பதிலில்லை. என்னை என்ன செய்வது என்று அவர்களுக்கும் புரியவில்லை. இந்த வீட்டிலிருந்து ஒரு பெண்ணைக் கூட்டி வரவேண்டும் என்பது மட்டும்தான் அவர்களுக்கான உத்தரவாம். நானும் வருகிறேன் என்று தீர்மானமாக அவர்களிடம் சொன்னேன். என் அப்பாவும் அம்மாவும் எங்கே இருக்கிறார்களோ அங்கேயே நானும் இருந்து விடுகிறேன் என்று சொன்னேன். வேறு வழியின்றி அவர்கள் என்னையும் அழைத்துப் போய்விட்டார்கள்.

மே 1940ல் நடந்த இந்தச் சம்பவத்தை 55 ஆண்டுகள் கழித்து நினைவுகூர்ந்தார் அப்போது சிறுமியாக இருந்த ரெனேட். ஒரு யூதராக இருப்பது என்றால் என்னவென்று புரிந்துகொள்வதற்கு முன்பாகவே அதற்கான தண்டனை அவருக்கு அளிக்கப்பட்டு விட்டது. ஆனால் இதில் ஆச்சரியப்படுவதற்கு என்ன இருக்கிறது? லட்சக்கணக்கான யூதர்கள் அனுபவித்த துயரமல்லவா இது? பாவம் குழந்தை என்று நாஜிகள் எப்போதாவது தயங்கியிருக் கிறார்களா என்ன? எனில், எதற்காக ரெனேட்டைக் குறிப்பாக இங்கே நாம் கவனிக்கவேண்டும்? காரணம் ரெனேட்டும் அவருடைய குடும்பமும் கைது செய்யப்பட்டது ஜெர்மனியில் அல்ல, பிரிட்டனில். ரெனேட்டின் வீட்டுக் கதவைத் தட்டியவர்கள் நாஜிகள் அல்லர், பிரிட்டிஷ் டிடெக்டிக் அதிகாரிகள்.

1940 வாக்கில் கிட்டத்தட்ட ஆயிரக்கணக்கானவர்கள் ஹிட்லரின் ஜெர்மனியிலிருந்து தப்பி பிரிட்டனில் தஞ்சம் புகுந்திருந்தனர். ஜெர்மனியின் வெவ்வேறு பகுதிகளிலிருந்து சிதறடிக்கப் பட்டவர்கள் அவர். அவர்களில் சிலர் வணிகர்கள், சிலர் கலைஞர்கள், சிலர் செல்வந்தர்கள், சிலர் வீட்டு வேலை செய்துவந்த ஏழைகள். ஹிட்லரின் யூத வெறுப்பைக் கண்டு அஞ்சி ரெனேட்டின் குடும்பத்தினரைப்போல் அவர்கள் தப்பியோடி வந்திருந்தனர். ஜெர்மானியர்கள் போக, ஆஸ்திரியர்களும் இருந்தார்கள். ஹிட்லர் அந்நாட்டை ஆக்கிரமித்த தைத் தொடர்ந்து அங்குள்ள யூதர்களும் வேட்டையாடப்பட்டபோது ஆஸ்திரிய யூதர்கள் அடைக்கலம் நாடி பிரிட்டன் வந்திருந்தனர்.

அனுமதி பெற்று முறைப்படி கப்பலேறி வந்தவர்கள் ஒரு பக்கம். சம்பந்தப்பட்ட பல அதிகாரிகளுக்கு லஞ்சம் கொடுத்து பிரிட்டனில்

குடியேறியவர்கள் இன்னொரு பக்கம். இந்த இரண்டும் சாத்தியமில்லை என்று நினைத்தவர்கள், உயிர் போனால் போய் தொலைக்கட்டும் என்று துணிந்து முள்கம்பி வேலிகளுக்குள் படுத்தபடியே ஊர்ந்து வந்திருந்தனர். 1942வரை யூதர்களின் பிரிட்டன் வருகை தொடர்ந்து கொண்டிருந்தது. ஒரு குறிப்பின்படி கிட்டத்தட்ட 55,000 ஜெர்மானிய, ஆஸ்திரிய யூதர்கள் தங்களை அகதிகள் என்று பிரிட்டனில் பதிவு செய்துகொண்டார்கள். இவர்களில் 28,000 அகதிகள் பிரிட்டிஷ் அரசால் இழுத்துச் செல்லப் பட்டுத் தடுப்புக்காவலில் வைக்கப்பட்டபோது அவர்கள் அதிர்ந்து போயினர்.

நாங்கள் செய்த தவறு என்ன? ஹிட்லரிடம் இருப்பது ஆபத்தானது என்பதற்காகத்தான் ஓடிவந்தோம். அங்கே விடுதலைக் காற்று இல்லை என்பதால்தான் கடல்கடந்து இங்கே வந்தோம். நண்பர்களை, உறவினர்களை, குழந்தைகளைப் பறிகொடுத்த அதிர்ச்சியைத் தேக்கிவைத்தபடிதான் இங்கே வாழ்ந்துகொண்டிருக்கிறோம். பிரிட்டன் வந்துசேர்ந்தபிறகும் இன்னமும்கூட இரவில் அச்சமின்றி எங்களால் உறங்கமுடியவில்லை என்பதை நீங்கள் அறிவீர்களா? தலை குனிந்தபடியேதான் நாங்கள் சாலைகளில் நடக்கின்றோம் என்பதை நீங்கள் கவனித்திருக்கிறீர்களா? ஒவ்வொருமுறை பூட்ஸ் கால்கள் எங்களை நோக்கி விரைந்துவரும்போதும் நாங்கள் தன்னிச்சையாக நின்று, பின்வாங்குவது உங்களுக்குத் தெரியுமா? நண்பர்களே, எங்கள் உடலில் பாயும் ரத்தத்தில் உள்ள ஒவ்வொரு அணுவிலும் அச்சம் குடிகொண்டிருக்கிறது. அந்த அச்சத்தைப் போக்கடிக்கும் ஆற்றல் விடுதலைக்கு மட்டுமே இருக்கிறது. அதைத்தேடித்தான் பிரிட்டன் வந்தோம். இங்கும் ஏன் எங்கள் வீட்டின் கதவுகள் தட்டப்பட வேண்டும்? இங்கும் ஏன் நாங்கள் கைது செய்யப் படவேண்டும்? யூதர் என்பதற்காக அங்கே வேட்டையாடப்பட்டோம். இங்கு வேட்டையாடப்படுவது அகதி என்பதற்காகவா? எனில், சர்வாதிகாரத்துக்கும் ஜனநாயகத்துக்குமான வேறுபாடு இதுதானா?

அமெரிக்காவிலும் இதுதான் நடந்தது. 7 டிசம்பர் 1941 அன்று பர்ல் துறைமுகத்திலுள்ள (ஹவாய்) அமெரிக்கக் கடற்படைத் தளத்தின் மீது தாக்குதல் தொடுத்தது ஜப்பான். இந்தத் தாக்குதலில் ஆயிரக் கணக்கான அமெரிக்கர்கள் கொல்லப்பட்டனர். அதுவரை இரண்டாம் உலகப் போரில் பங்கேற்காமல் ஒதுங்கியிருந்த அமெரிக்காவை இந்தத் தாக்குதல் போருக்கு இழுத்து வந்தது. ஜப்பான்மீதான போர்ப் பிரகடனத்தை மறுநாளே வாசித்தார் அமெரிக்க அதிபர் ஃபிராங்ளின் ரூஸ்வெல்ட். ஆனால் அதற்கும் முன்பே, அதாவது

பர்ல் துறைமுகத் தாக்குதல் நடைபெற்ற சில மணி நேரங்களுக்குள் அமெரிக்காவில் வசித்துவந்த 1,200 ஜப்பானியர்களை எஃப்பிஐ அதிகாரிகள் கைது செய்தனர். போர் அறிவிப்புக்குப் பிறகு வேட்டை தீவிரமடைந்தது. ஒரு சில மாதங்களுக்குள் 1,10,000 ஜப்பானியர்கள் தடுப்புக்காவலின்கீழ் கொண்டுவரப்பட்டனர். அனுமதியின்றி தங்கியிருந்த ஜப்பானியர்கள் மட்டுமல்ல, முறைப்படி விண்ணப்பித்து அனுமதி பெற்று அமெரிக்கக் குடிமக்களாகவே மாறிவிட்ட ஜப்பானியர்களையும் அமெரிக்கா விட்டுவைக்கவில்லை.

இந்த ஜப்பானியர்கள்மீது எந்தவொரு குற்றச்சாட்டும் பதிவு செய்யப்படவில்லை என்பதைக் கவனிக்கவேண்டும். இன்ன காரணத்தால் உங்களை அழைத்துச் செல்கிறோம் என்று எதுவும் சொல்லப்படவில்லை. எங்களுக்கு உத்தரவு வந்திருக்கிறது, கிளம்பி வா என்று சொல்லி இழுத்துச்சென்றுவிட்டார்கள். பெண்கள், குழந்தைகள், முதியோர், நோயாளிகள் என்றெல்லாம் பார்த்துக் கொண்டிருக்கவில்லை. வண்டிகளில் கும்பல் கும்பலாக ஏற்றி அவர்களுடைய இருப்பிடத்தைவிட்டு வெகு தொலைவில் தள்ளி அமைக்கப்பட்டிருந்த பெரிய தடுப்புக்காவல் முகாமில் கொண்டு சென்று மணல் போல் சரித்து, உதிர்த்துவிட்டு அடுத்த இலக்கை நோக்கி நகர்ந்துசென்றார்கள்.

முகாமுக்கு வெளியில் ஆயுதம் தரித்த அமெரிக்க வீரர்கள் காவல் காக்க ஆரம்பித்தார்கள். இரவு வேளைகளில் ராணுவ வீரர்கள் கவனமாக ரோந்து சென்றனர். கைதிகளின் அசைவுகள் உன்னிப்பாகக் கவனிக்கப்பட்டன. உணவுக்கு ஒரு பெரிய வரிசை இருந்தது. குளிப்பதற்கு ஒரு வரிசை. குடிநீருக்கு இன்னொன்று. அதிகாரிகளின் பார்வைக்குப் படாமல் எதுவொன்றையும் ஒருவரும் செய்துவிட முடியாது. அந்த முகாமில் எரிந்துகொண்டிருந்த அடுப்பு, அமெரிக்க அரசியலமைப்புச் சட்டம் வரையறைத்துவைத்துள்ள விதிமுறை களையும் சேர்த்தே எரித்துப் பொசுக்கியது. எதற்காக இந்தத் தண்டனை என்று பல ஜப்பானியர்களுக்குத் தெரியவில்லை. எதற்காக இரும்பு வேலிகளுக்குள் அடைக்கப்பட்டிருக்கிறோம்? எதற்காக கிரிமினல் களைப்போல் ஒவ்வொரு விநாடியும் கண்காணிக்கப்படுகிறோம்? நாங்கள் இந்த மண்ணில் உழைத்துச் சம்பாதித்து சேர்த்த உடைமைகளைவிட்டு ஏன் நாங்கள் பிரிக்கப் பட்டிருக்கிறோம்? எங்கள் தவறுதான் என்ன? பிரிட்டனில் யூதர்கள் கேட்ட அதே கேள்வி.

ஒப்பீட்டளவில் பிரிட்டனின் யூதர்கள் அமெரிக்காவின் ஜப்பானியர் களைக் காட்டிலும் பாக்கியசாலிகள். மேற்கூரை இல்லாத

திறந்தவெளி தடுப்புகளில் பல ஜப்பானியர்கள் அடைபட்டுக் கிடந்தனர். குதிரை லாயங்களில் பல கைதிகள் படுத்துத் தூங்க வேண்டியிருந்தது. கழிவுகள் கொட்டிவைக்கும் கிடங்குகளில் கும்பல் கும்பலாக ஜப்பானியர்கள் நெருக்கியடித்து வாழநேர்ந்தது. ஒரு குடும்பத்தைச் சேர்ந்த உறுப்பினர்களைத் தனித்தனியே பிரித்து வெவ்வேறு முகாம்களுக்கு அனுப்பிவைத்தனர். கைதிகள் கட்டாய உடலுழைப்பில் ஈடுபடுத்தப்பட்டனர். கடினமான, ஆபத்தான பணிகளில் ஈடுபட்ட பல ஜப்பானியர்கள் சரிந்து கீழே விழுந்தபோது அவர்களுடைய உடல்களை அப்புறப்படுத்திவிட்டு வேறு கைதிகளை அவர்களிடத்தில் அமர்த்தினார்கள் அமெரிக்கர்கள். தற்கொலை முயற்சிகள் சர்வ சாதாரணமாக நடைபெற்றன.

ஹிகோஜி டக்கியூச்சி என்பவர் முகாமைவிட்டுச் சற்று தள்ளி அமைந்திருந்த வனப்பகுதிக்குள் நுழைந்து விறகுகளைச் சேகரித்துக் கொண்டிருந்தபோது அவர் உடலில் குண்டு பாய்ந்தது. உடா என்னும் 63 வயது ஜப்பானியர் தன்னுடைய முகாமுக்கு அருகிலிருந்த வேறொரு முகாமுக்குச் செல்லமுயன்றபோது ஓர் அமெரிக்க வீரரால் சுட்டுக்கொல்லப்பட்டார். அவர் தப்பிப்போகிறாரோ என்று அஞ்சி சுட்டுவிட்டேன் என்று பதற்றமின்றி பதிலளித்தார் அந்த வீரர். இந்த அச்சுறுத்தும் கொடுஞ்சூழலால் பல ஜப்பானியர்கள் மனச்சிதைவு நோய்க்கு உள்ளானார்கள். நாற்பதுகளில் இருந்த இசிரோ ஷிமோடா மனப்பிறழ்வு கொண்டு இருமுறை தற்கொலைக்கு முயன்று தோற்றுப்போனார். அவர் உடல்நலம், மனநலம் சரியில்லாதவர் என்பது முகாமில் இருந்த அனைத்து அமெரிக்கர் களுக்கும் தெரியும். இருந்தாலும் அவர் சுட்டுக்கொல்லப்பட்டார். சருகுபோல் உலர்ந்திருந்த அவரும்கூட விரைந்து தப்பியோடிச் செல்ல முயன்றார் என்று சொல்லப்பட்டது.

முகாமில் அடைபட்டுக்கிடந்த ஜப்பானியர்களுள் 30,000 பேர் குழந்தைகள். ஹிட்லரின் வதைமுகாம்களுக்கும் அமெரிக்க முகாம் களுக்கும் வேறுபாடே இல்லை என்று ஒருவரும் சொல்லிவிடக் கூடாது என்பதற்காக குழந்தைகளுக்காக முகாமில் பள்ளிகள் தொடங்கப்பட்டன. ஆனால் போதுமான வசதிகள் செய்து கொடுக்கப் படவில்லை. நோட்டு, பென்சில்கூட கொடுக்காமல் வேண்டா வெறுப்பாக ஏதோ கற்றுக்கொடுத்தார்கள். ஆனால் ஒரு விஷயத்தில் தெளிவாக இருந்தது அமெரிக்கா. ஜப்பானியக் குழந்தைகளுக்குத் தேசப்பற்று ஊட்டும் வகையில், நான் அமெரிக்காவை நேசிக்கிறேன், இந்த மண்ணுக்காக உழைப்பேன், எந்தத் தப்புத் தண்டாவும் செய்யமாட்டேன் என்பன போன்ற

உறுதிமொழிகளை ஜப்பானியக் குழந்தைகள் எடுக்குமாறு அறிவுறுத்தப்பட்டனர். அமெரிக்க தேசியக்கொடிக்கு மரியாதை செலுத்துவது அவர்களுடைய தினப்படி கடமையாக இருந்தது. ஜப்பானியக் குழந்தைகள் மெய்யான அமெரிக்கப் பற்றை வளர்த்துக்கொண்டுவருகிறார்களா என்பது கவனிக்கப்பட்டது. அதே சமயம், வகுப்புகள் நடைபெறும் கட்டடத்தில் ஜன்னல்கள் அதிகம் இல்லாதவாறும் பார்த்துக்கொண்டனர். குழந்தைகள்தான் என்றாலும் ஜப்பானியர்கள் அல்லவா?

பிரிட்டனில் யூதர்களும் அமெரிக்காவில் ஜப்பானியர்களும் தடுப்புக்காவலுக்குக் கொண்டுசெல்லப்பட்டதற்குக் காரணம் ஒன்றுதான். ஹிட்லர் அடுத்து பிரிட்டன்மீது போர் தொடுக்கப் போகிறார் என்னும் செய்தி அங்கிருந்த யூதர்களைக் கைது செய்ய போதுமானதாக இருந்தது. அமெரிக்காவிலிருந்த ஜப்பானியர்கள் கைது செய்யப்பட்டதற்கு பர்ல் துறைமுகம் தாக்குதலே ஒரே காரணம். இந்த இரு காரணங்களையும் ஆராய்ந்து பார்த்தால் கசப்பான, கோரமான ஓர் உண்மை வெளிப்படுகிறது.

ஆயிரம் இருந்தாலும் யூதர்கள் ஜெர்மானியர்கள் இல்லையா? ஹிட்லர் படையெடுத்துவரும்போது அவர்கள் கட்சி மாறி ஹிட்லரை ஆதரித்து இங்கே ஓர் எழுச்சியையோ கலகத்தையோ நடத்தினால் என்னாகும்? ஆயிரம் பிரச்னைகள் இருந்தாலும் யூதர்களுக்கு ஜெர்மானிய தேசப்பற்று இருக்கத்தானே செய்யும்? அதை அவர்களுடைய ரத்தத்திலிருந்து துடைத்து அழித்துவிட முடியுமா என்ன? தவிரவும், இன்னொரு பெரும் அபாயமும் இருக்கிறது. இந்த யூதர்களில் பலர் உளவாளிகளாகவும் இருக்கக் கூடும் அல்லவா? நீ முன்னால் போய் உளவறிந்து தகவல் கொடு, தோதான நேரம் வாய்க்கும்போது நான் வந்து தாக்குகிறேன் என்று சொல்லி ஹிட்லரே ஏன் இவர்களை அனுப்பிவைத்திருக்கக் கூடாது? ஜெர்மனியின் ராணுவத் திட்டமாகவும் இது இருக்கலாம் அல்லவா? வெளியில் யூதர்களை வெறுப்பதாகவும் கொல்வதாகவும் சொல்லிக்கொண்டு நாஜிகள் அவர்களோடு ரகசியக்கூட்டு வைத்திருக்கலாம் அல்லவா?

அமெரிக்காவின் சந்தேகமும் இதுதான். ஜப்பான் என்னுடைய கடற்படைத் தளத்தில் தாக்குதல் தொடுத்ததற்கு இங்கிருக்கும் ஜப்பானியர்களே காரணம் என்று நான் ஏன் சந்தேகப்படக்கூடாது? ஜப்பான் என் எதிரி என்னும்போது ஜப்பானியர்களும் என்

எதிரிகள்தானே? அவர்களை எப்படி என் சொந்த மண்ணில் நான் இனியும் அனுமதிக்கமுடியும்? ஜப்பான் என்மீது போர் தொடுக்கும், ஆனால் நான் மட்டும் ஜப்பானியர்களிடம் அமைதி காக்க வேண்டுமா? ஏமாளி போல் வந்தாரை வரவேற்று வாழ வைத்துக் கொண்டிருக்க வேண்டுமா?

பிரிட்டன் யூதர்களை நம்பமறுத்ததைப்போலவே அமெரிக்காவும் ஜப்பானியர்களை நம்ப மறுத்தது. அதனால்தான் யூதக் குழந்தை களைக்கூடச் சந்தேகக் கண் கொண்டு அணுகினார்கள் பிரிட்டிஷ் அதிகாரிகள். அதனால்தான் ஜப்பானியக் குழந்தைகளின் சிறிய கரங்களில் அமெரிக்கக் கொடிகளைப் பலவந்தமாகத் திணித்தார்கள் அமெரிக்கர்கள். ஹிட்லரின் தவறுகளுக்கு யூதர்கள் அனைவரும் பொறுப்பேற்கவேண்டும் என்று எதிர்பார்க்கப்பட்டது. ஜப்பான் அரசின் குற்றத்துக்கு ஜப்பானியர்கள் அனைவரையும் தண்டிக்க வேண்டும் என்று அமெரிக்கா நம்பியது.

அமெரிக்காவைத் தங்களுடைய தாய்நாடாக ஏற்று தலைமுறை தலைமுறையாக அமெரிக்கர்களோடு அமெரிக்கர்களாக வளர்ந்து வாழ்ந்துவந்த ஜப்பானியர்களைத் திடீரென்று சந்தேகிக்க ஆரம்பித்தது அமெரிக்கா. ஹிட்லர் யூதர்களைத்தான் தேடித்தேடி அழித்துக் கொண்டிருந்தார். அவர்களுடைய உடலையும் உள்ளத்தையும்தான் வதைத்துக்கொண்டிருந்தார் என்று நன்கு தெரிந்திருந்தும் யூதர்களை ஹிட்லரின் உளவாளிகளாக பிரிட்டனால் பார்க்கமுடிந்தது. ஹிட்லர் கொண்டிருந்த அணுகுமுறையும் இதுவேதான். யூதர்கள் அனைவரும் எதிரிகள் என்றுதான் அவரும் சொன்னார். அதையே தான் பிரிட்டனும் சொன்னது. ஹிட்லரை எதிர்த்துப் போரிட்ட அமெரிக்காவும் ஹிட்லரின் கண்களால்தான் ஜப்பானியர்களைப் பார்த்தது. ஹிட்லரிடமிருந்தது இனவெறி என்றால் பிரிட்டனிடமும் அமெரிக்காவிடமும் இருந்தது அதே இனவெறிதான். ஹிட்லர் அளவுக்கு இந்த இரு நாடுகளின் இனவெறி தீவிரமாக வெளிப்பட வில்லை என்று வேண்டுமானால் சொல்லிக்கொள்ளலாம்.

அகதிகளை அந்நியர்களாகப் பார்க்கும் போக்கு வரலாற்றில் நீண்ட காலமாகவே இருந்து வந்திருக்கிறது. இரண்டாம் உலகப் போரின் போது அமெரிக்காவும் பிரிட்டனும் எப்படி இருந்தனவோ அப்படித்தான் இன்றும் பல நாடுகள் இருக்கின்றன. காலமும் சூழலும் மட்டும் தான் மாறியிருக்கின்றன. அகதிகள் அனைவரும் துரோகிகள் அல்லது துரோகிகளாக மாறப்போகிறவர்கள் என்னும் கண்ணோட்டம் மாறவில்லை. அகதிகளைத் தடுப்புமுகாமில்

அடைத்து வைக்கும் வழக்கம் மாறவில்லை. அகதிகளின் சுதந்தரத்தைக் கட்டுப்படுத்தும் முறையில் மாற்றமில்லை. அகதிகள் தாக்கப்படுவதும் கொல்லப்படுவதும்கூடத் தொடர்கின்றன.

கவனம், குழந்தைகளும் சந்தேகத்துக்குரியவர்கள்தாம். முதியோரும் பெண்களும்கூட எந்நேரமும் அணிமாறலாம், நாம்தான் எச்சரிக்கையாக இருக்கவேண்டும். நம்மைப் போன்றவர்களில்லை அவர்கள். அவர்கள் அந்நியர்கள். அந்நியர்களால் நம் நம்பிக்கையை என்றென்றும் வென்றெடுக்கமுடியாது. அந்நியர்களால் நம்மோடு ஒன்றுகலக்க முடியாது. அவர்கள் நம்முடைய பாரங்கள். அவர்களை இறக்கி வையுங்கள். அவர்கள் இல்லாது போனாலும் பிரச்னையில்லை. இன்னும் சொல்லப்போனால் அதுவே நமக்கெல்லாம் நல்லது.

14

மனிதர்கள் படைத்த உலகம்

'எங்கள் பேருந்துகளை மக்கள் சுற்றி வளைத்துக் கொண்டார்கள். அவர்கள் போட்ட கூச்சலை வைத்துப் பார்க்கும்போது அவர்கள் எங்களை வரவேற்கிறார்கள் என்பதைப் புரிந்து கொண்டோம். பலர் ஓடிவந்து எங்கள் கைககளில் சில பரிசுப்பொருள்களைத் திணித்தார்கள். சிலருக்குப் பேரிச்சம் பழங்கள் கிடைத்தன. சிலருக்கு பாதாம் வகைகள். வறுகடலையை யும் உலர்ந்த திராட்சைகளையும் சிலர் கை முழுக்க அள்ளிக் கொண்டுவந்து அளித்தார் கள். திறந்திருந்த ஜன்னல் வழியாக பெரிய மாதுளம்பழங்களும் எங்களை வந்தடைந்தன.'

கிறிஸ்டினா ஸ்க்வார்கோவுக்கு அது மறக்க முடியாத ஒரு தினம். தன்னுடைய இரு கரங்களில் இரு குழந்தைகளைப் பற்றிக்கொண்டு பேருந்திலிருந்து மிரட்சியுடன் இறங்கிய கிறிஸ்டினாவின் அச்சம் சில நிமடங்களில் முற்றாக வடிந்துபோய்விட்டது. விரைவில் அவர் முகத்தில் புன்னகையொன்றும் அரும்பியது. கடைசியாக இப்படி உலகை மறந்து மனம் முழுக்க நிம்மதி படர்ந்தது எப்போது? நினைவிலில்லை. அந்தத் தருணத்தை அவர் நிரந்தரமாகத் தன்னுடன் நினைவுகளில் தேக்கிவைத்துக்கொள்ள விரும்பினார்.

'என்னை இந்தப் புண்ணிய மண்ணில் இறக்கிவிட்ட இந்தப் பேருந்தை நான் என்றென்றும் மறக்கமாட்டேன். நீ யார், இங்கே ஏன் வந்தாய் என்று முறைக்காமல் என்னை வரவேற்ற இந்த மக்களை நான் மறக்கமாட்டேன். வரவேற்றதோடு நில்லாமல், நீண்டகாலம் பழகிய நண்பர்களைப் போல், ரத்தச் சொந்தங்களைப் போல் என்னென்னவோ அள்ளித்தரும் இவர்களுடைய வெளுத்த கரங்களை நான் என்றென்றும் நன்றியுடன் முத்தமிட விரும்புகிறேன். இவர்களுடைய ஆரவாரமான கூச்சல்கள் என் காதுகளில் எப்போதும் நிறைந்திருக்கவேண்டும். என் மனத்தின் இருளைப் போக்கடிக்கும் சக்தி இவர்களுடைய பிரதிபலன் பாரா பாசத்துக்கு மட்டுமே இருக்கிறது. என் வலிகளை, இழப்புகளை, அச்சங்களைப் போக்கும் வெளிச்சம் இவர்களுடைய புன்னகையில் இருந்து உதிப்பதைப் பார்க்கிறேன். இந்த இடத்தின் பெயர்கூட எனக்குத் தெரியாது. இவர்களுடைய மொழி எனக்கு அந்நியமானது. இவர்களுடைய கலாசாரமும் பண்பாடும் என்னுடையதைவிட மிகவும் வேறுபட்டவை. என் வாழ்நாளில் இவர்களுடைய பெயர்களைச் சரியாக நான் உச்சரிப்பேனா என்று தெரியாது. நான் ஓர் அகதி என்று இவர்களுக்குத் தெரியும். இருந்தும் என் நடுங்கும் கரங்களில் செழிப்பான மாதுளம்பழங்களை வைத்து இவர்கள் அழுத்துகிறார்கள். இவர்களுக்கு என்னால் என்ன கைமாறு செய்துவிடமுடியும்?'

1939ம் ஆண்டு போலந்தின்மீது தாக்குதல் தொடுத்து இரண்டாம் உலகப் போரை அதிகாரபூர்வமாகத் தொடங்கிவைத்தது ஹிட்லரின் ஜெர்மனி. ஜெர்மனியின் நீண்ட கொடுங்கரங்களிலிருந்து தப்பிப் பிழைக்க போலந்து மக்கள் நாலாபுறமும் சிதறியோடினர். அவர்களில் ஒரு பகுதியினர் சோவியத் யூனியனுக்குச் சென்றனர். பலர் அங்கிருந்தும் கிளம்பி மேற்கு ஆசியாவை நோக்கி விரைந்தனர். போலிஷ் மக்கள் மட்டுமல்ல, கிழக்கு ஐரோப்பிய நாடுகளைச் சேர்ந்த பலரும் போரின் பிடியிலிருந்து தப்ப மேற்கு ஆசியா நாடுகளையே தேர்ந்தெடுத்தனர். குறிப்பாக, எகிப்து, பாலஸ்தீன், சிரியா, இரான் ஆகிய நாடுகளே இவர்களுடைய முதன்மையான தேர்வுகளாக இருந்தன. காரணம் ஒன்றுதான். இந்த நாடுகள் மட்டும்தான் முகஞ்சுளிக்காமல் அகதிகளுக்காகக் கதவுகளைத் திறந்துவிட்டன. கிறிஸ்டினா ஸ்க்வார்கோ ஒரு போலந்து அகதி. அவர் வந்திறங்கியது இரானில். பாவம், எப்போது சாப்பிட்டார்களோ என்று நினைத்து அவர் கரங்களிலும் அவருடன் வந்த மற்ற அகதிகளின் கரங்களிலும் உணவுப்பொருள்களைத் திணித்தவர்கள் பெர்ஷியர்கள்.

சாமானிய இரானிய பெர்ஷியர்கள். அவர்களுக்குப் போலந்து பற்றி என்ன தெரிந்திருக்கும்? யூதர்கள் குறித்தோ ஹிட்லரின் இனத் தூய்மை கோட்பாடு குறித்தோ அவருடைய அகண்ட ஜெர்மானியக் கனவு குறித்தோ அவர்கள் யோசித்திருக்கிறார்களா? நடைபெற்றுக் கொண்டிருப்பது ஒரு சாதாரண மோதல்ல, மாபெரும் போர் என்பதை அவர்கள் உணர்ந்திருந்தார்களா? பேருந்து பேருந்தாக வந்து இறங்கும் அந்நியர்களைக் கண்டு அவர்கள் அச்சப்படவில்லையா? 'நீங்களெல்லாம் ஏன் எங்கள் நாட்டுக்கு வந்து சேர்ந்திருக்கிறீர்கள்?' என்று ஏன் அவர்கள் வினா தொடுக்கவில்லை? 'எங்களுக்கு ஏற்கெனவே இருக்கும் பிரச்னைகள் போதாதென்று நீ வேறா' என்று அவர்கள் சிடுசிடுக்கவில்லை. 'ஒருவேளை இங்கேயே நிரந்தரமாகத் தங்கி என் வளங்களை அனுபவிக்கத் தொடங்கிவிடுவாயோ?' என்று அஞ்சவில்லை. 'உன்னைப் போன்றவர்கள் பெருகி என் வேலை வாய்ப்புகளைப் பறித்துவிட்டால் என்ன செய்வேன்?' என்று தயங்கவில்லை. 'நீ பயங்கரவாதியாக இருந்தால் என்ன செய்வது?' என்று கவலைப்படவில்லை.

கிறிஸ்டினாவையும் அவரைப் போலவே பேருந்திலிருந்து நடுங்கியபடி இறங்கிய மற்ற அகதிகளையும் இரானிய பெர்ஷியர்கள் அகதிகளாகப் பார்க்கவில்லை. அந்தப் பெருங்கூட்டத்தை ஒரு சிறிய சொல்லுக்குள் அடக்கிவிடமுடியும் என்று அவர்களுக்குத் தோன்றவில்லை. கிறிஸ்டினா அகதியா? அவரை நிமிர்ந்து நிமிர்ந்த பார்த்தபடி வெறித்த கண்களுடன் நிற்கும் அவருடைய குழந்தைகளும் அகதிகளா? அடர்ந்த தாடி, மீசையுடன் நிற்கும் ஆடவர்கள் அனைவரும் அகதிகளா? ஏதேனும் ஆபத்து நேர்ந்து விடுமோ என்று அஞ்சி கூட்டத்தோடு கூட்டமாகத் தங்களை மறைத்துக்கொள்ளும் இந்தப் பெண்களை அகதிகள் என்றா அழைப்பது? அது ஓர் அரசியல் சொல் அல்லவா? அவர்கள் நகமும் சதையுமான மக்கள். அவர்கள் மனிதர்கள். சக மனிதர்களாக நாம் செய்யவேண்டியதெல்லாம் ஒன்றுதான். அவர்களுக்கு நாம் அடைக்கலம் தந்தாகவேண்டும். பசித்திருக்கும் இந்த மனிதக் கூட்டத்துக்கு உணவு தேவைப்படுகிறது. சில பழங்களைப் பகிர்ந்து கொடுத்தால் நாம் குறைந்துபோய்விடுமோ என்ன?

மக்கள் மட்டுமல்ல இரானிய அரசுமேகூட அகதிகளுக்கு முடிந்த உதவிகளைச் செய்துகொடுத்தது. அகதிகளுக்கான முகாம்கள் துரித கதியில் உருவாக்கப்பட்டன. உபயோகமற்ற, சிதிலமடைந்த கட்டடங்களில் மேஜை நாற்காலிகளை இழுத்துப் போட்டு மருத்துவர்களையும் செவிலியர்களையும் அமர வைத்தார்கள். அகதிகளுக்குத் தொற்று நோய் இருக்கிறதா என்பது ஆராயப்

பட்டது. கிறிஸ்டினாவைப் போலன்றி பல போலிஷ் அகதிகள் உள்ளே நுழையும்போதே நடைபிணமாக வந்திருந்ததால் மக்களின் அன்பையும் மீறி அவர்கள் சரிந்து விழுந்தனர். பலர் நிற்கவும் திராணியற்று மெலிந்து கிடந்தனர். எலும்பும் தோலுமாகப் பலர் சுருங்கிப்போயிருந்தனர்.

'மர வேலைகள் செய்யும் அனுபவம் மிக்க நண்பர் ஒருவர் எனக்கு இருந்தார். அகதிகள் வந்துசேர்ந்த பிறகு இப்போது அவருக்கு வேறொரு வேலை கொடுக்கப்பட்டிருக்கிறது. இப்போது அவர் காலை முதல் இரவு வரை சவப்பெட்டிகளை உருவாக்கிக்கொண்டிருக்கிறார். சவப்பெட்டிக்கான தேவை குறைவதாகவே இல்லை. அவர் எத்தனை பெட்டிகளை உருவாக்கினாலும் போதவில்லை. ஒரு நாளைக்குக் குறைந்தது ஐம்பது புதிய பெட்டிகள் தேவைப்பட்டன' என்கிறார் கோலம் அப்துல் ராஹிமி.

நீ எத்தனை செலவு வைக்கிறாய் பார் என்று ஒருவரும் அகதிகளிடம் எரிந்து விழுந்ததாகத் தெரியவில்லை. பெருகும் செலவுகளுக்கு என்ன செய்யலாம் என்று மட்டுமே யோசித்தார்கள். அதற்கொரு வழி கிடைத்தது. அகதிகளை ஏன் சுமைகளாக மட்டும் கருத வேண்டும்? நோயற்றவர்களும் திராணியற்றவர்களும் போக பலர் திடகாத்திரமாகவும் இருக்கிறார்கள் அல்லவா? அவர்கள் இதற்கு முன்பு உழைத்துதானே பிழைத்து வந்தார்கள்? அதே வாய்ப்புகளை இங்கும் வழங்கினால் என்ன? அவர்களிடமிருந்து கிடைக்கும் வருமானத்தைக் கொண்டே அவர்களைப் பராமரிப்பது சாத்தியம் இல்லையா? தவிரவும், அவர்களும் வெறுமனே கூட்டுக்குள் அடைந்துகிடக்கவேண்டியிருக்காது அல்லவா?

இரானின் தலைநகரம் தெஹ்ரானிலும் அதற்கு வெளியிலும் உருவாக்கப் பட்டிருந்த முகாம்கள் தாற்காலிகத் தொழில்கூடங்களாக மாறின. போலிஷ் அகதிகள் தங்களுக்குத் தெரிந்ததைச் செய்ய ஆரம்பித்தனர். ஒவ்வொரு அகதிக்கும் எதில் அனுபவம் இருக்கிறது என்பதைக் கேட்டறிந்து அதற்கேற்ப பணிகளை வழங்கினார்கள். சிலர் இயந்திரங்களைப் பழுது பார்த்தார்கள். சிலர் சமையலில் இறங்கினார் கள். சிலர் காலணிகளை உருவாக்கினார்கள். சிலருக்குக் கட்டுமானப் பணிகள் ஒதுக்கப்பட்டன. விறகு வெட்டுதல், சுத்தப்படுத்துதல் என்று தொடங்கி ஒவ்வொருவருக்கும் செய்வதற்கு ஏதேனும் இருந்தது.

எல்லோரும் முகாம்களில் தங்கவைக்கப்படவில்லை. பலருக்கு காத்திரமான கட்டடங்கள் ஒதுக்கப்பட்டன. பழுதடைந்த கட்டடங்

களைச் சீர்செய்து அவற்றில் அகதிகளைக் குடியமர்த்தினார்கள். இங்கு வசித்த போலிஷ் குடும்பங்களுக்கு தாம் ஓர் அந்நிய நாட்டில் இருக்கிறோம் என்னும் உணர்வே ஏற்படவில்லை. வேலைக்குப் போவது, கடை வீதிகளுக்குச் செல்வது, பிடித்ததைச் செய்வது என்று இயல்பான ஒரு வாழ்க்கை முறைக்கு அவர்கள் மாறினர். போர் முடிவடையும்வரை காத்திருக்கவேண்டியதில்லை என்பதால் போலிஷ் குழந்தைகள் சேர்ந்து படிக்க பள்ளிக்கூடங்கள் உருவாக்கப்பட்டன. குடும்பத்திலுள்ள பெண்கள், ஆண்கள் இருவரும் பணிபுரிந்ததால் ஓரளவுக்கு வசதியாகவே அவர்களால் வாழமுடிந்தது. எந்த அளவுக்கு என்றால் சிலர் சொந்தமாகத் தொழில் முயற்சிகளில் இறங்கி வெற்றி பெறவும் ஆரம்பித்துவிட்டனர்.

அப்போதும்கூட இரானிய மக்களிடமிருந்து எந்தவித எதிர்ப்பும் கிளம்பிவரவில்லை என்பதைக் கவனிக்கவேண்டியிருக்கிறது. ஆசியர்கள் எங்கள் வேலைகளைத் திருடிக்கொள்கிறார்கள், அந்நியர்கள் இங்கே தொழில் தொடங்கி செல்வத்தில் கொழிக்கிறார்கள், இஸ்லாமியர்கள் இங்கே வந்து அமெரிக்காவின் கலாசரத்தை அழிக்கிறார்கள் என்று அமெரிக்கர்கள் இன்று கூச்சலிடுவதைப் போல் இரானியர்கள் ஒருவரும் அன்று பதறவில்லை. இதனால் தான் அகதிகளைச் சேர்க்கவேண்டாம் என்று சொன்னோம் என்று ஒருவரும் கொடி பிடிக்கவில்லை. நம்முடைய புனித இஸ்லாமிய பண்பாடு அகதிகளால் சீரழிந்துவிட்டது என்று மதவாதிகள் யாரும் வெறுப்பு அரசியல் வளர்க்கவில்லை. அரசை நம்பிப் பலனில்லை, வாருங்கள் நம் மண்ணில் பரவியிருக்கும் நச்சு வேர்களை நாமே அகற்றுவோம் என்று எந்தக் குழுவும் தடியைத் தூக்கவில்லை. அவர்கள் உழைப்பு, அவர்கள் சம்பாத்தியம், இதில் நாம் தலையிடுவதற்கு என்ன இருக்கிறது என்று அவர்கள் அமைதியாக ஒதுங்கி நின்றார்கள். போலிஷ் அகதிகளில் கணிசமானவர்கள் யூதர்கள் என்பதையும் யூத வெறுப்பு என்பது ஜெர்மனிக்கு மட்டுமே சொந்தமானதல்ல அது உலகம் தழுவியது என்பதையும் நாம் மறக்கக்கூடாது. ஆனால் இரானிய பெர்ஷியர்களை இந்த வெறுப்பும் தீண்டவில்லை.

இரானுக்கு வந்து சேர்ந்த போலிஷ் அகதிகளின் தோராய எண்ணிக்கை 1,16,000. நான் இருநூறு பேரை மட்டுமே எடுத்துக்கொள்வேன், இல்லை இல்லை நீ பெரிய நாடு, குறைந்தது இரண்டாயிரம் பேரை ஏற்கவேண்டும் என்றெல்லாம் வளர்ந்த நாடுகள் பல இன்று பேரம் பேசிக்கொண்டிருப்பதைப் பார்க்கும்போது ஒரு லட்சத்துக்கும் அதிகமானோரை ஏற்று அரவணைத்த இரானும் இரானியர்களும் இன்றைய பார்வையில் பல மடங்கு உயர்ந்து நிற்கிறார்கள்.

போலிஷ் அகதிகளுக்கு அரசாங்கத்திடமிருந்தும் ரெட் கிராஸ் போன்ற அமைப்புகளிடமிருந்தும் நன்கொடைகள் திரண்டு வந்து கொண்டிருந்தன. அவர்களோடு போட்டிப்போட்டுக்கொண்டு சாமானிய மக்களும்கூட முகாம்களுக்கு வருகை தந்து கம்பளி ஆடை, ரொட்டி, குழந்தைகளுக்கான விளையாட்டுப் பொருள்கள் என்று வீட்டிலிருந்து எதையோ கொண்டுவந்து கொடுத்துக்கொண்டே இருந்தார்கள். இதனால் போலிஷ் அகதிகளால் இரானிய மக்களோடு எந்தவிதச் சங்கடமும் இன்றி இயல்பாக ஒன்று கலந்து உறவாடமுடிந்தது. பெர்ஷியர்களின் பரிசுத்தமான நேசம் போலிஷ் அகதிகளை ஈர்த்தது என்றால் போலிஷ் அகதிகளின் உழைப்பும் அக்கறையும் பெர்ஷியர்களைக் கவர்ந்தன.

அகதிகள் தங்கள் இருப்பிடங்களைச் சுத்தமாக வைத்திருந்தது பெர்ஷியர்களைக் கவர்ந்தது. முகாமை வீடுபோல் கருதி அகதிகள் அதை அழகுபடுத்தியிருந்ததையும் சுற்றிலும் பூச்செடிகளை நட்டுப் பராமரித்து வந்ததையும் கண்டு பெர்ஷியர்கள் மகிழ்ந்தனர். வீட்டுப் பணிகளுக்கு போலிஷ் பெண்களை நியமிக்க பெர்ஷியக் குடும்பங்கள் ஆர்வம் செலுத்தின. அவர்களிடம் நேர்மையும் நேர்த்தியும் நிறைந்திருந்தன என்பது மட்டுமல்ல காரணம். போலந்து பழக்கவழக்கங்கள் குறித்து அந்தப் பெண்களிடம் பல கதைகள் கேட்டு அறிந்துகொள்ளலாம் அல்லவா? வேலை கிடக்கட்டும் வா என்று இழுத்து உட்கார வைத்து சைகையிலும் உடைந்த சொற்களிலும் பல கேள்விகளை பெர்ஷியப் பெண்கள் எழுப்பினார்கள். உன் நாட்டில் பெண்கள் எப்படித் தங்களை அலங்கரித்துக் கொள்வார்கள்? என்ன மாதிரியான ஆடைகளை அணிந்து கொள்வீர்கள்? மணி மாலைகள் அணியும் வழக்கமிருக்கிறதா? அழகு சாதனப் பொருள்கள் நிறைய பயன்படுத்துவீர்களோ? எனில் எப்படிப் பட்ட பொருள்கள்? நீங்கள் துணி தைப்பதில் வல்லவர்கள் என்கிறார்கள், எப்படிப்பட்ட ஆடைகளைத் தைப்பீர்கள்? தயவு செய்து எனக்கு கற்றுக்கொடுக்கமுடியுமா?

மேற்கத்திய நாகரிகம் என்றால் என்ன என்பதை பெர்ஷியப் பெண்கள் போலிஷ் பெண்களிடமிருந்து விரிவாகக் கற்றுக் கொண்டனர். பெரும்பாலான சமயங்களில் பெர்ஷிய எஜமானி களைக் காட்டிலும் பணியாற்றும் போலிஷ் பெண்கள் அதிகம் படித்தவர்களாக இருந்தனர். ஆனால் இது அவர்களுக்கிடையிலான உறவை எந்த வகையிலும் பாதிக்கவில்லை. மாறாக, வலுப்படுத்தவே செய்தது. இன்று உன்னிடமிருந்து நான் ஒரு புதிய விஷயத்தைக்

கற்றுக்கொண்டேன், நன்றி. நான் உனக்கொன்றைக் காட்டுகிறேன் வா என்று இழுத்துச் சென்று கற்றுக்கொடுத்தார்கள்.

இந்தப் பரிமாற்றம் முக்கியமான மனமாற்றத்தை இரு தரப்பிலும் ஏற்படுத்தியது. யூத வெறுப்பு போலவே இஸ்லாமிய வெறுப்பும் உலகம் தழுவியதுதான். போலிஷ் அகதிகளில் பலருமேகூட இந்த வெறுப்புக்கு இரையாகியிருந்தனர். இரானில் வந்து மாட்டிக் கொண்டோமே, இந்த இஸ்லாமியர்கள் நம்மை எப்படி நடத்து வார்களோ என்று அஞ்சியிருந்த போலிஷ் அகதிகள் அங்கே கிடைத்த அரவணைப்பைக் கண்டு வெட்கமடைந்தனர். இவர்களைத் தவறாக நாம் நினைத்துவிட்டோமோ என்று மனம் வருந்தினர். போலவே, யூத வெறுப்புடன் இருந்த இரானியர்கள் போலிஷ் அகதிகளை நெருக்கத்தில் கண்டதும் தங்கள் நிலைப்பாட்டை மாற்றிக்கொண்டனர். மொழி, மதம், கலாசாரம், பழக்க வழக்கம் எதுவொன்றும் அவர்களை பிரித்துவைக்கவில்லை. நம்மிடம் பல வேறுபாடுகள் இருப்பது உண்மை. ஆனால், அருகருகே அமர்ந்து ஆளுக்கொரு கோப்பை தேநீர் அருந்தியபடி உரையாடும்போது இந்த வேறுபாடுகள் அனைத்தும் ஒவ்வொன்றாக முறிந்து விழுந்து விடுகின்றன என்பதை அவர்கள் அனுபவப்பூர்வமாக உணர்ந்தனர். இரு வேறு மக்கள் குழுவுக்கு இடையில் உரையாடல் மட்டுமல்ல, ஆரோக்கியமான நட்புறவும் சாத்தியம் என்பதை அவர்கள் கண்டு கொண்டனர்.

போர் முடிவடைந்த பிறகும், முகாம்கள் மறைந்துபோன பிறகும் போலிஷ் அகதிகள் பலர் இரானைவிட்டு வெளியேறவில்லை. போலிஷ் பெண்கள் சிலர் பெர்ஷிய ஆண்களைத் தீவிரமாகக் காதலித்துக்கொண்டிருந்தனர். பெர்ஷியப் பெண்கள் முகாமில் வசிக்கும் போலிஷ் ஆண்களைத் திருமணம் செய்துகொண்டு தெஹ்ரானில் ஒரு புதிய வாழ்வைத் தொடங்கியிருந்தார்கள். போலிஷ் அம்மாவுக்கும் பெர்ஷிய அப்பாவுக்கும் பிறந்த குழந்தைகளும் போலிஷ் அப்பாவுக்கும் பெர்ஷிய அம்மாவுக்கும் பிறந்த குழந்தைகளும் இரானிய மண்ணில் தவழ்ந்துசெல்ல ஆரம்பித்தன. மாறுபட்ட இரு உலகங்கள் ஒன்றிணைந்து ஒரு புதிய உலகைப் படைக்கமுடியும் என்பதற்கான அத்தாட்சி இந்தக் குழந்தைகள். அப்பாவிடமிருந்து ஒரு மொழியையும் அம்மாவிடமிருந்து இன்னொன்றையும் இந்தக் குழந்தைகள் கற்றுக்கொள்ளும். ஆனால் இருவருமே அகதி என்னும் சொல்லையும் அதன் பொருளையும் அந்தக் குழந்தைகளுக்கு அநேகமாகக் கற்றுக்கொடுக்கமாட்டார்கள்.

15

நரகம் எப்படி இருக்கும்?

ஒரு தவளையைப்போல் கைகளையும் கால்களையும் பரப்பிக்கொண்டு கிடந்தது அந்த உடல். அந்த அடர்ந்த காட்டுப் பகுதிக்கு அருகில் மனிதர்கள் வசிக்கக்கூடிய ஒரே இடம் அகதி முகாம் மட்டும்தான் என்பதால் அந்த உடலுக்குச் சொந்தக்காரர் ஓர் அகதியாகத்தான் இருக்கவேண்டும் என்று யூகித்தார்கள். காவல் துறையினர் வந்து சேர்ந்தனர். உடலைச் சுற்றி சாக்பீஸ் கோடுகள் வரைந்து, படம் எடுத்துக் கொண்டார்கள். அது ஓர் ஆணின் உடல் என்பதை மட்டும்தான் உத்திரவாதமாகச் சொல்லமுடிந்தது. பத்திரிகையாளர்கள் பல கேள்விகளை வீசினார்கள். அவர் அகதியா? அவர் கொல்லப் பட்டிருக்கிறாரா? யார் கொன்றது? சீருடை அணிந்த அதிகாரிகள் எதற்கும் பதிலளிக்க வில்லை. உடலை அள்ளியெடுத்துக்கொண்டு கிளம்பிவிட்டார்கள்.

அருகிலுள்ளவர்களிடம் பேச்சுகொடுத்தபோது சில தகவல்கள் கிடைத்தன. ஆம், அவர் அகதிதான். எந்த நாட்டிலிருந்து வந்தவர் என்பது தெரியவில்லை. ஆனால் உள்ளூர் மக்கள் அவரைப் பார்த்திருக்கிறார்கள். நினைவிலும் வைத்திருக்கிறார்கள். காரணம், அவர் மனவளர்ச்சி குன்றியவர். அவரை யாரேனும்

தாக்கியிருக்கலாம். அல்லது ஒரு கும்பல் அடித்துக் கொன்றிருக் கலாம். எதற்காக என்று தெரியவில்லை, ஆனால் உடலில் உள்ள காயங்களைப் பார்க்கும்போது நடந்திருப்பது கொலை என்பது உறுதியாகிறது. இது நடந்தது மானுஸ் தீவு என்னுமிடத்தில். உலகின் பார்வையிலிருந்து மிகத் தொலைவில் ஒளிந்துகிடக்கும் இந்தத் தீவு மர்ம மரணங்களுக்குப் பிரசித்திப் பெற்றது. சில சமயம் உடல் கிடைக்கும், பல சமயங்களில் அதுவும்கூட கிடைக்காது.

பெஹ்ரூஸ் பூச்சானி தற்சமயம் அடைபட்டுக்கிடப்பது இந்தத் தீவில்தான். 'இங்கே என்ன நடக்கிறது என்று கேட்கிறீர்கள். நான் எப்படி இருக்கிறேன் என்றும் நான் வசிக்கும் இடம் எப்படி யிருக்கிறது என்றும் தெரிந்துகொள்ள விரும்புகிறீர்கள். நான் நலம், இங்கு அனைவரும் நலம் என்று சம்பிரதாயமாக ஒரு வரி பதில் எழுதிப்போடும் நிலையில் நான் இல்லை. சாப்பிட்டு இரண்டு நாள்கள் ஆகின்றன. உறங்கியும் இரண்டு நாள்கள் ஆகின்றன. இதற்குமேல் மோசமடைய முடியாது என்னும் அளவுக்கு நிலைமை தீவிரமடைந்துவிட்டது. நான் சிறிது சிறிதாகச் சிதறிக் கொண்டிருக்கிறேன். நான் இருப்பது நரகத்தில். இந்த இடத்தை அப்படி மட்டும்தான் அழைக்கமுடியும். இந்த நரகம் என்னை ஒவ்வொரு நாளும் திடுக்கிடச் செய்கிறது.'

பப்புவா நியூ கினியில் உள்ள மானுஸ் தீவு என்னுமிடத்தில் இருந்து பெஹ்ரூஸ் பூச்சானி இந்தக் குறிப்பை எழுதியிருக்கிறார். நீண்டு நீண்டு செல்லும் அடர்ந்த கானகப் பகுதிகளை உள்ளடக்கிய பகுதி மானுஸ் தீவு. இரண்டாம் உலகப் போரின்போது ஜப்பான் இங்கே தனது ராணுவத் தளத்தை அமைத்துக்கொண்டது. போர் முடிந்த பிறகு, ஜப்பானியப் போர் கைதிகள்மீதான குற்ற விசாரணையை ஆஸ்திரேலியா இதே தீவில் மேற்கொண்டது. அன்று தொடங்கி இன்றுவரை ஆஸ்திரேலியாவின் செல்வாக்குக்கு உட்பட்ட ஒரு பிரதேசமாகவே மானுஸ் தீவு இருந்துவருகிறது. இந்தத் தீவை ஆஸ்திரேலியா எதற்குப் பயன்படுத்திக்கொள்கிறது தெரியுமா? தூக்கிப் போடமுடியாத அதே சமயம், பயன்படுத்தவும்முடியாத தட்டுமுட்டுச் சாமான்களைப் பாழடைந்த சரக்கு அறையில் கழித்துக் கட்டியிருப்போம் அல்லவா? தேவைப்படாத அந்நிய மனிதர்களை அப்படித்தான் மானுஸ் தீவில் வீசிக்கொண்டிருக்கிறது ஆஸ்திரேலியா.

அவர்கள் அந்நியர்கள் என்பது மட்டுமல்ல பிரச்னை. சுற்றுலாப் பயணிகளும் அந்நியர்கள்தாம் என்றாலும் உலகின் எந்த

மூலையிலிருந்து அவர்கள் வந்துசேர்ந்தாலும் ஆஸ்திரேலியா புன்னகையுடன் அவர்களை வரவேற்கக் காத்திருக்கிறது. 'ஆஸ்திரேலியா போல் எதுவுமில்லை' என்கிறது அரசாங்க விளம்பரம் ஒன்று. இன்னொரு விளம்பரத்தில் ஒரு பெண்ணும் கங்காருவும் நண்பர்களைப்போல் கடற்கரை ஒன்றில் சந்தித்துக் கொள்கிறார்கள். 'இயற்கையோடு கைகுலுக்கிக்கொள்ள ஆஸ்திரேலியா வாருங்கள்! ஒருமுறை வந்துவிட்டால் வீடு திரும்பவே மனம் வராது!' என்கிறது அந்த விளம்பரம். இந்த விளம்பரங்கள் அகதி களுக்கானவை அல்ல. சுற்றுலா பயணிகளைப் போலன்றி அவர்களிடம் பளபளப்பான கடன் அட்டைகள் இருப்பதில்லை. நட்சத்திர விடுதிகளில் தங்கி, அயல்நாட்டு மது வகைகளைச் சுவைத்து, சிட்னி ஓபரா ஹவுஸ் அருகில் நின்று அகதிகள் படம் எடுத்துக்கொள்ளப்போவதில்லை. அகதிகள் வளத்தை உறிஞ்சும் அட்டைகள்.

எங்களை மனிதர்கள் என்று ஆஸ்திரேலியா இன்னும் ஒப்புக் கொள்ளவில்லை என்கிறார் பெஹ்ரூஸ் பூச்சானி. நாங்கள் மனிதர்கள் என்பதை ஏற்றுக்கொண்டால் பிறகு எங்களை அவ்வாறு நடத்தியாக வேண்டும். அது சாத்தியமில்லை என்பதால் எங்களை மனிதர்களுக்கும் விலங்குகளுக்கும் இடைப்பட்ட ஓரிடத்தில் ஆஸ்திரேலியா வைத்திருக்கிறது என்கிறார் அவர்.
ஆஸ்திரேலியா ஒரு முன்னேறிய நாடு. கலைகளை வளர்க்க அவர்கள் அதிகம் மெனக்கெடுகிறார்கள், நிறைய செலவு செய்கிறார்கள். அறிவார்ந்த விவாதங்களை வளர்த்தெடுக்கிறார்கள். தனித்துவ மான கலாசாரத்தைக் கொண்டிருக்கிறார்கள். வெளியில் சென்று கேட்டுப் பாருங்கள், ஆஸ்திரேலியா ஓர் அழகான, பண்பட்ட, அமைதியான நாடு என்றுதான் எல்லோரும் சொல்வார்கள். ஆனால் ஆஸ்திரேலியா தனது இன்னொரு முகத்தை எங்களுக்கு மட்டுமே காட்டுகிறது என்கிறார் பூச்சானி. எது நிஜமான ஆஸ்திரேலியா? நீங்கள் காண்பதா அல்லது எனக்குத் தென்படுவதா?

பூச்சானி இரானைச் சேர்ந்த ஒரு குர்து. மேற்கு இரானில் உள்ள குர்து இன மக்களுக்கும் இரானிய அரசுக்கும் இடையில் நீண்டகால மாகவே மோதல்கள் நீடித்துவருகின்றன. குர்துகள் இரானை உடைத்து குர்திஸ்தான் என்னும் தனிநாட்டை உருவாக்கி விடுவார்களோ என்பது இரானிய அரசின் அச்சம். எனவே போராளிகள், பொதுமக்கள் என்றெல்லாம் பிரித்துப் பார்க்காமல் குர்து மக்கள் அனைவர்மீதும் அறிவிக்கப்படாத போரொன்றை நடத்திவருகிறது இரான் அரசு. பூச்சானியின் நண்பர்கள்

அனைவரும் இப்படித்தான் விரட்டிப்பிடித்து வேட்டையாடப் பட்டார்கள்.

அடிப்படையில் அவர் ஒரு பத்திரிகையாளர். கவிதைகளும் எழுதப் பிடிக்கும். ஆவணப்படம் எடுத்திருக்கிறார். இரான் தேசத்தை விடவும் தேசியவாதப் போராட்டத்தைவிடவும் மனிதர்களின் உயிர் முக்கியம் என்று நினைப்பவர். மேற்கு ஆசிய அரசியல் குறித்து உள்ளூர் செய்தித்தாள்களில் கட்டுரைகள் எழுதியிருக்கிறார். குறிப்பாக இரானில் நடைபெறும் வன்முறை நிகழ்வுகளை அச்சமின்றி பதிவு செய்திருக்கிறார். இரானிய அரசின் கண்மூடித்தன மான போர், குர்து மக்களை மட்டுமல்ல அவர்களுடைய கலாசாரத்தையும் சேர்த்தே அழித்துவிடும். சிறுபான்மையினரான குர்துகளின் உரிமைகள் காக்கப்படவேண்டும் என்று குரல் கொடுத்திருக்கிறார். குர்து என்றாலே துப்பாக்கியை உருவிவிடும் இரான், குர்துகளுக்காக எழுதும், போராடும், கவிதை தீட்டும் மற்றொரு குர்துவான பூச்சானியை விட்டுவைக்குமா? பூச்சானி கட்டம் கட்டப்பட்டார். சிறிது காலம் தலைமறைவாகி மறைந்து கிடந்தார். ஆனால் படைப்பூக்கமும் அதைவிட முக்கியமாகப் போராடும் குணமும் கொண்டிருந்த பூச்சானியால் ஒரு வாயில்லாப் பூச்சியாக ஒரு மூலையில் சுருண்டுக்கிடக்கமுடியவில்லை. அதே சமயம் இரானில் இருப்பது ஆபத்தானது என்பதும் தெரிந்தது. எனவே இரானைவிட்டு வெளியேற முடிவுசெய்தார்.

தென்கிழக்கு ஆசியாவைச் சுற்றிவந்த பூச்சானி இந்தோனேஷியாவுக்கு அருகிலுள்ள கிறிஸ்துமஸ் தீவு என்னும் பகுதிக்கு படகில் சென்றார். இது ஆஸ்திரேலியாவுக்கு உட்பட்ட ஒரு பிரதேசம். அமைதியான கங்காரு தேசம் தன்னை ஏற்றுக்கொள்ளும் என்று அவர் நம்பியது தவறாகிப்போனது. அவரால் ஆஸ்திரேலியாவில் கால் பதிக்கமுடியவில்லை. ஆகஸ்ட் 2014ல் கிறிஸ்துமஸ் தீவிலிருந்து அப்படியே அள்ளியெடுத்துவந்து மானுஸ் தீவில் கொண்டுவந்து போட்டார்கள். ஒரு மலைப்பாம்புபோல் அந்தத் தீவு அவர் உடலை இறுகப்பற்றி சிறிது சிறிதாக விழுங்கத் தொடங்கியது. அதை முழுவிழிப்புடன் அவர் உணர்ந்துகொண்டிருந்தார். அந்தச் சமயத்தில்தான் 'தி கார்டியன்' இதழிலிருந்து ஒரு தொடர்பு கிடைத்தது. நீங்கள் தங்கியிருக்கும் தீவு குறித்து எழுதமுடியுமா? பூச்சானி உடனே ஒப்புக்கொண்டார். மானுஸ் தீவு குறித்த முதல் நேரடிப் பதிவு அவர் மூலமாக நமக்குக் கிடைக்க ஆரம்பித்தது.

அக்டோபர் 28. பூச்சானி எழுதுகிறார். கொடூரமான கனவுகள் என்னை உலுக்கி எழுப்பிவிட்டன. இந்தத் தீவில் வந்தது முதல்

இத்தகைய கனவுகளே எனக்கு வந்துகொண்டிருக்கின்றன. இரவும் பகலும் கலந்திருக்கும் இந்த நேரத்தில் இப்படி திடீரென்று விழித்தெழுவது கொடுமையானது. காரணம் எழுந்தவுடன் பசி வந்து ஒட்டிக்கொண்டு விடுகிறது. இப்போது போனால்தான் காலை உணவு கிடைக்கும். உடனே எழுந்துகொள் என்று பசி எனக்குக் கட்டளையிடுகிறது. ஆனால் உடல் அசையக்கூட மறுக்கிறது. இன்னும் தூங்கவேண்டும். அப்போதுதான் உடல் பிழைத்திருக்கும். பசியா, உறக்கமா? இந்த இரண்டில் ஒன்றை நான் தேர்ந்தெடுக்கவேண்டும்.

என்னுடைய படுக்கைக்கு அருகில் ஓர் இராக்கிய அகதி படுத்துக் கிடக்கிறார். நடுத்தர வயது. அவர் ஏதோ முனகிக் கொண்டிருக்கிறார். அந்த முனகல் ஒலி சிறிது நேரத்தில் அலறலாக மாறுகிறது. இத்தனைப் பெரிய மனிதர் ஒருவர் வீறிட்டு கத்துதைப் பார்க்க என்னவோ போலிருக்கிறது. அவருக்குப் பல ஆண்டு களாகக் கண் வலி. கவனிப்பாரற்று அவர் அலறிக்கொண்டிருக் கிறார். இன்னொரு பக்கம், சூடானிலிருந்து வந்திருக்கும் ஓர் அகதியைக் காண்கிறேன். அவர் உற்சாகத்துடன் என்னை அருகில் வரும்படி அழைக்கிறார். நான் எழுந்து அவரிடம் சென்றேன். அவர் தன்னுடைய பாக்கெட்டிலிருந்து ஒரு படத்தை எடுத்து எனக்குக் காட்டினார். அவருடைய மகள்கள் அதில் சிரித்துக்கொண்டிருந்தார்கள்.

பார், பார் என்று என்னிடம் கொடுத்தார். அவர் முகம் மலர்ந்திருக்கிறது. இதோ என்னுடைய மூத்த மகள். எட்டு வயதாகிறது. இவள் என் இளைய மகள். ஆறு வயது. பிறகு எல்லோருடைய பெயர்களையும் அவர் வரிசையாகச் சொன்னார். இப்போது அவர் வேறொரு உலகில் இருக்கிறார் என்பதைப் புரிந்து கொள்ளமுடிந்தது. அடிக்கடி அவர் சிரித்துக்கொண்டிருந்தார். இயல் பாகவும் மகிழ்ச்சியாகவும் இருப்பதாக அவர் காட்டிக்கொண்டார். இந்தப் படத்தை அவர் எனக்குப் பலமுறை காண்பித்துவிட்டார். அவர்களுடைய பெயர்களையும் பலமுறை எனக்குச் சொல்லிவிட்டார். ஆனால் நான் அதை வெளியில் காட்டிக்கொள்ள மாட்டேன். அவர் அழைக்கும்போதெல்லாம் செல்வேன். இதோ அவர் தனது படத்தை உள்ளே வைத்துவிட்டார். அவர் முகம் மாறுகிறது. அவரை யாரோ மீண்டும் மானுஸ் தீவுக்கு இழுத்து வந்துவிட்டார்கள் போலிருக்கிறது. முகத்தில் மலர்ச்சிக்குப் பதில் சோகம் படர்கிறது. அவருடைய மனைவி மூன்று ஆண்டுகளுக்கு முன்பு கொல்லப்பட்டு விட்டார். மகள்கள் இப்போது எங்கிருக்கிறார்கள் என்று தெரியவில்லை.

திடீரென்று அவர் ஒரு சிறிய புன்னகையுடன் என் கண்களைப் பார்த்து கேட்டார். 'நமக்கு எப்போது விடுதலை கிடைக்கும்?'

அக்டோபர் 29. வேலியை ஒட்டியிருக்கும் பகுதியில் இலக்கின்றி நடந்துகொண்டிருக்கிறேன். மற்ற அகதிகளும் என்னைப் போலவே சுற்றிச் சுற்றி நடந்துகொண்டிருக்கிறார்கள். சில சமயம் இரவு முழுக்க இப்படி நடந்துகொண்டிருப்பேன். முகாமுக்கு வெளியில் காவல்துறை வீரர்களும் கப்பல் படை வீரர்களும் ரோந்து போய்க்கொண்டிருக்கிறார் கள். நாங்கள் முகாமுக்குள் நடந்துகொண்டிருக்கிறோம். அவர்கள் முகாமுக்கு வெளியில் எங்களைக் கண்காணிப்பதற்காக நடந்து கொண்டிருக்கிறார்கள். அவர்களுடைய எண்ணிக்கை சமீப காலமாக அதிகரித்துக் கொண்டிருப்பதைப் பார்க்கிறேன்.

இருப்பதிலேயே மோசமானது என்ன தெரியுமா? கொடுமை களையும் துயரங்களையும் அனுபவிப்பதல்ல. கொடுமைகளையும் துயரங்களையும் மற்றவர்கள் அனுபவிப்பதைத் தினமும் பார்த்துக் கொண்டே இருப்பதுதான். எனக்கு எழுத அலுப்பாக இருக்கிறது. இறந்து போனவர்களைப் பற்றி என்னால் எழுத இயலாது என்று நினைக்கிறேன். அவர்களைப் பற்றி எழுதவேண்டும் என்று நினைத்தாலே உடல் பதறுகிறது.

1 நவம்பர். நேற்றிரவுமுதல் அகதிகள் அனைவரும் துவண்டுபோய் கிடக்கிறார்கள். பசி, சோர்வு, தாகம். காலை ஏழு மணிக்கு ஜெனரேட்டர்கள் அனைத்தையும் நிறுத்திவிட்டார்கள். வெயில் சுட்டெரிக்கத் தொடங்கியது. ஏற்கெனவே பசியால் இருக்கும் அகதிகள் பொறுமையிழந்துவிட்டார்கள். பலருக்குக் கடும்கோபம். தள்ளுமுள்ளு, சண்டை, மோதல். ஓர் அகதி தன் மணிக்கட்டை அறுத்துக்கொண்டு விட்டார். ரத்தம் வழிந்தோடுகிறது. அவர் தன் நெஞ்சிலும் காயம் ஏற்படுத்திக்கொண்டுவிட்டதைப் பார்க்கிறேன். நிறைய பேர் ஒன்றுசேர்ந்து கத்துகிறார்கள். நிறைய கூச்சல். நிறைய குழப்பம். சூடு அதிகரிக்கிறது.

அறைகளும் கூடாரங்களும் ஆள்களால் நிரம்பி வழிகின்றன. பூச்சிகள் என்மீது ஏறுவதை உணர்கிறேன். அவை என்னைக் கடித்துத் தின்ன ஆரம்பிக்கின்றன. மின்சாரம் இல்லாததால் தண்ணீரும் நின்று விட்டது. கழிப்பறைகள் மேலும் அசுத்தமடைகின்றன. துர்நாற்றம் அறை முழுக்கப் பரவுகிறது. கைதிகளைச் சித்திரவதை செய்வதற்குச் சிறந்த கருவி இப்படிப்பட்ட கழிப்பறைதான். இந்த வாடை என்னைக் கொல்ல ஆரம்பிக்கிறது. அது என்

தன்னம்பிக்கையைக் குலைத்து என் தன்மானத்தை இழிவுபடுத்துகிறது. இந்த வாரம் நான் மிகவும் தளர்ந்து விட்டேன். உறக்கமும் உணவும் இல்லை. நான் விழித்துக்கொண்டிருக் கிறேனா உறங்கிவிட்டேனா என்பதே தெரியவில்லை. எது நிஜம், எது கனவு என்பதைப் பிரித்தறியும் திறனை வேகமாக இழந்து கொண்டிருக்கிறேன்.

பெஹ்ரூஸ் பூச்சானியின் குறிப்புகளை வாசிக்கும்போது அவர் பலமுறை மனநோயின் விளிம்புவரை சென்று மீண்டிருப்பதை உணரமுடிகிறது. மானுஸ் தீவு அவர் உடலைவிட உள்ளத்தையே அதிகம் வதைத்திருக்கிறது. இந்த விநாடிவரை வதைத்துக் கொண்டிருக்கிறது. பூச்சானி மட்டுமல்ல, தனிமையில் அமர்ந்து புகைப்படத்தைப் பார்த்துப் பார்த்து சிரிக்கும் சூடான் அகதியும் வலியால் அலறிக்கொண்டிருக்கும் இராக்கிய அகதியும்கூட அடிக்கடி மனநோயின் பிடியில் சிக்கி மீண்டுகொண்டிருக் கிறார்கள். இவர்கள் அனைவரும் ஒரே சமயத்தில் இருவேறு உலகில் வாழ்ந்துகொண்டிருக்கிறார்கள். இந்த இரு உலகங்களும் பிரிக்க முடியாதபடிக்கு ஒன்றோடு ஒன்று கலந்துவிட்டன. பூச்சானியைப் போலவே அவர்கள் கனவுக்கும் நிஜத்துக்கும் இடையில் ஊசலாடிக் கொண்டிருக்கிறார்கள். படுத்தால் இவர்கள் அனைவரும் ஒரே கொடுங்கனவைத்தான் தினமும் காண்கிறார்கள். அந்தக் கனவிலிருந்து அலறியபடி விழித்தால் இன்னொரு கனவு அவர்களை அணைத்துக் கொள்கிறது. அந்தக் கனவு முந்தையதைக் காட்டிலும் கொடூரமானதாக இருக்கிறது.

பூச்சானி உயிருடன் இருப்பதற்குக் காரணம் எழுத்து மட்டும்தான். எனக்கும் மற்றவர்களுக்கும் என்ன நடந்துகொண்டிருக்கிறது என்பதை நான் மட்டும்தான் சொல்லமுடியும். எனவே நான் எழுதுகிறேன். நான் சொல்வதை யாரேனும் காது கொடுத்துக் கேட்கக்கூடும். குறைந்த பட்சம் வரலாற்றின் செவிகளையாவது என் வார்த்தைகள் சென்றடையும் என்று நம்புகிறேன்.

16

எங்கே என் வீடு?

அன்றைய வேலை முடிந்து ஹஷீம் களைப் புடன் வீட்டை நோக்கி நடந்துகொண்டிருந்த போது யாரோ பின்தொடர்வது போலிருந்தது. திரும்பிப் பார்த்தார் ஹஷீம். திக்கென்றது. அதிகாரி ஒருவர் அருகில் வந்து நின்றார். நீங்கள் தவறே செய்யாவிட்டாலும் சீருடை அணிந்தவர்களைக் கண்டு உங்கள் உடலும் உள்ளமும் தன்னிச்சையாகப் பதறினால், நீங்களும் அகதியே.

'எங்கே உன் ஐடி?'

ஹஷீம் தயங்கினார். 'என்னிடம் எதுவும் இல்லை. நான் ஒரு சிரியன்.'

சொல்லிமுடித்ததுமே உச்சந்தலையிலிருந்து உள்ளங்கால் வரை அச்சம் பரவுவதை உணர்ந்தார் ஹஷீம். 'ஸ்டேட் செக்யூரிட்டி இன்வெஸ்டிகேஷன்ஸ் சர்வீஸ்' என்று அழைக்கப்படும் உளவு மற்றும் பாதுகாப்புத் துறை அதிகாரிகளைக் கண்டு அகதிகள் மட்டு மல்ல எகிப்தியர்களே அஞ்சுவது வழக்கம். தேச பாதுகாப்பு என்னும் பெயரில் இவர்கள் இழைக்கும் மனித உரிமை மீறல்கள் பிரசித்திப் பெற்றவை. இவர்கள் எவரையும் எதையும் செய்யலாம். எந்த விதிமுறைகளும்

இவர்களுக்குப் பொருந்தாது. எவரும், எதுவும் இவர்களைக் கட்டுப் படுத்துவதில்லை. சீருடை அணிந்து மிடுக்குடன் நடைபோடும் இவர்கள் அரசாங்கத்தின் அறிவிக்கப்படாத அடியாள்கள் என்பது ஊருக்கே தெரியும்.

எகிப்தியர்களுக்கே கேட்க நாதியில்லை என்னும்போது பூஞ்சை யான ஓர் அகதியால் என்ன செய்துவிடமுடியும்? தன்னைச் சுற்றி வந்து தோளின்மீது கைபோட்ட அந்த அதிகாரியை வெறித்துப் பார்த்தபடி நின்றுகொண்டிருந்தார் ஹஷீம். சில நிமிடங்களில் ஒரு கார் அருகில் வந்து நின்றது. காரின் கதவு எப்போது திறந்தது, தான் எப்போது உள்ளே திணிக்கப்பட்டோம் என்பதை ஹஷீமால் உணரமுடியவில்லை.

ஹஷீம் தன் மனைவி, குழந்தைகளுடன் எகிப்தில் நுழைந்தது ஜூன் 2013 இறுதியில். சிரியா, ஜோர்டான், செங்கடல் மூன்றையும் கடந்து நுவீய்பா என்னும் துறைமுகத்துக்குள் அவர்கள் காலடி எடுத்து வைத்தனர். அப்போது ஹஷீமிடம் நூறு அமெரிக்க டாலர் எஞ்சியிருந்தது. கொண்டுவந்திருந்த எல்லாப் பணமும் பயணச் செலவுக்கே போய்விட்டது. இறங்கியதும் முதல் வேலையாக டாலரைக் கொடுத்து எகிப்திய பணமாக மாற்றிக்கொண்டார். நூறு டாலர் 650 எகிப்திய பவுண்டாக மாறியிருந்தது. இனி துறைமுகத்திலிருந்து நண்பர்கள் கொடுத்த முகவரிக்குச் சென்று சேரவேண்டும். சீட்டை எடுத்துப் பார்த்தார். 10 ரமதான் என்று மட்டுமே எழுதியிருந்தது. இது தெருவின் பெயரா, ஊரின் பெயரா அல்லது வீட்டு எண்ணா? அப்பா முடிவுசெய்து வந்து எழுப்பட்டும் என்று குழந்தைகள் தரையில் படுத்து உறங்கிவிட்டிருந்தனர்.

வட்டமிட்டுக்கொண்டிருந்த வண்டிகளை அணுகி, 10 ரமதான் வரமுடியுமா என்று கேட்டார் ஹஷீம். ஓட்டுனர்கள் முகத்தைத் திருப்பிக்கொண்டு போனார்கள் அல்லது பதிலே சொல்லாமல் அடுத்த பயணியை நோக்கி நகர்ந்தார்கள் அல்லது ஏதோ ஏசினார்கள். அந்த இடம் அருகிலில்லை, நூற்றுக்கணக்கான மைல்களைக் கடந்து தலைநகரம் கெய்ரோவுக்குக் கிழக்கே செல்ல வேண்டும் என்று பிறகுதான் புரிந்தது. நீண்ட காத்திருப்புக்குப் பிறகு ஒருவர் சூயஸ் வரை அழைத்துச் செல்வதற்கு ஒப்புக் கொண்டார். அங்கிருந்து 10 ரமதான் செல்ல ஒரு மணி நேரம் மட்டுமே ஆகும் என்று சொன்னார். 10 ரமதானுக்கு மற்றவர்கள் 1500 பவுண்டுகள் கேட்டபோது இவர் சூயஸ் வரை செல்வதற்கு 400 பவுண்ட் மட்டுமே கேட்டதால் உடனே ஒப்புக்கொண்டார் ஹஷீம். உன் குடும்பம் மட்டுமல்ல, போகும் வழியில் எத்தனை பேரை வேண்டுமானாலும் ஏற்றிக்கொள்வேன், முரண்டு பிடிக்கக்கூடாது

என்றொரு நிபந்தனையையும் அந்த ஓட்டுநர் விதித்திருந்தார். மறுக்கும் நிலையில் இல்லை ஹஷீம். மேலும் ஒரு காரில் எத்தனை பேரை ஏற்றிக்கொள்ளமுடியும்? ஆனால் அந்தத் திறமைவாய்ந்த ஓட்டுனர், கார் பிதுங்கி வழியும் அளவுக்கு பலரை அடைத்துக் கொண்டபிறகுதான் வண்டியை எடுத்தார்.

சூயஸில் இருந்து இன்னொரு கார். கையிலிருந்த எல்லாவற்றையும் துடைத்துக் கொடுத்தபிறகே வண்டி நகர்ந்தது. நீ கொடுத்ததற்கு இதுவரைதான் வண்டி வரும் என்று சொல்லி ஓரிடத்தில் இறக்கி விட்டுவிட்டு வண்டி அகன்றது. பசி, களைப்பு. கையில் காசில்லை. எங்கே தங்குவது என்று தெரியவில்லை. 10 ரமதான் என்பது என்ன என்று நடந்தபடி தேடத் தொடங்கினார் ஹஷீம். 1973 தொடக்கத்தில் இஸ்ரேலுடன் எகிப்து போரிட்டு வென்றது. அந்தத் தினத்தின் அடையாளமாக 10 ரமலான் என்னும் தேதியை ஓரிடத்துக்குப் பெயராக அளித்துவிட்டார்கள். நண்பர்களின் உதவியோடு அந்த இடத்தில் தங்குவதற்கு இலவசமாக ஓரிடம் கிடைத்தது. தையல் தொழில் நடத்திவந்த ஒருவரின் கடையின் ஒரு பகுதி ஹஷீமின் குடும்பத்துக்காக ஒதுக்கப்பட்டது. அது அந்தக் கடையின் சரக்கு அறை. காலை வேளைகளில் இரைச்சலுடன் தையல் வேலை நடந்துகொண்டிருக்கும். இரவு அமைதியாகிவிடும்.

ஹஷீமின் மனைவி ஹயாம் சிரியாவில் ஒரு பள்ளி ஆசிரியராகப் பணியாற்றியவர். ஆனால் 10 ரமதானில் அவருக்கு வேலை எதுவும் கிடைக்கவில்லை. அருகிலுள்ள வேறொரு பகுதிக்குச் சென்றார்கள். இங்கேயும் சிறிய பொந்துதான் கிடைத்தது. இங்கும் ஆசிரியர் பணி எதுவும் காலியாக இல்லை. ஆனால் ஹஷீமுக்கு பக்கத்தில் உள்ள நகரத்தில் ஒரு கடையில் வேலை கிடைத்தது. காய்கறிகளை பெட்டிக்குள் போட்டு அடைப்பதுதான் வேலை. அதைச் சிறிது காலம் முயன்று பார்த்தபிறகு வேறொரு வேலைக்குத் தாவினார். நிலக்கரியைச் சீர்படுத்தி விற்பனை செய்யும் ஒரு சிறிய தொழிற்சாலை அது. மாதம் நூறு டாலர் வரை சம்பளம் கிடைத்தது.

வீட்டுக்குப் போனதும் கணவனும் மனைவியும் ஒன்றாக அமர்ந்து கதை பேசுவார்கள். திரும்பத் திரும்ப பேச்சு கடந்தகாலத்தையே சுற்றிவரும். கண்கள் விரிய பேசிக்கொண்டே இருப்பார் ஹயாம். இதே சிரியாவாக இருந்திருந்தால் நான் இந்நேரம் பள்ளிக்கூடப் பணிகளை வீட்டுக்கு எடுத்து வந்து செய்துகொண்டிருப்பேன். காலை எழுந்ததும் கிளம்பி ஓடவேண்டியிருக்கும். பள்ளிக் குழந்தைகள் எனக்காகக் காத்திருப்பார் கள். நாளை என்ன

வகுப்பெடுக்கவேண்டும் என்பது குறித்து இன்றே முடிவு செய்துவிடுவேன். பள்ளியில் குழந்தைகள் என் காலைச் சுற்றிச் சுற்றி எந்நேரமும் ஓடிக்கொண்டிருப்பார்கள். அவர்களை அதட்டுவேன், உருட்டுவேன், அன்போடு அணைத்துக்கொள்வேன். மீண்டும் அதெல்லாம் சாத்தியமா ஹஷீம்?

ஹஷீமிடம் பதில் இருக்காது. சிரியாவில் ஒரு அலுவலகத்தில் சட்டை மடிப்பு கலையாமல் கம்ப்யூட்டரை இயக்கியபடி பணியாற்றிவந்தவர் ஹஷீம். வியர்வை பொங்குவதற்கு வாய்ப்பே இல்லாத குளிரூட்டப்பட்ட அலுவலகம். சென்று வந்தது காரில். லெபனானைச் சேர்ந்த பிரபல இசைப் பாடகியான ஃபைரூஸின் பாடல்களில் தோய்ந்து தன்னை மறந்தபடி கார் ஓட்டிச் செல்வது அவர் வழக்கம். அலுவலகத்திலும்கூட அவ்வப்போது ஃபைரூஸின் பாடல்களை ஒலிக்கவிட்டு மெய்மறந்து கிடப்பது வழக்கம். கரி படிந்திருக்கும் தன் சட்டையைத் தொட்டுப் பார்த்துக்கொண்டார் ஹஷீம். அந்த வாழ்க்கை திரும்பக் கிடைக்குமா? மீண்டும் அப்படி யொரு அலுவலகத்தில் பணியாற்றும் வாய்ப்பு இருக்குமா? இசையை ரசிக்கும் நுண்ணுணர்வு இன்னமும் என்னிடம் எஞ்சியிருக்கிறதா? அதை எப்படிப் பரிசோதித்துப் பார்ப்பது?

விடுமுறை தினங்களில் ஹஷீமும் ஹயாமும் சுற்றுலா சென்று விடுவார்கள். அதற்கெனவே சிறிய பகட்டான தரை விரிப்புகளை வைத்திருந்தார்கள். நண்பர்களோடு இணைந்து அத்தி மர நிழலில் கதை பேசியபடி தேநீர் அருந்துவார்கள். அல்லது பாடல் கேட்பார்கள். அல்லது இரவு உணவு உண்பார்கள். சிரிப்பும் கும்மாளமுமாகப் பொழுது கரைவதே தெரியாது. எகிப்தில் நண்பர்கள் இல்லை, தரை விரிப்பு இல்லை. சுற்றுலா செல்வதற்குக் காசில்லை. காசு கிடைத்தாலும் அந்த மனநிலை இங்கே வாய்க்காது. தவிரவும், எகிப்தில் அத்தி மரங்களும் இல்லை.

வந்த புதிதில் ஒவ்வொரு வாரமும் தன் அப்பாவைத் தொலைபேசியில் அழைப்பதை வழக்கமாக்கிக்கொண்டிருந்தார் ஹஷீம். சிரியாவுடன் ஹஷீமுக்கு இருந்த ஒரே தொடர்பு இதுதான். தன்னுடைய உறவினர்கள் அனைவரையும் பற்றி விசாரிப்பார். பிறகு நண்பர்கள். இப்ராஹிமும் சமீரும் மொகமதுவும் இப்போது எங்கே இருக்கிறார்கள் என்று தெரியுமா அப்பா? மஹெரிடமிருந்து ஏதாவது செய்தி வந்ததா? அப்தெல்சதாரைத் தொடர்புகொள்ள முடிந்ததா? அவன் வீட்டுக்கு யாராவது போய் பார்த்தீர்களா? மார்வானும் ஹோஸ்னியும் இப்போது என்ன செய்து கொண்டிருப்பார்கள் என்று யூகிக்கமுடிகிறதா? சிரியா எப்படி

இருக்கிறது அப்பா? வெளியில் சென்றவர்கள் யாராவது திரும்பியிருக்கிறார்களா? உங்களுக்கும் அம்மாவுக்கும் எந்தப் பிரச்னையும் இல்லையே? நலமாக இருக்கிறீர்கள்தானே? இந்தக் கேள்விகளையெல்லாம் ஹஷீம் கிட்டத்தட்ட ஒவ்வொருமுறையும் கேட்பது வழக்கம். எந்தப் புதிய செய்தியும் கிடைக்கப் போவதில்லை என்று தெரிந்தும் எல்லோருடைய பெயர்களையும் தனித்தனியே குறிப்பிட்டுக் கேட்டுக்கொண்டிருப்பார்.

எடுத்தவுடனே ஹஷீம் அப்பாவிடம் பேச ஆரம்பித்துவிடவில்லை. அழைப்பார். அப்பா எடுத்து காதில் வைத்து ஹலோ சொன்னதும் ஹஷீம் அழ ஆரம்பித்துவிடுவார். ஒரு வார்த்தைகூட வாயிலிருந்து வராது. அப்பா அமைதியாகக் காத்திருப்பார். முடியாதபோது அவரும் ஹஷீமுடன் சேர்ந்து அழ ஆரம்பித்துவிடுவார். ஒரே ஒரு சொல்கூட உதிர்க்காமல் சில நிமிடங்கள் சேர்ந்தாற்போல் அழுது விட்டு போனை வைத்துவிட்டு ஹஷீம் வீடு திரும்பிவிடுவதும் நடந்திருக்கிறது. ஒரு கட்டத்தில் போன் செய்வதற்கும் அவசிய மில்லாமல் போய்விட்டது. 2013ம் ஆண்டு அப்பா இறந்துபோனார்.

சிரியாவை ஆண்டுகொண்டிருந்த பஷார் அல் ஆசாத்தை என்ன செய்யலாம் என்று அமெரிக்காவும் பிரிட்டனும் ஆலோசனை நடத்திக்கொண்டிருந்த சமயம் அது. சிரியா சிதைந்துகொண்டிருந்தது மம்பதை இந்த இரு நாடுகளும் அறிந்திருந்தன. ஐஎஸ்ஐஎஸ் அமைப்புக்கு எதிரான போர் என்னும் பெயரில் சிவிலியன்கள்மீதும் அவர்களுடைய வசிப்பிடங்கள்மீதும் குண்டுகளை எறிந்து கொண்டிருந்தார் ஆசாத். ஆசாத் மீதான போர் என்னும் பெயரில் ஐஎஸ்ஐஎஸ் அமைப்பும் பதிலுக்கு சிரிய மக்களைத்தான் வெடித்துச் சிதறடித்துக்கொண்டிருந்தது. எங்கிருந்து குண்டு வருகிறது என்று தெரியாமல் மக்கள் வீறிட்டு அலறியபடி செத்து விழுந்து கொண்டிருந்தார்கள். உயரமான கட்டடங்களிலிருந்து ஏவுகணைகள் பாய்ந்துகொண்டிருந்தன. சந்தைக்குச் செல்லும் வழியில் இயந்திரத் துப்பாக்கிகள் படபடவென்று வெடிக்க ஆரம்பிக்கும். ஆயிரம் பொத்தல் களுடன் உள்ள வீடுகளை ஒவ்வாரு வீதியிலும் காணமுடிந்தது.

ஆசாத் மட்டுமல்ல அமெரிக்காவும் பிரிட்டனும் சேர்த்தேதான் சிரியாவை இப்படிச் சீரழித்திருக்கின்றன என்பது ஹஷீமின் நம்பிக்கை. தேவையில்லாமல் தலையிட்டு இராக்கை அழித்தார்கள் என்றால் தலையிடாமலேயே இருந்து சிரியாவை அழித்துவிட்டார்கள் என்று புலம்பினார் ஹஷீம். அவர் வசித்துவந்த வீடு சுக்குநூறு துண்டுகளாக விழுந்துகிடந்தது. இன்னொரு குண்டு அவருடைய குழந்தைகளின் கால்களுக்கு மிக அருகில் விழுந்து வெடிக்காமல்

இருந்துவிட்டது. ஆனால் ஷமீமை உலுக்கியெடுக்க அது போது மானதாக இருந்தது. குடும்பத்தோடு எகிப்துக்குக் குடிபெயர்ந்தார். அகதி என்னும் பெயர் அப்போது ஓர் உறுத்தலாக அவருக்கு இருக்கவில்லை. நீங்கள் எந்தப் பெயர் சொல்லி அழைத்தாலும், அடியாழத்தில் நான் இன்னமும் ஹஷீமாகத்தான் இருக்கிறேன் என்று சொல்லிக்கொண்டார்.

பலரும் குறிப்பிட்டதைப்போல், சிரியா எகிப்தியர்களின் இரண்டாவது தாய்வீடாகத்தான் தொடக்கத்தில் இருந்தது. இந்த நிலை எப்போது, எதனால் மாறியது என்பது ஹஷீமுக்குத் தெரியும். ஆனால் இப்போதைக்கு யோசிப்பதற்கு அவகாசமில்லை. தடித்த இரு அதிகாரிகளுக்கு மத்தியில் சிக்குண்டு கிடந்த ஹஷீம் அடுத்து என்னவென்று யோசித்துக்கொண்டிருந்தார். இவர்கள் என்னை என்ன செய்வார்கள்? ஹஷீமின் ஆடைகளைச் சோதனை போட்ட படி ஒருவர் பேசினார். 'ஒரு கொள்ளை நடந்திருக்கிறது. கொள்ளை யடித்தபிறகு அவனை கொன்றும் போட்டுவிட்டான் அந்தக் கொலையாளி. அவனைத்தான் தேடிக்கொண்டிருக்கிறோம். கொள்ளையடித்ததை எங்கே வைத்திருக்கிறாய்?'

'நான் யாரிடமிருந்தும் எதையும் கொள்ளையடிக்கவில்லை. என் வேலையை முடித்துக்கொண்டு வீடு திரும்பிக்கொண்டிருந்தேன். நான் ஓர் அகதி. என்னிடம் பணம் எதுவுமில்லை' என்று பலவீனமாக குரலில் முனகினார் ஹஷீம். உண்மைதான், இவனிடம் ஒன்றுமில்லை என்றார் முதல் அதிகாரி. இரண்டாவது அதிகாரி சிரித்தார். 'அதனாலென்ன? நமக்கு ஒரு கொலைக்காரன் தேவைப்படும் சமயத்தில் வசமாக ஓர் அகதி சிக்கியிருக்கிறான். என்ன சொல்கிறாய்? கேஸை முடித்துக் கொண்டுவிடலாமா?' இருவரும் கை குலுக்கிக்கொண்டதைப் பார்த்தபடி ஹஷீம் அமைதியாக அமர்ந்திருந்தார். பிறகு வண்டி ஓரிடத்தில் நின்றது. இனி என்ன நடக்கும்? என்னை இங்கே வைத்து சுட்டுக்கொன்றுவிடுவார்களா? சிரியாவில் தொடங்கிய என் வாழ்க்கை எகிப்தில் முடிவடைந்து விடுமா? எத்தனை மணி நேரமாக நான் காரில் சென்றுகொண்டிருக் கிறேன்? இது எந்த இடம்? 'கீழே இறங்கு' என்று அதட்டினார் முதல் அதிகாரி. ஹஷீம் தள்ளாடியபடி கீழே இறங்கினார். அடுத்த சில விநாடிகளில் கார் விர்ரென்று பறந்துசென்றுவிட்டது.

ஹஷீம் தள்ளாடியபடியே நடக்கத் தொடங்கினார். எகிப்தில் முதல் முறை வந்து இறங்கியபோது இருந்த அதே சோர்வு மீண்டும் வந்து ஒட்டிக்கொண்டதைப் போலிருந்தது. எகிப்து இன்னொரு

சிரியாவாக மாறிவிட்டதை ஹஷீமால் தெளிவாக உணரமுடிந்தது. என்னை அவர்கள் ஏன் கொல்லவில்லை? தெரியவில்லை. ஆனால் ஒன்று மட்டும் தெளிவாகப் புரிந்தது. இனி எகிப்தில் இருப்பது சாத்தியமில்லை. இன்னொரு பயணத்துக்கு நான் தயாராக வேண்டும். ஹஷீம் நடக்கத் தொடங்கினார். பாவம், ஹயாம். ஏன் இன்று இவ்வளவு தாமதாக வந்தாய், நான் தனியாக இருப்பது தெரியாதா உனக்கு என்று சீறுவாள். அவளுக்கு இன்று ஒரு நீண்ட கதை சொல்லியாகவேண்டும். கையிலிருந்த பத்து பவுண்டு தாளையும் அந்த அதிகாரிகள் எடுத்துக்கொண்டுவிட்டனர் என்பதால் வேகமாக நடக்கத் தொடங்கினார் ஹஷீம். எந்தப் பாதை வீட்டுக்கு அழைத்துச் செல்லும் என்று தெரியவில்லை. இருள் அடர்த்தியாகப் படர்ந்துகிடந்தது.

17

மீண்டும் அகதி

ஹஷீம் அமைதியாக அமர்ந்துகொண்டிருந்தார். மத்தியத்தரைக்கடல் பகுதியின் மையத்தில் மேலும் கீழுமாக அசைந்தபடி மெல்ல மெல்ல நகர்ந்துகொண்டிருந்தது அவருடைய கப்பல். அல்லது ஒரே இடத்தில் நிலைகொண்டிருக்கவும் கூடும். வேறுபாட்டைக் கண்டறியும் அளவுக்குப் புலன்கள் கூர்மையாக இல்லை. கண்ணுக்கு எட்டிய தொலைவுவரை எந்த வெளிச்சமும் தென்படவில்லை. கரை எந்தப் பக்கம் என்று தெரியவில்லை. முடிவற்று நீண்டுகொண்டே செல்லும் இந்தப் பயணம் எப்போது முடிவுக்கு வரும் என்பதையும் ஒருவராலும் சொல்ல முடியவில்லை. அருகிலிருப்பவர்களிடம் பேசுவதற்கும் அச்சமாக இருந்தது. பெரும் பாலானோர் இறுகிய முகத்துடன் கடலை வெறித்துப் பார்த்துக்கொண்டிருந்தனர். அவர் களுடைய உதடுகள் வெடித்திருந்தன. சொற்களை உற்பத்தி செய்யும் திறனை அவை இழந்துவிட்டதுபோல் இருந்தது ஹஷீமுக்கு.

எகிப்தைவிட்டு இத்தனை சீக்கிரம் வெளியேற வேண்டியிருக்கும் என்று ஹஷீம் நினைக்கவே யில்லை. 10 ரமலான் எங்கேயிருக்கிறது என்று இப்போதுதான் தேடியதுபோல் இருக்கிறது. சிரமங்கள் சில இருந்தன என்றபோதும் எகிப்து

பாதுகாப்பான ஒரு தேசமாகவே இருந்தது. நீ யார்? உன்னைப் பார்த்தால் எகிப்தியரைப் போலவே இல்லையே? உன் ஆவணம் எங்கே? அகதி என்றால் முகாமில்தானே இருக்கவேண்டும், நகரத்தில் உனக்கென்ன வேலை? இப்படி ஒருவரும் ஹஷீமைக் கேட்கவில்லை.

இதுதான் இங்கே இயல்பா என்று பயம் கலந்த மகிழ்ச்சியுடன் தெரிந்தவர்களை விசாரித்தார். அவர்கள் ஹஷீமின் முதுகில் ஒரு போடு போட்டார்கள். நண்பா, நீ அகதி என்பதை மறந்துவிடு. பாலோடு நீர் சேர்வதுபோல் எகிப்தியர்களோடு சிரியர்களால் சுலபமாக ஒன்று கலந்துவிடமுடியும் என்றே அனைவரும் சொன்னார்கள். நான் வந்து பல மாதங்களாகிவிட்டன. எகிப்தியர் களுக்குக் கிடைத்த எல்லாமே எனக்கும் கிடைக்கிறது என்றார் ஒருவர். நான் வேலைக்குப் போகிறேன், என் குழந்தையை அருகிலுள்ள பள்ளியில் சேர்த்திருக்கிறேன், இது சிரியாவா எகிப்தா என்றுகூட எனக்குச் சந்தேகம் வந்துவிடுகிறது என்றால் பாரேன் என்றார் இன்னொருவர்.

மேல் தோற்றத்துக்கு எகிப்து இப்படி இருந்தது உண்மைதான். ஆனால் உள்ளுக்குள் அது வேறொரு விலங்காக இருந்தது. ஹஷீம் காலடி எடுத்து வைத்த சில தினங்களுக்குள் அந்நாட்டின் அதிபர் முகமது மோர்சியின் பதவி பறிக்கப்பட்டுவிட்டது. இது நடந்தது 3 ஜூலை 2013 அன்று. முதல்முறையாக ஒரு பொதுத் தேர்தலை நடத்தி சுதந்தரமாக மக்கள் வாக்களித்து தேர்ந்தெடுத்த ஓர் அதிபர் மோர்சி. அப்பாடா, எகிப்து ஒரு வழியாக ஜனநாயகத்தைத் தழுவிக் கொண்டுவிட்டது என்று பெருமைப்படுவதற்குள் மோர்சியைத் தேர்ந்தெடுத்த அதே மக்கள் அவருக்கு எதிராக போராடத் தொடங்கி விட்டனர். அதுவும் ஒரே ஆண்டுக்குள்.

மோர்சிக்கு முன்பு முப்பதாண்டுகளாக எகிப்தை ஆண்டுவந்த ஹோஸ்னி முபாரக்கை மக்கள் இதே போல் வீதியில் திரண்டு குரல் கொடுத்து பதவி விலக வைத்தார்கள். துனிஷியாவில் தொடங்கி அரபு வசந்தம் எகிப்தைச் சென்றடைந்ததன் தொடர்ச்சியே இந்தப் போராட்டம். சர்வாதிகாரிகளின் இருப்புக்குக் காரணம் ராணுவ பலமல்ல, மக்களின் செயலற்றத் தன்மையே அவர்களை மேலும் மேலும் வலுவடைய செய்கிறது. மக்கள் ஒன்றுசேர்ந்தால் எத்தனை பெரிய சர்வாதிகாரியையும் வீழ்த்தமுடியும் என்னும் செய்தியை அரபு வசந்தத்திலிருந்து கற்றுக்கொண்ட நாடுகளில் எகிப்து முதன்மையானது. முபாராக்குக்கு எதிராக ஒன்று திரண்ட

எகிப்தியர்களை கண்ணீர் புகை, லத்தி, பீரங்கி என்று எதைக் கொண்டும் அடக்கமுடியவில்லை. முபாரக் வேறு வழியின்றி 2011ல் பதவியைவிட்டு விலகினார். ஜனவரி25 புரட்சி என்று இந்தத் தினம் நினைவுகூரப்படுகிறது. இந்த அலையில் மிதந்துவந்து பதவியேற்றவர்தான் முகமது மோர்சி. தன்னை எதிர்த்தும் இதே போன்ற ஓர் அலை கிளம்பும் என்று அவர் எதிர்பார்க்கவில்லை.

இதெல்லாம் எகிப்தின் உள்நாட்டு விவகாரம் என்று ஹஷீமுக்குத் தெரியும். அவருக்கு முபாரக்கும் தெரியாது, மோர்சியும் தெரியாது. சரி இவர் போனால் இன்னொருவர் வருவார், நமக்கென்ன என்று அமைதியாக இருந்துவிட்டார். மோர்சிமீது மக்களுக்குப் பல வருத்தங்கள் இருந்தன. ஒரு சர்வாதிகாரியை அகற்றிவிட்டு அவரிடத்தில் இவரை அமர வைத்த மக்களின் ஒரே குறைந்தபட்ச எதிர்பார்ப்பு அவர் இன்னொரு முபாரக்காக இருக்கக்கூடாது என்பதுதான். ஆனால் நாற்காலியில் உட்காரும்போதே இதைவிட்டு இனி எழுந்திருக்கக்கூடாது என்று முடிவு செய்துவிட்டார் மோர்சி. அதை மக்கள் உணர்ந்துகொண்டபோது அவர்களும் ஒரு முடிவுக்கு வந்து சேர்ந்திருந்தார்கள். ஆம் சர்வாதிகாரிதான். அடிப்படை வாதிதான். அவருடைய அரசியல் என்பது பிளவுவாதமாகவே இருந்தது என்பதும் உண்மைதான். அவர் எடுத்த பல முடிவுகள் மக்களுக்கும் ஜனநாயகத்துக்கும் எதிரானவையாக இருந்ததும் உண்மைதான். அதே சமயம் ஹஷீமால் மோர்சியை மறக்க இயலாது என்பதும் உண்மை.

காரணம் அவர் ஆட்சியில் சிரியர்கள் எகிப்தியர்கள் சுதந்தரமானவர் களாக இருந்தனர். அவர் ஆட்சியில்தான் ஹஷீமையும் அவர் குடும்பத்தினரையும் எகிப்து வரவேற்று ஏற்றுக்கொண்டது. அவர் ஆட்சியில்தான் வேலையும் தலைக்கு மேலே ஒரு கூரையும் கிடைத்தன. இது எகிப்தா சிரியாவா என்றே தெரியவில்லை என்று நண்பர்கள் மகிழ்ந்தது அவர் ஆட்சியில்தான். மோர்சி பதவியில் இருந்தவரை சிரிய அகதிகளை அரசும் காவல் துறையும் சீண்டிய தில்லை. அகதிகள் பதிவு செய்துகொள்ளாமலேயே எகிப்தைச் சுற்றி வந்தனர். கிடைத்த இடத்தில் ஒண்டிக்கொண்டனர். கிடைத்த வேலைகளைச் செய்துவந்தனர். சுதந்தரமாகத் தங்கள் வாழ்வை அவர்களால் கட்டமைத்துக்கொள்ளமுடிந்தது. எங்களை நினைத்து கவலைப்படாதீர்கள், நாங்கள் இங்கே நிம்மதியாக இருக்கிறோம் என்று சிரியாவில் உள்ள உறவினர்களை அவர்களால் அமைதிப் படுத்தமுடிந்தது.

மோர்சியோடு எல்லாமே முடிவுக்கு வந்துவிட்டது. கிட்டத்தட்ட ஒரே இரவில் எகிப்து தலைகீழாக மாறிவிட்டது. சாலைகளின் முக்கியச் சந்திப்புகளில் சோதனைச் சாவடிகள் முளைத்திருப்பதை ஹஷீம் கண்டார். காவல் துறையினரையும் உளவு அதிகாரிகளையும் அவ்வப்போது வீதிகளில் சந்திக்க நேர்ந்தது. சிரியர்கள் ஆங்காங்கே தடுத்து நிறுத்தப்பட்டனர். எங்கே உன் ஆவணம்? எங்கே தங்கியிருக்கிறாய்? உனக்கு யார் வேலை கொடுத்தது? சட்டைப் பையில் உள்ள பணம் யாருடையது? உன்னுடன் இருக்கும் இந்தப் பெண் யார்?

பதிலளிக்க இயலாதவர்கள் கைது செய்யப்பட்டனர். திடீரென்று சிரிய அகதிகள் தவறான காரணங்களுக்காக தலைப்புச் செய்திகளில் இடம்பிடிக்க ஆரம்பித்தனர். அங்கே இத்தனை பேர், இங்கே இத்தனை பேர் என்று கைது செய்யப்பட்ட சந்தேகத்துக்குரிய சிரிய அகதிகளின் எண்ணிக்கை ஒவ்வொரு நாளும் உயர்ந்துகொண்டே போனது. திடீரென்று சிரியர்கள் சந்தேகத்துக்குரிய அகதிகளாக மாறவேண்டியது ஏன் என்று ஹஷீமுக்குப் புரியவில்லை. தொலைக்காட்சி விவாதங்கள் சிரிய அகதிகளை மையப்படுத்தி வெளிவரத் தொடங்கியதையும் ஹஷீம் கவனித்தார். ஒவ்வொரு முறை அகதி என்னும் சொல் உச்சரிக்கப்படும்போதும் நெருப்புத் துளிகள் தெரித்து மேலே விழுந்தது போலிருந்தது. சிரியாவில் உங்கள் வீடுகள் இடிந்துபோனால் இங்கே ஏன் வந்து நிற்க வேண்டும் என்று வெளிப்படையாகவே அரசு அதிகாரிகள் பேசத் தொடங்கினர். இங்கு என்ன பணம் மரத்திலா காய்க்கிறது? உங்கள் பிள்ளைக்குட்டிகள் படிக்க எங்கள் பள்ளிக்கூடமா கிடைத்தது? இப்படி எல்லாப் பள்ளிகளிலும் அகதிகளே நிறைந்துவிட்டால் எகிப்து குழந்தைகள் பாவம் எங்கே போவார்கள்? எகிப்திய இளைஞர்களிடையே வேலையில்லாத் திண்டாட்டம் பெருகிக் கொண்டிருப்பதற்கும் சிரிய அகதிகள் கொழுகொழுவென்று வளர்ச்சியடைவதற்கும் தொடர்பே இல்லை என்றா நினைக்கிறீர்கள்? இன்னும் எவ்வளவு காலம் நம் மண்ணைப் பறிகொடுத்துவிட்டு வாய்மூடிக் கிடக்கப்போகிறோம்?

ஹஷீமை அதிர்ச்சியடைய வைத்த மற்றொரு குற்றச்சாட்டை அரசு அதிகாரிகளும் அவர்களுடைய ஊதுகுழல்களும் அடுத்தபடியாக அவிழ்த்துவிட்டனர். அகதிகள் என்னும் பெயரில் நம் நாட்டில் ஊடுருவியிருக்கும் சிரியர்கள் உண்மையில் ஜிகாதிகள் என்பது உங்களுக்குத் தெரியுமா? அவர்கள் ஐஎஸ்ஐஎஸ் இயக்கத்தின் ரகசிய ஆதரவாளர்கள். சிரியாவைப் போலவே எகிப்தையும் ஆக்கிரமித்து

இஸ்லாமிய அரசை நிறுவச் செய்வதே அவர்கள் லட்சியம். அவர்களை இனிண்டுயும் அனுமதித்தால் சிரியா போல் எகிப்தும் குட்டிச்சுவராகிவிடும். சகோதரர்களே பொறுத்தது போதும், பொங்கியெழுங்கள். யூசுஃப் ஹுஸைனி என்னும் பிரபல நிகழ்ச்சித் தொகுப்பாளர் ஒரு நாள் திடீரென்று நரம்பு புடைக்க தொலைகாட்சியில் கத்தினார். 'சிரிய அகதிகளே, இனியும் எங்கள் உள்நாட்டு விவகாரங்களில் தலையிட்டால், எகிப்திய காலணிகள் உங்களைப் பதம் பார்க்க ஆரம்பிக்கும், ஜாக்கிரதை!' எந்த அகதி ஜிகாதி, எந்த அகதி அப்பாவி என்பதை எப்படிக் கண்டறிவது? இந்தக் கேள்வியைச் சில தாராளவாத எகிப்தியர்கள் எழுப்பியபோது சீறிக் கிளம்பி வந்தது பதில். சந்தேகமே வேண்டாம், சிரிய அகதிகள் எல்லோருமே பயங்கரவாதிகள்தான் அல்லது பயங்கரவாதத்தை ஆதரிப்பவர்கள்தாம். எல்லோரையும் உள்ளே தள்ளுங்கள்.

இல்லை, சிரியர்கள் பயங்கரவாத ஆரவாளர்கள் இல்லை. அவர்கள் முகமது மோர்சியின் ஆதரவாளர்கள் என்றார்கள் வேறு சிலர். மோர்சியின் ஆட்சியில்தான் இந்த அகதிகள் உள்ளே அனுமதிக்கப் பட்டனர். அவர் ஆட்சியில் இருந்தவரை அகதிகள் எகிப்தை சுதந்தர மாகச் சுற்றித் திரிந்துகொண்டிருந்தார்கள். நாம் மோர்சியைப் பதவியிலிருந்து தூக்கிவிட்டோம். மோர்சியின் ஆதரவாளர்களான அந்நியர்களை அதேபோல் தூக்கி வீசவேண்டாமா?

ஹஷீம் திகைத்து நின்றுவிட்டார். என்னையும் என் குடும்பத்தையும் என் மக்களையும் வேட்டையாடும் ஐஎஸ்ஐஎஸ் அமைப்பை நான் ஏன் ஆதரிக்கப்போகிறேன்? அவர்களுக்குப் பயந்து அல்லவா நான் இங்கே ஓடிவந்திருக்கிறேன்? மோர்சி எகிப்தின் பிரச்னை. அவரைத் தேர்ந்தெடுத்தவர்கள் எகிப்தியர்கள். நிராகரித்தவர்களும் அவர்களேதான். இதில் சிரிய அகதிகள் எங்கே வருகிறார்கள்? ஏன் இப்படி அர்த்தமற்ற குற்றச்சாட்டுகளை எங்கள்மீது எகிப்தியர்கள் சுமத்திக்கொண்டிருக்கிறார்கள்? எகிப்து இன்னொரு சிரியாவாக ஏற்கெனவே மாறிவிட்டதா? எனில், நான் இரண்டாவது முறை அகதியாக மாறவேண்டியிருக்குமா?

நடந்தது அதுதான். 2014ம் ஆண்டு இன்னொருமுறை அகதியாக மாறினார் ஹஷீம். மொத்தம் ஐந்து பேரைக் கொண்ட அவர் குடும்பத்தை ஐரோப்பாவுக்குக் கப்பலில் கடத்திச் செல்ல 7000 அமெரிக்க டாலர் கொடுத்தால் போதும் என்று சொல்லப்பட்டது. இது ஆபத்தான பயணம், எப்போதும் எதுவும் நிகழலாம் தயாராக இருங்கள் என்றும் முன்கூட்டியே சொல்லிவிட்டார்கள். இதை விட்டால் வேறு மார்க்கமில்லை என்பதை ஹஷீம்

உணர்ந்திருந்தார். மூட்டை முடிச்சுகளைக் கட்ட ஆரம்பித்தார். எகிப்துக்கு விடை கொடுத்துவிட்டு கப்பலில் கால் பதித்தார்.

அந்தக் கப்பல் இப்போது நடுக்கடலில் திணறிக்கொண்டிருந்தது. உறக்கமும் மயக்கமும் பொங்க ஹஷீம் பார்த்துக்கொண்டிருந்தார். அந்தக் கப்பலில் உயிரோடு இருந்த ஒரே கருவி சாட்டிலைட் போன் மட்டுமே. அதை ஒருவர் நீண்ட நேரமாக முயன்றுகொண்டிருந்தார். திடீரென்று இணைப்பு கிடைத்தது. அவர் கத்த ஆரம்பித்தார். 'நாங்கள் மத்தியத்தரைக்கடலின் மையத்தின் மாட்டிக்கொண்டிருக்கிறோம். எங்கள் கப்பலில் 600 பேர் இருக்கிறோம். அவர்களில் 200 பேர் பெண்கள், 100 பேர் குழந்தைகள். எங்களைக் காப்பாற்றுங்கள். தயவுசெய்து யாராவது வாருங்கள். மூன்று நாள்களாக தண்ணீர்கூட இல்லாமல் தவித்துக்கொண்டிருக்கிறோம்.'

மறுமுனையில் பதில் கிடைத்ததும் அவர் மீண்டும் தொடர்ந்தார். 'எங்களுக்குக் கிடைத்த ஒரே இணைப்பு உங்களுடையதுதான். நான் கப்பலில் வந்த பயணி. எங்கள் கப்பலின் காப்டன் முன்பே இங்கிருந்து தப்பியோடிவிட்டார். எங்கள் யாருக்கும் கப்பலைச் செலுத்தக்கூடத் தெரியாது. நீங்கள் உதவாவிட்டால் இங்குள்ள 600 பேரும் இங்கேயே புதைந்துவிடுவோம். தயவுசெய்து காப்பாற்றுங்கள்.'

ஹஷீம் மெலிதாகப் புன்னகைத்துக்கொண்டார். ஆம், அந்தக் கப்பலில் குழந்தைகளையும் பெண்களையும் கொண்ட 600 பேர் இருந்தது நிஜம். கப்பல் சிக்கிக்கொண்டது நிஜம். உணவில்லாமல் நீரில்லாமல் தவித்துக்கொண்டிருப்பது நிஜம். ஆனால் கேப்டன் எங்களைப் பரிதவிக்கச் செய்துவிட்டுத் தப்பிவிட்டார் என்பது மட்டும் பொய். ஒரு சிறிய பொய். இந்தச் சூழ்நிலையில் அத்தியாவசியமானது என்பதால் அது ஓர் அழகிய பொய்யும்கூட. எங்களை மீட்க ஆள்கள் வரும்போது கேப்டனும் இதே கப்பலில் இருப்பது தெரியவந்தால் அவர் நிச்சயம் கைது செய்யப்படுவார். மேலும், கேப்டன்தான் இருக்கிறாரே, கப்பலைத் திருப்பிக் கொண்டு ஊர் போய் சேருங்கள் என்றும் அவர்கள் சொல்லக்கூடும்.

ஹஷீமுக்கு இதெல்லாம் புதிது. அவர் இதற்குமுன்பு கடத்தல்காரர்களிடம் பேசியதில்லை. அவர்கள் எப்படியிருப்பார்கள் என்றுகூட அவருக்குத் தெரியாது. பணம், நகை, போதைப் பொருள்கள் ஆகியவற்றைத் திருடி விற்கும் கொடியவர்களின் கூட்டம் என்றுதான் நினைத்திருந்தார். அவர்களுடைய உதவியை நாமே நாடிச் செல்லவேண்டியிருக்கும் என்றோ அவர்களுடன் கை குலுக்குவோம் என்றோ பணப் பரிவர்த்தனையில் ஈடுபடுவோம் என்றோ அவர்

கனவுகூடக் கண்டதில்லை. இப்போதும் கடத்தல்காரர்கள் தவறு தான் இழைக்கிறார்கள் என்பதில் மாற்றுக்கருத்தில்லை. கேப்டன் ஓடிவிட்டார் என்று சற்றுமுன் என் காதுபட உதிர்க்கப்பட்ட பொய்யும் தவறானதுதான். ஆனால் இந்தத் தவறுகள் அகதிகளுக்குத் தேவைப்படுகின்றன.

கேப்டன் வந்து அறிவித்தார். நண்பர்களே, இத்தாலிய அரசிடம் பேசிவிட்டேன். அவர்கள் நம்மை இன்னும் சற்று நேரத்தில் மீட்டெடுப்பார்கள். இத்தாலியிலாவது உங்களுக்கு நல்ல வாழ்வு அமையவேண்டும். ஹஷீம் இரு கண்களையும் மூடிக்கொண்டார். அவருடைய உலர்ந்த உதடுகளிலிருந்து வருத்தமும் நம்பிக்கையும் கொஞ்சம் குற்றவுணர்ச்சியும் கலந்த புன்னகையொன்று சட்டென்று பிறந்தது.

18

ரோஹிங்கியா முஸ்லிம்கள் : நுழைவாயில்

மே 2015ல் இந்தோனேஷியா, மலேசியா கரையோரப் பகுதிகளில் சில கப்பல்கள் ஒன்றன் பின் ஒன்றாக மிதந்து வந்து கரை ஒதுங்கியபோது இந்த நூற்றாண்டின் மிக முக்கியமான பிரச்னை ஒன்றும் உலகின் கவனத்துக்கு வந்து சேர்ந்தது. இந்தக் கப்பல்களில் இருந்து பொலபொலவென்று உதிர்ந்த அகதிகளால் கரையை நோக்கி நகரக்கூட முடியவில்லை. கிட்டதட்ட எல்லோருமே எலும்பும் தோலுமாகக் காட்சியளித்தனர். சிலர் முழுமையான எலும்புக்கூடாகவே மாறி யிருந்தனர். கப்பலைவிட்டு இறங்கும்போதே நடுக்கத்துடன் கீழே விழுந்த பலர், தவழ்ந்து தவழ்ந்துதான் முன்னேறியிருக்கிறார்கள். இந்த வாய்ப்பும்கூட கிடைக்காமல் நடுக்கடலில் உயிரை விட்டவர்களின் எண்ணிக்கை தெரியப் போவதேயில்லை. 'மிதக்கும் சவப்பெட்டிகள்' என்று மிகச் சரியாகவே இந்தக் கப்பல்களை வர்ணித்திருக்கிறது ஐக்கிய நாடுகள் சபை.

சில படகுகளை மீனவர்களும் காவல் படையினரும் கயிறு கட்டி இழுத்து கரை சேர்த்திருக்கிறார்கள். அவ்வாறு மீட்கப்பட்ட

ஒரு கப்பலில் இருந்த 800 பயணிகளில் ஒருவர் மனு அப்துல் சலாம். தன் சகோதரனின் மரணத்தை அருகில் இருந்து கண்ட இந்த இளம்பெண் 'தி கார்டியன்' இதழுக்கு அளித்த பேட்டியில் கூறிய வார்த்தைகள் இவை. 'இந்தப் படகுப் பயணம் இவ்வளவு கொடூரமானதாக இருக்கும் என்று தெரிந்திருந்தால் நாங்கள் பர்மாவிலேயே செத்துப் போயிருப்போம்.'

இறந்தவர்கள், பாதி உயிரோடு ஆங்காங்கே கரையேறியவர்கள் போக இன்னொரு பிரிவு அகதிகள் நடுக்கடலில் இன்னமும் தத்தளித்துக்கொண்டிருக்கிறார்கள் என்கிறது தி கார்டியன். இவர்களுடைய எண்ணிக்கை சில ஆயிரங்களைத் தொட்டுவிடும். வங்காள விரிகுடாவிலும் அந்தமான் கடல் பகுதியிலும் இவர்களுடைய கப்பல்கள் சுற்றிச் சுற்றி வந்துகொண்டிருக்கின்றன. கைவசம் கொண்டுவந்திருந்த உணவுப் பொருள்கள், குடிநீர் அனைத்தும் தீர்ந்துவிட்ட நிலையில், பசியும் அச்சமும் அவர்களைக் கொன்று தின்றுகொண்டிருக்கிறது. இடமில்லை என்கிறது தாய்லாந்து. வசதியில்லை என்கிறது மலேசியா. ஏற்கெனவே எங்களுக்கு ஆயிரம் பிரச்னைகள் என்கிறது இந்தோனேஷியா. நடுக்கடலில் நடக்கும் இந்த பிங் பாங் விளையாட்டை அதிர்ச்சியுடனும் அறச்சீற்றத்துடனும் ஆற்றாமையுடனும் நாம் பார்த்துக் கொண்டிருக்கிறோம். பார்த்துக்கொண்டு மட்டுமே இருக்கிறோம்.

பர்மாவைவிட்டு வெளியேறும் ரோஹிங்கியா முஸ்லிம்களின் நிலைமை இப்படி என்றால் வெளியேறாதவர்களின் நிலைமை இதைவிடவும் கொடுமையானது. ரோஹிங்கியாவை ஏற்க இந்தோனேஷியாவும் தாய்லாந்தும் மலேசியாவும் மறுப்பதற்காவது ஒரு நியாயம் (அதுவே அநியாயம் என்பது வேறு விஷயம்) இருக்கிறது. நீங்கள் வெளிநாட்டவர்கள். உங்களுக்கு அடைக்கலம் அளிக்கவேண்டிய அவசியம் எங்களுக்கு இல்லை என்று அவர்களால் வாதாட முடியும். அதைத்தான் அவர்கள் செய்தும் வருகிறார்கள். ஆனால் பர்மாவும் அதே காரணத்தையே ரோஹிங்கியாக்களிடம் கூறுகிறது. தாய்லாந்து அரசு எப்படி ரோஹிங்கியாக்களை அந்நியர்களாகப் பார்க்கிறதோ, அப்படித்தான் பர்மாவும் அவர்களைப் பார்க்கிறது. இத்தனைக்கும் ரோஹிங்கியாக்கள் தலைமுறை தலைமுறையாக பர்மாவில் வசித்து வருபவர்கள். இதுவே எங்கள் தாய்நாடு என்று கூறுபவர்கள். பர்மா இதனை ஏற்பதில்லை. தவிரவும், அந்நியர்களாக அல்ல, துரத்தப்பட வேண்டிய, அழிக்கப்படவேண்டிய எதிரிகளாகவே ரோஹிங்கியா முஸ்லிம்களைக் கருதுகிறது பர்மா.

எதனால் ஏற்பட்ட வெறுப்புணர்வு இது? பர்மாவும் அந்நிய நாடு என்றால் ரோஹிங்கியா முஸ்லிம்களின் தாய்நாடு எது? அல்லது அப்படியொன்று இல்லாமலா அவர்கள் இவ்வளவு காலம் வாழ்ந்து வந்திருக்கிறார்கள்? உயிரைப் பணயம் வைத்துத் தங்கள் சொந்த நாட்டைவிட்டு வெளியேற வேண்டிய அவசியம் ஏன் ஏற்பட்டது அவர்களுக்கு? ஏன் அண்டை நாடுகள் அவர்களுக்குப் புகலிடம் கொடுக்க மறுக்கின்றன? பர்மாவிலும் பிரச்னை; பர்மாவைவிட்டு வெளியேறினாலும் பிரச்னை என்னும் நிலையில் ரோஹிங்கியாக்கள் என்ன செய்யவேண்டும் என்று பர்மா எதிர்பார்க்கிறது?

போதுமான அளவுக்கு மட்டுமல்ல, அதைவிடக் கூடுதலாக சர்வதேச நாடுகளின் கவனத்தைக் கவர்ந்துள்ள பிரச்னை இது. உலகில் இன்று அதிகம் ஒடுக்கப்படும் சிறுபான்மை குழுக்களில் ரோஹிங்கிய முஸ்லிம்களும் அடங்குவர் என்று ஐக்கிய நாடுகள் சபை அறிவித்திருக்கிறது. அமெரிக்கா தொடங்கி பல மேற்கத்திய நாடுகளும் சர்வதேச தன்னார்வுத் தொண்டு நிறுவனங்களும் மனித உரிமை அமைப்புகளும் ரோஹிங்கியா பிரச்னை குறித்து கவலை தெரிவித்திருக்கின்றன. இருந்தும் பர்மிய அரசியல்வாதிகள் ஒடுக்குமுறையை நிறுத்திக்கொள்வதாக இல்லை.

ஆளுங்கட்சியைச் சேர்ந்த தலைவர்கள் மட்டுமல்ல, அந்நாட்டின் நம்பிக்கை நட்சத்திரமாகக் கருதப்படும் எதிர்க்கட்சித் தலைவரும் கூட ரோஹிங்கியா பிரச்னையைக் கையில் எடுக்கத் தயக்கம் காட்டுகிறார். உலகின் பிரபலமான அரசியல் கைதிகளில் ஒருவராக இருந்த ஆங் சான் சூச்சி, கிட்டத்தட்ட பதினைந்து ஆண்டுகளை வீட்டுச் சிறையில் அவர் கழித்திருக்கிறார். பர்மாவில் ராணுவ ஆட்சி எப்படியிருக்கும் என்பதை நேரடியாக உணர்ந்தவர் அவர். 2015 அக்டோபர், நவம்பர் மாதங்களில் நடைபெறவுள்ள பொதுத் தேர்தலில் சூச்சியின் நேஷனல் லீக் ஆஃப் டெமாக்ரஸி போட்டியிடப்போவதாக அறிவித்துள்ளது. இருந்தும் பர்மாவின் முக்கியப் பிரச்னையொன்றைப் பற்றி எந்தவிதத் தெளிவான நிலைப்பாட்டையும் அவர் இதுவரை எடுக்கவில்லை. இதுவே அவருக்கு வசதியாக இருக்கிறது போலும்.

வேறு பலருக்கும்கூட இப்படி அமைதியாக இருப்பதே வசதியாக இருக்கிறது. ரோஹிங்கியாக்கள் போரை மட்டுமல்ல; இத்தகைய சந்தர்ப்பவாத அமைதியையும் சேர்த்தே வெறுக்கிறார்கள்.

19

ரோஹிங்கியா முஸ்லிம்கள்: ஓர் அறிமுகம்

தெற்கு ஆசியா என்பது பொதுவாக வங்கதேசம், பூடான், இந்தியா, மாலத்தீவு, நேபாளம், பாகிஸ்தான், இலங்கை ஆகிய நாடுகளைக் குறிக்கும். வடக்கில் இமயமலை; தெற்கே இந்தியப்பெருங்கடல்; மேற்கில் அரபிக் கடல்; கிழக்கே வங்காள விரிகுடா ஆகியவை சூழ்ந்துள்ள நிலையில் தெற்கு ஆசியா இயற்கையாகவே ஒரு துணைக்கண்டமாகத் தோற்றமளிக்கிறது. ஆனால் வடக்கிலும் தெற்கிலும் உள்ளதுபோல் கிழக்கிலும் மேற்கிலும் எல்லைகள் தெளிவாக வரையறுக்கப் படாததால் சில சமயம், ஆப்கனிஸ்தான், பர்மா ஆகிய இரு நாடுகளும்கூட தெற்கு ஆசியாவின் பகுதிகளாக அறியப்படுகின்றன.

பர்மாவைப் பற்றி மேலதிகம் பார்ப்பதற்கு முன்னால் ஓர் அடிப்படையான விளக்கம் அவசியமாகிறது. பர்மா, மியான்மர். இரண்டில் எது சரி? சுதந்தர பர்மாவை அதிகம் ஆட்சி செய்தவர்கள் அரசியல் தலைவர்கள் அல்லர், ராணுவத் தலைவர்கள்தாம். இந்த ராணுவத் தலைமை **1989**ம் ஆண்டு தமது நாட்டின் பெயரை 'ரிபப்ளிக் ஆஃப் தி யூனியன் ஆஃப்

மியான்மர்' என்று மாற்றியமைத்தது. சுருக்கமாக, மியான்மர். இது நடப்பதற்கு ஓராண்டுக்கு முன்பு நாடு தழுவிய அளவில் ஆட்சிக்கு எதிரான மாபெரும் மக்கள் அலை ஒன்று எழும்பியது. ஆயிரக்கணக்கானவர்களைக் கொன்றொழித்து அந்த எதிர்ப்பை ஒடுக்கியது ராணுவ ஆட்சி. ஜனநாயக விரோத அரசின் இத்தகைய செயல்பாடுகளைக் கண்டிக்கும் அனைவரும் அவர்களுடைய பெயர் மாற்றத்தையும் சேர்த்தே கண்டிப்பதால் மியான்மர் என்னும் பெயருக்குப் பதிலாக பர்மா என்னும் பழைய பெயரையே பயன்படுத்துகின்றனர். பல நாடுகள் மியான்மர் என்னும் பெயரை அதிகாரபூர்வமாகப் பயன்படுத்துகின்றன. ஐக்கிய நாடுகள் சபையும்கூட மியான்மர் என்றே அழைக்கிறது. மற்ற நாடுகள் பழைய, புதிய பெயர்கள் இரண்டையும் பயன்படுத்துகின்றன. அமெரிக்கா, பிரிட்டன் உள்ளிட்ட நாடுகள் மியான்மர் என்னும் பெயரைப் பயன்படுத்துவதில்லை.

இந்நூலில் இரண்டு பெயர்களும் பயன்படுத்தப்பட்டுள்ளன. புத்தகங்கள், கட்டுரைகள், அறிக்கைகள், செய்திக் குறிப்புகள் உள்ளிட்ட ஆவணங்களைக் குறிப்பிடும்போது அவற்றில் எந்தப் பெயர் பயன்படுத்தப்பட்டுள்ளதோ அது அப்படியே அளிக்கப் பட்டுள்ளது. மற்ற இடங்களில் பர்மா என்னும் பெயரே இடம் பெறுகிறது.

வரலாற்றுப் பின்னணி

பர்மா பெரும்பான்மை பௌத்தர்களைக் கொண்ட ஒரு நாடு என்பது அனைவருக்கும் தெரியும். பௌத்தர்கள் பற்றி நமக்கெல்லாம் ஒரு பிம்பம் இருக்கும். காவி உடை தரித்து, அமைதியே உருவாக புழு பூச்சிக்கும் தீங்கு விளைவிக்காமல், தர்மத்தை மதித்து, புத்தரின் உபதேசங்களைப் போற்றி, பரப்பி வாழும் சாதுவான ஒரு மக்கள் கூட்டம் என்றே நினைத்துக்கொள்வோம். இலங்கை இந்தப் பிம்பத்தை மாற்றியமைத்திருக்கும். பர்மாவின் அரசியல் வரலாற்றைத் தெரிந்துகொண்டால் நம் சாந்த பிம்பங்கள் சுக்குநூறாக உடைய நேரிடலாம். முற்றிலும் புதிய பிம்பங்கள் உருவாகவும்கூடும். எங்கே தவறு நடந்தது? ரோஹிங்கியா முஸ்லிம்களுக்கு இந்த நிலை ஏன் ஏற்பட்டது? பர்மிய பௌத்தர்கள் அவர்களை இவ்வளவு தீவிரமாக வெறுக்கவேண்டிய அவசியம் ஏன் ஏற்பட்டது?

காலனியாதிக்கத்தின் தாக்கம் ஒரு முக்கியமான காரணம் என்று அரசியல் விஞ்ஞானிகள் சுட்டிக்காட்டுகிறார்கள். அதைப் பார்ப்பதற்கு முன்னால் ரோஹிங்கியா மக்கள் பற்றிய ஒரு எளிய பின்னணி.

பர்மாவில் நூற்றுக்கும் அதிகமான இனக்குழுக்கள், மொழிகள், வட்டார வழக்குகள் ஆகியவை உள்ளன. இந்தியா, சீனா, தாய்லாந்து போன்ற நாடுகளின் சந்திப்புப் புள்ளியாக வரலாற்றுக் காலம் தொட்டு பர்மா இருந்து வருகிறது. தவிரவும், இரண்டாயிரம் ஆண்டுகளாக நடைபெற்றுவரும் மக்கள் இடப்பெயர்ச்சி காரணமாக ஒருவித கலாசாரப் பன்முகத்தன்மையை இந்நாடு பெற்றுள்ளது.

அரசுத் தரப்பின்படி மொத்தம் 135 'தேசிய இனங்கள்' பர்மாவில் உள்ளன. அவர்களுள் ஏழு சிறுபான்மை இனக்குழுக்கள் (கச்சின், கேரன், கயா, ஷான், சின், மோன் மற்றும் ராக்கின்) தங்கள் பிரதேசத்தின் பெயரால் அழைக்கப்படுகின்றனர். பன்னெடுங்கால மாக அவர்கள் இந்தப் பிரதேசங்களுக்கு உரிமை கொண்டாடி வருகிறார்கள். அரசாங்கத்தின் ஒப்புதலையும் பெற்று தங்கள் எல்லைகளை இவர்கள் நிர்மாணித்துள்ளனர். இந்தப் பிரதேசங் களில் எல்லாம் குறிப்பிட்ட இனக்குழுக்கள் மட்டுமே இருப்பார்கள் என்று சொல்லமுடியாது; பல்வேறு பிரிவினர் ஒன்றிணைந்து வசிப்பது வழக்கம்.

இந்த இனக்குழுக்களின் தனிப்பட்ட மக்கள் தொகை எண்ணிக்கை கணக்கிடப்படவில்லை. பர்மாவின் மொத்த மக்கள் தொகை 56 மில்லியன். இதில் மூன்றில் இரண்டு பங்கு பலத்துடன் இருக்கும் பெரும்பான்மையினர், பர்மியர்கள். குறிப்பிடத்தக்க சில சிறுபான்மையினரின் எண்ணிக்கை பின்வருமாறு: ஷான் (9 சதவிகிதம்); கேரன் (7 சதகிவிதம்); மோன், ராக்கின், சின், கச்சின், கரேனி, கயன், சீனர்கள், இந்தியர்கள், தானு, அகா, கோகாங், நாகா, பாலாங், ரோஹிங்கியா, தவோயான், வா ஆகியோரின் எண்ணிக்கை தலா 5 சதவிகிதம் அல்லது அதைவிடக் குறைவு. (மைனாரிட்டி ரைட்ஸ் இணையத்தளம்).

முஸ்லிம்களை எடுத்துக்கொண்டால் பர்மாவில் சன்னி முஸ்லிம்களே பெரும்பான்மையினர். எண்ணிக்கை, 4 சதவிகிதம். அவர்களில் பெரும்பாலானோர் ராக்கின் பகுதியிலும் கீழ்ப்புற பர்மாவிலும் வசிக்கின்றனர். வடக்கு ராக்கின் பகுதியில் வசிப்பவர்கள் ரோஹிங்கியா முஸ்லிம்கள் என்று அழைக்கப் படுகின்றனர். அவர்களுடைய மொழியின் பெயரும் அதுவேதான். ரோஹிங்கியாவின் வேர் மொழி வங்காளம். பங்களாதேஷில் சிட்டகாங் வட்டார வழக்கின் சாயலை இது ஒத்திருக்கும்.

ரோஹிங்கியா தவிர மிச்சமுள்ள முஸ்லிம்கள் அரக்கான் முஸ்லிம்கள் என்று அழைக்கப்படுகின்றனர். அந்தப் பகுதியிலுள்ள பெரும் பான்மை பௌத்தர்களின் பர்மிய மொழியையே இவர்களும்

பயன்படுத்துகின்றனர். ரோஹிங்கியாக்களுக்கு பர்மிய மொழி தெரியாது. அரபி, உருது, ரோமன் உள்ளிட்ட எழுத்துருக்களைப் பயன்படுத்தி ரோஹிங்கியா மொழியைச் சிலர் எழுதியிருக்கிறார்கள். ரோஹிங்கியா மக்கள் சன்னி இஸ்லாத்தைப் பின்பற்றுகிறார்கள். அதில் சூஃபியசத்தின் அம்சங்களும் உள்ளன.

ஐக்கிய நாடுகள் சபையின் வரையறைப்படி ரோஹிங்கியா என்பது மேற்கு பர்மாவில் உள்ள மத, மொழி சிறுபான்மைச் சமூகத்தைக் குறிக்கும் பெயர். உலகில் அதிகம் ஒடுக்கப்படும் சிறுபான்மை குழுக்களில் இவர்கள் முதன்மையானவர்கள் என்கிறது ஐ.நா. மற்றபடி, ரோஹிங்கியா என்னும் சொல்லின் பொருள், அதன் ஆணிவேர், தொன்மம், வரலாறு ஆகியவை பற்றிப் பலவிதமான மாறுபட்ட கோட்பாடுகள் நிலவி வருகின்றன.

பர்மாவில் உள்ள அரக்கான் பகுதியைச் சேர்ந்த (ராக்கின்) புத்திடாங், மவுங்டா ஆகிய நகர்ப்புறங்களில் ரோஹிங்கியா முஸ்லிம்கள் வசித்து வருகின்றனர். அரக்கான் என்பது பங்களாதேஷின் எல்லைப்புறத்தை ஒட்டி நாஃப் நதிக்கரை அருகில் மேற்குப் பகுதியில் அமைந்துள்ள ஒரு ஒதுக்குப்புறமான இடம். 1784ம் ஆண்டு இந்தப் பகுதியை பர்மா கைப்பற்றிக்கொண்டது. அதற்கு முன்புவரை தனியொரு ஆட்சிப்பிரதேசமாக அரக்கான் இருந்து வந்தது. ஆயிரம் ஆண்டுகளுக்கு முன்பிருந்தே இந்தப் பிரதேசத்தில் தங்களுக்குத் தனியொரு இடம் இருந்தது வந்தது என்று ரோஹிங்கியா வரலாற்றாசிரியர்கள் வாதிடுகின்றனர். குறிப்பாகச் சொல்வதானால், கிபி 8ம் நூற்றாண்டில் இருந்தே அரக்கானில் நாங்கள் வசித்து வந்திருக்கிறோம் என்கிறார்கள் அவர்கள். ஆனால் இந்த வாதத்தை முறையான வரலாற்று ஆதாரங்களைக் கொண்டு அவர்களால் நிரூபிக்கமுடியவில்லை. புராணங்களையும் கற்பனைக் கதைகளையும் மட்டுமே ஆதாரமாக எடுத்துக் காட்டுகிறார்கள். (ஆதாரம்: The Development of a Muslim Enclave in Arakan (Rakhine) State of Burma (Myanmar), Aye Chan).

இதிலிருந்த தெரிவது ஒன்றுதான். ரோஹிங்கியா அடையாளத்தைத் தேடி ஆயிரக்கணக்கான ஆண்டுகள் பின்னோக்கிச் செல்வது கடினமான செயல். அவர்களுடைய வரலாறு என்பது பர்மாவின் நவீன வரலாற்றோடு ஒட்டியே அமைந்துள்ளது.

காலனியாதிக்கம்

மொத்தம் 124 ஆண்டுகள் பிரிட்டனின் காலனியாக பர்மா இருந்தது. (4 ஜனவரி 1948 அன்று விடுதலை பெற்றது). இந்த நீண்ட ஆதிக்கக்

காலகட்டம் பர்மியர்களைப் பேரமைதிக்குள் தள்ளியது. அவர்களுடைய தன்னம்பிக்கையும் தன்மானமும் சுணக்கமடைந்தன. அதுவரை பல்வேறு மக்கள் பிரிவுகளைக் கொண்டு பெரும் சச்சரவுகள் எதுவுமின்றி வாழ்ந்து வந்த பர்மியர்களின் மனநிலையைக் காலனியாதிக்கம் கடுமையாகப் பாதித்தது. தங்களை ஆதிக்கம் செலுத்தியர்களை மட்டுமல்ல, உடன் வாழ்ந்தவர்களையும் அந்நியர்களையும் கூட அவர்கள் அச்சத்துடனும் நம்பிக்கையின்மையுடனும் அணுகத் தொடங்கினர்.

இந்தியாவைத் தனது கட்டுப்பாட்டின்கீழ் கொண்டுவந்தபோது அங்கே நிலவிய சாதியப் படிநிலையை அப்படியே பாதுகாத்து, அதனைத் தனக்குச் சாதகமாகப் பயன்படுத்திக்கொண்டது பிரிட்டன். படித்த மேல்சாதியினருக்கு முக்கியப் பொறுப்புகள் அளித்தது; தனக்குக் கீழ்ப்படியும் ஒரு காவல் படையை உருவாக்க கூர்காக்களைப் பயன்படுத்திக்கொண்டது. இவை சில உதாரணங்கள் மட்டுமே. பர்மாவிலும் அதையேதான் செய்தது பிரிட்டன். பர்மாவைத் தனியொரு காலனியாக அல்லாமல், இந்தியாவின் ஒரு நீட்சியாகவே கண்டது பிரிட்டன். அதனால்தான் இந்தியர்களைக் கொண்டே அந்நாட்டையும் நிர்வகிக்க பிரிட்டிஷார் திட்டமிட்டனர். நிர்வாகப் பணிகளுக்காக இந்தியர்களை பர்மாவுக்கு வரவழைத்த பிரிட்டன் அவர்களுக்குப் பல அதிகாரமிக்கப் பணிகளையும் அடுத்தடுத்து அளித்தது. வர்த்தகர்கள், வட்டிக்காரர்கள் என்று பல இந்தியர்கள் பர்மாவுக்குச் சென்றனர். இவர்களும் காலனிய அரசுக்குக் கட்டுப்பட்டவர்கள்தாம் என்றாலும் பர்மியர்களைவிட உயர்ந்த இடத்தில் இருந்தனர். இதனால் ஆங்கிலேயர்களிடம் மட்டுமல்ல அவர்களுக்கு அடுத்த இடத்தை வகித்த இந்தியர்களுக்கும்கூட பர்மியர்கள் அடங்கியே இருக்க வேண்டியிருந்தது.

இந்தியர்களைப்போலவே ரோஹிங்கியாக்களையும் பிரிட்டிஷாரே பெருமளவில் வரவழைத்தனர். இந்தியர்களைப் போலவே அவர்களையும் வணிக நலன்களுக்காகத்தான் வரவழைத்தார்கள். கிழக்கு வங்காளத்தில் (தற்போதைய பங்களாதேஷ்) இருந்து அரக்கானுக்குக் குடியமர்ந்தவர்களின் நேரடி வாரிசுகள் என்று ரோஹிங்கியர்கள் அழைக்கப்படுகிறார்கள். பிரிட்டனுக்கும் பர்மாவுக்கும் இடையிலான முதல் போரின் (18241826) முடிவில் கையெழுத்தான ஓர் ஒப்பந்தத்தின்படி அரக்கான் பிரிட்டிஷ் இந்தியாவின் ஒரு பகுதியாக மாறியது. அதற்குப் பிறகே இந்தக் குடியேற்றம் நிகழ்ந்திருக்கவேண்டும். தற்போதைய பர்மா,

பங்களாதேஷ் எல்லைப் பிரதேசங்களில் இருந்து ரோஹிங்கியா முஸ்லிம்கள் வரவேற்கப்பட்டனர். பிரிட்டிஷ் காலனிய குறிப்புகள் இவர்களை சிட்டகாங்கியர்கள் என்றே அழைக்கிறது.

ரோஹிங்கியா என்னும் பெயரால் அவர்கள் அழைக்கப்பட்டது பிறகுதான் நிகழ்ந்தது. சில வரலாற்றாசிரியர்களின் கூற்றுப்படி, 1950களுக்கு முன்பு ரோஹிங்கியா பற்றி எந்த மொழியிலும் எந்த வரலாற்றுக் குறிப்பும் காணப்படவில்லை. நவீன பங்களாதேஷில் இருந்து பர்மாவுக்குக் குடியேறிய வங்காள முஸ்லிம்களின் இரண்டாம் அல்லது மூன்றாம் தலைமுறையினரே ரோஹிங்கியாக்கள் என்கிறார்கள் இவர்கள். இவர்களுக்கு முன்னால் அரக்கானில் வசித்த முஸ்லிம்கள் வெகு சிலரே. நாற்பதாண்டுகால பிரிட்டிஷ் ஆட்சிக்குப் பிறகு 1869 வாக்கில் அரக்கானில் இருந்த முஸ்லிம் களின் எண்ணிக்கை மொத்த மக்கள் தொகையில் 5 சதவிகிதம்.

வளம் மிக்க அரக்கான் பகுதியில் விவசாயம் செழிக்கவேண்டும் என்று கருதிய பிரிட்டன், ரோஹிங்கியாக்களின் குடியேற்றங் களைப் பெரிதும் ஊக்கப்படுத்தியது. வங்காள மக்களை அரக்கான் வருமாறு, வேளாண் பணிகளில் ஈடுபடுமாறு அவர்கள் கேட்டுக் கொண்டனர். வங்காளத்தின் நிர்வாகத்தை அவர்கள் அப்படியே அரக்கானுக்கும் நீட்டித்துச் சென்று விரிவுபடுத்தினர். வங்காளம் இந்தியாவின் ஒரு பகுதி, அரக்கான் பர்மாவின் பகுதி என்று கறாராக அவர்கள் கருதாததால் இந்த இரு பிரதேசங்களுக்கும் இடையிலான மக்கள் போக்குவரத்தைக் கட்டுப்படுத்தவில்லை. எனவே இந்தியா, பங்களாதேஷ், பர்மா மூன்று நாடுகளிலும் மக்கள் குடியேற்றங்கள் தடையின்றி நிகழ்ந்தன. பிரிட்டன் எதிர்பார்த்ததும்இதைத்தான்.

சிட்டகாங்கில் இருந்து 'ஆயிரக்கணக்கான கூலிகள்' நிலம் வழியாகவும் கடல் மார்க்கமாகவும் அரக்கான் பகுதிக்குக் குடிபெயர்ந்து வந்ததை பிரிட்டிஷ் ஆவணங்கள் பதிவு செய்துள்ளன. தாற்காலிக விவசாயக் கூலிகளாக முதலில் அவர்கள் பணியிலமர்த்தப்பட்டனர். அறுவடை முடிந்ததும் வந்த வழியே சொந்த ஊர் திரும்பிவிடுவார்கள். இவர்களுடைய தோராய எண்ணிக்கை ஐம்பதாயிரம். நாள்கள் செல்லச்செல்ல சிட்டகாங் குடியேறிகள் அல்லது முஸ்லிம் வங்காளிகளின் எண்ணிக்கை குறிப்பிடத்தக்க அளவில் அதிகரிக்கத் தொடங்கியது. அக்யாப் என்னும் மாவட்டத்தில் 1871 வாக்கில் 58,255 முஸ்லிம்கள் இருந்தனர். 1911ல் இந்த எண்ணிக்கை 1,78,647 ஆக உயர்ந்தது.

வரிசையாக முஸ்லிம் குடியிருப்புகளைக் கடந்தபிறகே பர்மியர் களின் வசிப்பிடங்களை அரக்கானில் காணமுடிந்தது என்னும் ஒரு

காலனியப் பயணக் குறிப்பு இடப்பெயர்ச்சியின் தாக்கத்தை நேரடியாக உணர்த்துகிறது. அரக்கான் பகுதி மட்டுமின்றி பர்மாவின் பல பகுதிகளிலும் இத்தகைய பெருமளவிலான இடப்பெயர்ச்சிகள் நிகழ்ந்துள்ளதற்குப் பல ஆதாரங்கள் உள்ளன. இந்தியர்களின் வரவும் அதிகரித்தது. *1927* வாக்கில் *4,80,000* இந்தியர்கள் பர்மாவுக்குக் குடிபெயர்ந்தனர்.

ரோஹிங்கியாக்கள் கடுமையாக உழைத்தனர்; எதிர்ப்பின்றி வரி செலுத்தினர். பிற அரக்கான் மக்களைப்போல் போதை மருந்துக்கும் சூதாட்டத்துக்கும் அடிமையாகாமல் ஓய்வின்றி உழைப்பில் மட்டும் கவனம் செலுத்தினர். இதனால் பிரிட்டிஷார் அவர்களுக்குக் கரிசனம் காட்டினர். தவிர்க்கவியலாதபடி பர்மியர்கள் இதனால் பாதிக்கப் பட்டனர். நம்முடைய வாய்ப்புகளையும் வசதிகளையும் வங்காள முஸ்லிம்கள் அபகரித்துச் செல்கிறார்கள் என்று அவர்கள் பொறாமை கொள்ளத் தொடங்கினர்.

1926, 1938 ஆகிய ஆண்டுகளில் ரங்கூன் தொடங்கி பல நகரங்களில் கலவரங்கள் வெடித்தன. ரோஹிங்கியாக்களை அரக்கான் மக்கள் விரோதத்துடன் அணுகத் தொடங்கினர். இரண்டாம் உலகப் போர் சமயத்தில், ஜப்பான் பர்மாமீது படையெடுத்தபோது பிரிட்டன் விலகிக்கொண்டது. ஜப்பானின் கட்டுப்பாட்டின்கீழ் பர்மா வந்தது. அந்தச் சமயங்களில் *(1942 1943)* அரக்கான் மக்களுக்கும் ரோஹிங்கியா முஸ்லிம் கிராமங்களுக்கும் இடையில் மோதல்கள் வெடித்தன. வகுப்புவாத உணர்வுகள் தூண்டிவிடப்பட்டதால் வெடித்த கலவரங்கள் இவை. ஜப்பானியர்கள் தங்கள் பங்குக்கு அரக்கானில் இருந்த முஸ்லிம்களைத் துன்புறுத்தவும், பாலியல் பலாத்காரம் செய்யவும், கொல்லவும் தொடங்கினர். பர்மியர்களின் பகோடாக்கள் தாக்கப்பட்டன. பர்மிய இந்தியர்கள், ஆங்கிலோ பர்மியர்கள், ஆங்கிலேயர்கள், ரோஹிங்கியாக்கள் உள்பட ஆயிரக் கணக்கானவர்கள் பர்மாவில் இருந்து வெளியேறி இந்தியா சென்றடைந்தனர். இரண்டாம் உலகப் போர் முடிந்து மூன்றாண்டுகள் காத்திருந்த பிறகே பர்மாவுக்கு விடுதலை கிடைத்தது.

காலனியாதிக்கத்துக்குப் பிறகு

பர்மியர்களின் மனநிலையில் இப்போது பல அடிப்படை மாற்றங்கள் நிகழ்ந்திருந்தன. தங்கள்மீது ஆதிக்கம் செலுத்திய பிரிட்டிஷார் குறித்தும் இந்தியர்கள் குறித்தும் அவர்களுக்கு இப்போது சில நிலைப்பாடுகள் உருவாகியிருந்தன. நம் அளவுக்கு இந்தியர்கள் பிரிட்டனை வெறுக்கவில்லை என்பதைப் பர்மியர்கள்

கண்டுகொண்டனர். காலனியாதிக்கம் விலகியபோது இந்தியர்கள் அதுவரை அனுபவித்து வந்த செல்வாக்கு உடன் விலகியதால் ஏற்பட்ட வருத்தம் அது என்பதும் அவர்களுக்குத் தெரிந்திருந்தது. அதேபோல் ரோஹிங்கியா முஸ்லிம்களைப் பற்றியும் அவர்கள் முடிவெடுக்க வேண்டியிருந்தது. அதை அவர்கள் சுலபமாகச் செய்துமுடித்தார்கள்.

உண்மையில் ரோஹிங்கியாக்கள் யார்? பர்மியர்கள் இந்தக் கேள்வியை முறையாக எழுப்பி, விடை தேடவில்லை. அவர்களாகவே சில பிம்பங்களை உருவாக்கிக்கொண்டார்கள். ரோஹிங்கியாக்கள் பிரிட்டனால் கொண்டுவரப்பட்டவர்கள். பிரிட்டனால் அவர்களுடைய எண்ணிக்கை உயர்ந்தது. பிரிட்டனால் அவர்கள் வேலைவாய்ப்புக் கிடைக்கப்பெற்றார்கள். ரோஹிங்கியா என்பது அவர்களே தங்களுக்குச் சூட்டிக்கொண்ட ஓர் அடையாளம். உண்மையில் அவர்கள் குடியேறிகள். வங்காளியர்கள். இந்தியாவில் வங்காளியர்கள் பெரும்பாலும் இந்துக்களாக இருந்தனர். பங்களாதேஷில் முஸ்லிம் களாக இருந்தனர். ராக்கின் பகுதியில் இருப்பவர்கள் பங்களாதேஷ் முஸ்லிம்கள். பர்மாவில் பங்களாதேஷ் முஸ்லிம்களுக்கு என்ன வேலை?

ஆட்சி அதிகாரம் கைக்கு வந்ததும் பர்மாவின் ராணுவ அரசு இந்தப் புதிய நிலைப்பாடுகளின் அடிப்படையில் இயங்கத் தொடங்கியது. முதலில் இந்தியர்கள் மீதே அவர்களுடைய கோபம் திரும்பியதில் வியப்பில்லை. பர்மாவில் பரவியிருந்த இந்தியர்களின் வர்த்தக நிறுவனங்கள் தேசியமயமாக்கப்பட்டன. இந்தியர்களுக்கு இருந்த வாக்குரிமை உடனடியாகப் பறிக்கப்பட்டது. கிட்டத்தட்ட 3 லட்சம் இந்தியர்கள் பர்மாவைவிட்டு வெளியேறினர். எஞ்சியிருந்தவர் களின் நடவடிக்கைகள் முடக்கப்பட்டன. இனி இந்தியர்கள் பர்மாவில் அரசுப் பதவிகள் வகிக்கமுடியாது. ராணுவத்தில் அவர்களுக்கு இடமில்லை. தனிப்பட்ட முறையிலும் வியாபாரம் செய்யமுடியாது, எங்கும் வேலை செய்து பொருள் ஈட்டமுடியாது. சுருக்கமாகச் சொன்னால் இந்தியர்களின் வசந்த காலம் முடிவுக்கு வந்துவிட்டது.

அடுத்து ரோஹிங்கியா முஸ்லிம்கள். இந்தியர்களைக் காட்டிலும் பல மடங்கு கோபமும் வன்மமும் பர்மியர்களுக்கு ரோஹிங்கியா முஸ்லிம்கள் மீது இருந்தது. அதற்குப் பல காரணங்கள் இருந்தன. அவற்றுள் முக்கியமானது, 1971 சம்பவம். பங்களாதேஷ் விடுதலைக்கான போராட்டம் நடைபெற்றபோது 1971ல்

ரோஹிங்கியா முஸ்லிம்கள் முஜாஹிதின் போரை முன்னெடுத்தனர். முஸ்லிம்கள் அதிகளவில் இருந்த ராக்கின் பகுதியின் வடக்குப் பகுதி பங்களாதேஷுடன் இணைக்கப்படவேண்டும் என்று ரோஹிங்கியாக்கள் கோரினர். பர்மியர்களால் இதனை மறக்கவோ மன்னிக்கவோ முடியவில்லை. தீராத பகையுணர்வை இந்தச் சம்பவம் ஏற்படுத்திவிட்டது. இந்தப் பகையுணர்வை அவர்கள் வெளிப்படுத்தத் தொடங்கியபோது மூட்டைப்பூச்சிகளைப் போல் ரோஹிங்கியாக்கள் மடிய ஆரம்பித்தார்கள்.

20

ரோஹிங்கியா முஸ்லிம்கள் : வரலாறு

பர்மா நீண்ட காலத்துக்கு ஒரு தீண்டத்தகாத நாடாகவே இருந்தது. உலகின் மற்ற நாடுகளில் இருந்து துண்டிக்கப்பட்ட நிலையில் யாருடனும் ஒட்டுறவு இல்லாமல் தனித்து விடப்பட்டிருந்தது பர்மா. அதற்குக் காரணம் மற்ற நாடுகள் அல்ல, பர்மாதான். 1962 முதல் 2011 வரை அந்நாடு ராணுவத் தலைமையால் (ராணுவ ஜண்டா) ஆளப்பட்டு வந்தது. ஒருவர் பின் ஒருவராக வந்த ராணுவ ஜெனரல்கள் ஜனநாயகத்தின் சாயல்கூட நாட்டில் படிந்துவிடாதபடிக்குக் கவனமாகப் பார்த்துக்கொண்டார்கள். ஒரு நாட்டில் பெரும்பான்மை மட்டுமே பலம் பொருந்தியிருக்கவேண்டும், அதுவே இயல்பானது என்னும் கருத்து எவ்வளவு அபாயகரமானது என்பதைத் தெரிந்துகொள்ள பர்மா ஒரு கண்முன் உதாரணம். மனித உரிமைகள் எதுவும் மதிக்கப்படவில்லை. ஜனநாயக எதிர்ப்புகள் அனைத்தும் நசுக்கப்பட்டன. சிறுபான்மையினர் இரண்டாம் தரக் குடிமக்களாக சுருக்கப்பட்டனர்.

1962ம் ஆண்டு ஜெனரல் நீ வின் ஆட்சியில் அமர்ந்தபிறகு ரோஹிங்கியா மக்கள் மீதான

தாக்குதல் தீவிரமடைந்தது. ரோஹிங்கியா பர்மாவைச் சேர்ந்தவர்கள் அல்லர், அவர்கள் அந்நியர்கள் என்னும் உணர்வு நாடு முழுவதும் பலம் பெற்றது. பங்களாதேஷில் இருந்து வந்தவர்கள், பங்களாதேஷுக்கே திரும்பிப் போகவேண்டும் என்று ஆவேசமாகப் பல அரசு அதிகாரிகள் குரல் கொடுக்கத் தொடங்கினர். இதுவே அடுத்தடுத்து ஆட்சியில் அமர்ந்தவர்களின் அதிகாரபூர்வ மான அரசுக் கொள்கையாகவும் மாறியது. ரோஹிங்கியாக்களை வெளியேற்றுவது வெற்றிகரமான ஒரு செயலாகப் பார்க்கப் பட்டது.

நீ வினின் பர்மா சோஷலிஸ்ட் புரோகிராம் கட்சி (பிஎஸ்பிபி) ரோஹிங்கியாக்களின் சமூக, அரசியல் அமைப்புகள் அனைத்தையும் தடை செய்தது. 1977ம் ஆண்டு 'ஆபரேஷன் டிராகன் கிங்' என்னும் பெயரில் பர்மிய மக்களை மட்டும் தனியே பிரித்தெடுத்து, பதிவு செய்து ரோஹிங்கியாக்களை ஒதுக்கிவைத்தனர். அதாவது, ரோஹிங்கியாக்கள் இனி பர்மிய குடிமக்களாகக் கருதப்பட மாட்டார்கள். எனவே அவர்களுக்குச் சட்டப்பூர்வமான குடியுரிமை கிடையாது. பர்மிய எல்லையைவிட்டு அவர்கள் வெளியேறியாக வேண்டும்.

மே 1978ல் கிட்டத்தட்ட 2 லட்சம் ரோஹிங்கியா மக்கள் பர்மாவை விட்டு வெளியேறினர். இங்கே தங்கியிருந்தால் அது சட்ட விரோதமாகப் பார்க்கப்படும் என்பதால் அவர்களாகவே வெளியேறிவிட்டனர் என்று காரணம் சொன்னது பர்மா அரசு. ஆனால் ரோஹிங்கியாக் களின் தரப்பு பர்மா அரசை நேரடியாகக் குற்றம்சாட்டியது. ராணுவம் தங்களைத் தேடித்தேடி வேட்டையாடி வருவதாகவும், உயிரைக் காப்பாற்றிக்கொள்ளவே எல்லையைவிட்டுத் தப்பியோடி வந்தோம் என்றும் அவர்கள் முறையிட்டார்கள். 6 பிப்ரவரி 1978 அன்று ரோஹிங்கியாக்களுக்கு எதிராக பர்மா அரசு தொடுத்த நேரடிப் போரின் விளைவே இந்த வெளியேற்றம் என்று சொல்லப் படுகிறது. அரக்கானில் உள்ள சிட்வே என்னும் மாவட்டத்தில் மட்டும் கொத்துக் கொத்தாகப் பலர் கைது செய்யப்பட்டு கொடூரமான சித்திரவதைகளுக்கு உள்ளாக்கப்பட்டனர். பல ரோஹிங்கியா பெண்கள் வன்புணர்ச்சி செய்யப்பட்டார்கள். கொலைகளும் நிகழ்ந்தன.

பர்மாவைவிட்டு வெளியேறிய லட்சக்கணக்கான ரோஹிங்கியாக்கள் பங்களாதேஷில் தஞ்சம் கோரினர். சர்வதேச செஞ்சிலுவைச் சங்கத்தின் கவனத்துக்கும் இது சென்றது. தொடக்கத்தில் பங்களாதேஷ் அரசு ரோஹிங்கியாக்களை வரவேற்று நிவாரண

உதவிகள் அளித்தபோதும் ஒரு கட்டத்தில் திண்டாடிப்போனார்கள். ஐக்கிய நாடுகள் சபை உதவிக்கு வரவேண்டும் என்று பங்களாதேஷ் அரசு விடுத்த கோரிக்கையை ஏற்று எல்லைப் பகுதிகளில் கூடாரங் களை அமைத்து அகதிகளைத் தங்க வைத்தது ஐ.நா. இவை யெல்லாமே தாற்காலிக ஆறுதல்கள் மட்டுமே. ரோஹிங்கியாக் களைக் குடிமக்களாக ஏற்று அவர்களை ஒன்றிணைத்துக்கொள்ள பங்களாதேஷ் தயாராகயில்லை. பர்மாவுடன் பேச்சுவார்த்தை நடத்தியது அந்நாடு. எங்களுடைய பொருளாதார, சமூக, அரசியல் நிலவரம் இத்தனை பெரிய கூட்டத்தைக் கையாள்வதற்கு ஒத்துழைக்க வில்லை. எனவே நீங்கள் ரோஹிங்கியாக்களைத் திரும்பப்பெற்றுக் கொள்ள வேண்டும் என்று பர்மாவுக்கு கோரிக்கையும் வைத்தார்கள்.

ஐ.நாவும் பர்மாவுடன் பேச்சுவார்த்தை நடத்தியது. நீ வின் அரசு அப்போது அயல்நாட்டுக் கடன்களையும் உதவிகளையும் எதிர்நோக்கியிருந்தது என்பதால் அதையே துருப்புச் சீட்டாகப் பயன்படுத்திக்கொண்டது ஐ.நா. ரோஹிங்கியாக்களை திரும்பப் பெற்றுக்கொள்வதாக இருந்தால் உங்கள் நாட்டுக்கு உதவிகள் கிடைக்கக்கூடும் என்றது ஐ.நா. பர்மா வேறு வழியின்றி ஒப்புக் கொள்ள, சிறிது சிறிதாக ரோஹிங்கியாக்கள் மீண்டும் பர்மாவுக்குத் திரும்பிச்செல்லத் தொடங்கினர். சிலர் பர்மா திரும்பாமல் பாகிஸ்தானுக்குக் குடிபெயர்ந்து சென்றனர்.

பறிக்கப்படும் உரிமைகள்

1982ம் ஆண்டு 'பர்மா சிட்டிசன் ஷிப்' சட்டம் கொண்டுவரப்பட்டது. இதன்படி ரோஹிங்கியாக்களின் குடியுரிமை சட்டப்படி பறிக்கப் பட்டது. ஏற்கெனவே தனிமைப்படுத்தப்பட்டுப் போன ரோஹிங்கியாக் களை இந்தச் சட்டம் கடும் நெருக்கடிக்கு உள்ளாக்கியது. அரசு அவர்களுக்கு இனி பாதுகாப்பு அளிக்காது என்பது மட்டுமல்ல இந்தச் சட்டத்தின் பொருள். அரசே அவர்களுக்கு எதிரானதுதான் என்பதுதான். தெற்காசிய நாடுகள் குறித்து ஆராய்ந்துவரும் லண்டன் பல்கலைக்கழகத்தைச் சேர்ந்த மைக்கேல் கே. சார்னே இத்தகைய நடவடிக்கைகளால் ரோஹிங்கியாக்களுக்கு ஏற்பட்ட பாதிப்புகளைப் பதிவு செய்திருக்கிறார். ரோஹிங்கியாக்களின் தனிப்பட்ட வாழ்க்கையும்கூட அரசின் நேரடிக் கண்காணிப்பின் கீழ் வந்து சேர்ந்ததையும் அவர்களுடைய பூர்விகச் சொத்துகள்கூட பறிமுதல் செய்யப்பட்டதையும் அவர் விவரிக்கிறார். இந்த நடவடிக்கைகள் பௌத்த பேரினவாதத்தை வளர்த்துவிட்டன என்கிறார் மைக்கேல் சார்னே. ரோஹிங்கியாக்களின் சொத்துகளை

வலுக்கட்டாயமாகப் பறிமுதல் செய்து பௌத்த மக்கள் நலத் திட்டங்களுக்கு அவற்றை உபயோகப்படுத்தப்போவதாக அரசு அறிவித்தது பெரும்பான்மை மக்களைத் திருப்திபடுத்தியிருக்க வேண்டும் என்கிறார் இவர்.

1991ல் 'ஆபரேஷன் கிளீன் அண்ட் பியூட்டிஃபுல் நேஷன்' என்னும் பெயரில் மீண்டும் ரோஹிங்கியாக்களை வெளியேற்றத் தொடங்கியது பர்மா. ஆயிரக்கணக்கானவர்கள் தாய்லாந்து, மலேசியா, இந்தோனேஷியா, பங்களாதேஷ் ஆகிய நாடுகளுக்குத் தப்பிச் சென்றனர். சிறைபிடிக்கப்பட்ட பலர் கட்டாய உழைப்புக்கு நிர்பந்திக்கப்பட்டனர். பாலியல் பலாத்காரங்கள், சித்திரவதைகள், படுகொலைகள் ஆகியவையும் தடங்கலின்றி தொடர்ந்தன. 1991, 1992 இரு ஆண்டுகளில் மட்டும் 2,50,000 ரோஹிங்கியாக்கள் பர்மாவில் இருந்து வலுக்கட்டாயமாக வெளியேற்றப்பட்டார்கள் என்கிறது ஐ.நாவின் குறிப்பு. கடந்த முறையைப் போலவே இந்த முறையும் பங்களாதேஷ் அரசு பெயரளவுக்குச் சிலருக்கு அடைக்கலம் கொடுத்து, கடனே என்று சில நிவாரணங்களை அளித்துவிட்டு, இதற்குமேல் எங்களால் எதுவும் முடியாது என்று கையை விரித்தது. ரோஹிங்கியாக்களை யார் வைத்துக்கொள்வது என்னும் கேள்வியை பங்களாதேஷும் பர்மாவும் ஒருவர்மீது ஒருவர் தூக்கிப்போட்டு விளைாட்டு காட்டின. இரண்டுக்கும் இடையில் சிக்கிக்கொண்டு ரோஹிங்கியாக்கள் பந்தாடப்பட்டனர்.

ஐ.நாவின் மனித உரிமைகள் கண்காணிப்பு மையம் சிறிது காலம் இந்த இரு நாடுகளுடனும் பேச்சுவார்த்தை நடத்தி ரோஹிங்கியாக்கள் எங்கிருக்க விரும்புகிறார்களோ அங்கு அவர்களை ஏற்றுக்கொண்டு அங்கீகரிக்குமாறு கேட்டுக்கொண்டது. ஆனால் இரு நாடுகளும் வலுக்கட்டாயமாகத் தத்தமது எல்லைகளில் இருந்து அவர்களை விரட்டியடித்துக்கொண்டே இருந்ததால் ஐநாவின் முயற்சியும் கைவிடப்பட்டது. ரோஹிங்கியாக்கள் அரக்கான் பகுதிகளில் மீள்குடியமர்த்தப்பட்டிருக்கிறார்களா என்பதைக் கண்டறிவதற்காக ஐ.நா முயன்றபோது பர்மா அரசு பல கெடுபிடிகளை விதித்தது. அரசு அனுமதியின்றி அரக்கான் பகுதிக்கு யாரும் செல்லக்கூடாது என்றும் தடை விதிக்கப்பட்டது. பர்மிய குடியுரிமையை ரோஹிங்கியாக்களுக்கு வழங்கவேண்டும் என்று ஐ.நாவும் சில சர்வதேச அரசு சாரா அமைப்புகளும் கோரியபோதும் பர்மா அரசு அதற்கு இணங்கவில்லை. இவ்வளவு நடந்த பிறகும் 1993 முதல் 1997 வரை சுமார் 2,30,000 ரோஹிங்கியாக்கள் பர்மா திரும்பினர்.

பர்மா அரசும் தன் அணுகுமுறையை மாற்றிக்கொள்ளவேயில்லை. ரோஹிங்கியாக்கள் பலவந்தமாக சிறை பிடிக்கப்பட்டு கடினமான பணிகளை மேற்கொள்ளச் சொல்லி கட்டாயப்படுத்தப்படுவதும், மிரட்டப்படுவதும், விரட்டியடிக்கப்படுவதும் தொடர்ந்து கொண்டே இருந்தன. அவர்களுடைய உடைமைகள் அவ்வப் போது கைப்பற்றப்பட்டன. அவர்களுடைய நடமாட்டம் கட்டுப் படுத்தப்பட்டது. கிராமங்கள் தொடர்ச்சியாக அழிக்கப்பட்டன.

பெரும்பான்மை சிறுபான்மை

சிறுபான்மை ரோஹிங்கியா மக்கள் பெரும்பான்மையாக வசிப்பது வடக்கு ராக்கின் பகுதியில் மட்டும்தான். பூர்விக ராக்கின்வாசிகள் என்று தங்களை அழைத்துக்கொள்ளும் பௌத்த பர்மியர்கள் அதே ராக்கின் பகுதியில் தெற்கில் பெரும்பான்மையாக வசித்து வருகின்றனர். இந்த இரு குழுக்களுக்கும் இடையில் 2012ம் ஆண்டு ஏற்பட்ட மோதல்கள் சர்வதேச நாடுகளின் கவனத்தைக் கவர்ந்தன.

28 மே 2012 அன்று ஓர் இளம் பௌத்த பர்மிய பெண் நான்கு ரோஹிங்கியாக்களால் வன்புணர்ச்சி செய்யப்பட்டுக் கொல்லப் பட்டார். இது செல்போனில் படம் பிடிக்கப்பட்டு நோய்க்கிருமி போல் பரவத் தொடங்கியபோது பிரச்னை பூதாகரமாக வெடித்தது. கூடவே ரோஹிங்கியா எதிர்ப்பு துண்டுப் பிரசுரங்களும் விநியோகிக்கப்பட்டபோது தீ பற்றி எரியத் தொடங்கியது. மிகக் கொடூரமான முறையில் இந்தப் படுகொலை நிகழ்த்தப்பட்டுள்ள நிலையில் ஏற்கெனவே மண்டிக்கிடந்த ரோஹிங்கியா வெறுப்பு பலமடங்கு அதிகரித்ததில் வியப்பில்லை. பர்மாவில் தங்கியிருந்த அந்நாட்டைப் பற்றியும் ரோஹிங்கியா பிரச்னை குறித்தும் விரிவாகத் தன் இணையப் பக்கத்தில் எழுதியுள்ள ஹன்னா பவர்ஸ் இந்தப் படுகொலை பற்றி மற்றொரு வலைப்பதிவாளர் எழுதி வைத்துள்ள குறிப்புகளைத் தன் கட்டுரையில் அளித்துள்ளார். காவல்துறை ஃபாரன்ஸிக் குறிப்புகளின்படி கொல்லப்பட்ட 25 வயது பெண்ணின் கழுத்து ஒரு காதில் இருந்து இன்னொரு காது வரை அறுக்கப்பட்டிருந்தது. பலமுறை மார்பில் கத்தியால் குத்தப்பட்டிருந்த தடங்கள் இருந்தன. தங்கத் தோடுகளைத் திருடுவதற்காக இரண்டு காதுகளும்கூட அறுக்கப்பட்டிருந்தன. கலவரத்தைத் தூண்டிவிடுவதற்கு இந்தப் பெண்ணின் ஒரு புகைப்படம் போதுமானதாக இருந்தது.

ஜூன் 3 அன்று 300 பௌத்த பர்மியர்கள் ஒன்றுகூடி ஒரு பேருந்தை மடக்கி அதிலிருந்த பத்து ரோஹிங்கியாக்களை அவர்களுடைய

தோல் நிறத்தைக் கொண்டு அடையாளப்படுத்தி, அடையாளத்தை உறுதிசெய்துகொண்டு கொடூரமான முறையில் கொன்று குவித்தனர். ஐந்து நாள்களில் பங்களாதேஷ் எல்லைக்கு அருகிலுள்ள மாங்டா என்னும் நகரில் ஆயிரக்கணக்கான ரோஹிங்கியா மக்கள் ஒன்றுகூடி பர்மிய கிராமங்களைத் தீ வைத்து அழிக்கவும், கொள்ளையடிக்கவும் கொல்லவும் தொடங்கினர். கலவரம் ராக்கின் பகுதிக்கும் பரவிப் படர்ந்தது. ரோஹிங்கியாக்களும் பர்மியர்களும் ஒருவரை யொருவர் தாக்கத் தொடங்கினர்.

ஜூன் 10ம் தேதி அவசரநிலை பிரகடனம் செய்யப்பட்டு கலவரம் நடக்கும் இடங்களுக்கு ராணுவம் அனுப்பிவைக்கப்பட்டது. ஆனால் ரோஹிங்கியாக்கள் தாக்கப்படும்போது, அவர்களுடைய கிராமங்கள் அழிக்கப்படும்போது ராணுவத்தினர் தடுக்காமல் வேடிக்கை பார்த்தனர். அதிகம் பாதிக்கப்பட்டவர்கள் ரோஹிங்கி யாக்கள்தாம். பர்மியர்கள் தங்களுக்குள் ஒன்றுகூடி ரோஹிங்கியாக் களின் பள்ளிகள், வழிபாட்டு இடங்கள், வீடுகள் அனைத்தையும் கொள்ளையடித்து, தீ வைத்து கொளுத்தினர். ரோஹிங்கியா என்றொரு பிரிவே இனி இருக்கக்கூடாது என்னும் வன்மத்துடன் கொன்று குவித்தனர். அரசும் ராணுவமும்கூட இதே எண்ணத்தைக் கொண்டிருந்ததால் அவர்கள் மறைமுகமாகவும் நேரடியாகவும் கலவரக்காரர்களுக்கு உதவியாக நின்றனர்.

ராக்கின் பகுதியில் அமைக்கப்பட்ட அகதி முகாம்களில் வீடுகளை இழந்த ரோஹிங்கியாக்கள் தஞ்சம் புகுந்தனர். ஆனால் அந்த முகாம்கள் வதை முகாம்களாகவே திகழ்ந்தன. கம்பி வேலி போடப் பட்ட அந்தப் பகுதிக்குள் நிவாரண உதவிகள்கூட செல்லமுடியாத படி தடுத்து நிறுத்தப்பட்டன. இந்தக் கலவரங்கள் தொடங்கும் போதே பல ரோஹிங்கியாக்கள் படகுகள்மூலம் பர்மாவைவிட்டு வெளியேறத் தொடங்கிவிட்டனர். இவர்களுடைய எண்ணிக்கை நாள்தோறும் அதிகரிக்கத் தொடங்கியது. முடிவிலா பெரும் போர் ஒன்று தங்கள்மீது கட்டவிழ்த்துவிடப்பட்டதை அவர்கள் உணர்ந்தார்கள். போரில் கலந்துகொண்டாலும் மரணம். தப்பியோடினாலும் மரணம்.

21

ரோஹிங்கியா முஸ்லிம்கள் : அழித்தொழிப்பு

சிறுபான்மையினர் பெரும்பான்மையினரால் ஓரங்கட்டப்படுவதும், ஒடுக்கப்படுவதும், கொல்லப்படுவதும் வரலாற்றில் புதிதல்ல என்றாலும் ரோஹிங்கியா விவகாரத்தை அத்தகைய ஒரு நிகழ்வாக மட்டும் பார்ப்பது சரியாகாது. ரோஹிங்கியாக்கள் மீதான ஒடுக்கு முறை என்பது முறையாக ஒழுங்குபடுத்தப் பட்டுள்ள ஒன்று. பர்மா அரசாங்கம் இந்த ஒடுக்குமுறையை முன்னின்று வழிநடத்து வதோடு அதனை நியாயப்படுத்தவும் செய்கிறது. இந்த ஒடுக்குமுறைக்கு சட்டத்தின் துணை இருக்கிறது. குடிமக்களைப் பாதுகாத்து அவர்களுடைய நலன்களைப் பேணுவததற் காக ஏற்படுத்தப்பட்ட அரசு, காவல்துறை, ராணுவம், சட்டம் ஆகிய நிறுவனங்கள் அனைத்தும் சிறுபான்மை ரோஹிங்கியாக் களுக்கு எதிரானதாக இருக்கிறது. அந்த வகையில், இது சமூக, அரசியல் மற்றும் பொருளாதார ஒடுக்குமுறை. இதனை எதிர்ப்பதற்கோ, போராடுவதற்கோ, நியாயம் தேடுவதற்கோ ரோஹிங்கியாக்களுக்கு வழிவகை இல்லை. இது மத, இன மற்றும் மொழி வகைப்பட்ட ஒடுக்குமுறையும்கூட.

தற்போதைய பர்மாவில் ரோஹிங்கியா மக்களின் மக்கள் தொகை என்ன என்பதைக் கண்டறிவது சுலபமல்ல. சில நிபுணர்களின் கணிப்பின்படி இந்த எண்ணிக்கை 5 சதவிகிதமாக இருக்கலாம். ராக்கின் பகுதியைச் சேர்ந்த அரசு அதிகாரிகள் இதனை ஏற்பதில்லை. பர்மிய பௌத்தர்களைக் காட்டிலும் ரோஹிங்கியா முஸ்லிம்களின் மக்கள் தொகை பத்து மடங்கு அதிகரித்து வருவதாக அவர்கள் வாதிடுகிறார்கள். இப்படி வாதிடுவது அவர்களுடைய நோக்கத்தை நிறைவேற்றுவதாக உள்ளது. அதிகரித்துக்கொண்டே செல்லும் முஸ்லிம்களின் பெருக்கத்தைக் கட்டுப்படுத்தவே அவர்கள்மீது நடவடிக்கை எடுக்கப்படுகிறது என்று நியாயம் கற்பிக்கவும் முடிகிறது.

ரோஹிங்கியாக்களின் எண்ணிக்கை மொத்த மக்கள் தொகையில் 15 சதவிகிதம் என்கிறது பர்மா அரசு. சிறுபான்மையினர்மீது வெறுப்பையும் அச்சத்தையும் ஏற்படுத்தும் வகையில் அவர்களைப் பற்றிய அனைத்து செய்திகளையும் அதீதமாக மிகைப்படுத்திக் காட்டும் போக்கை பர்மா கையாண்டு வருவதற்கு இது ஓர் ஆதாரம். ராக்கின் பகுதியைச் சேர்ந்த ஓர் அரசியல்வாதி (ஷ்வே மாங்) தி எகனாமிஸ்ட் இதழுக்கு அளித்த பேட்டியில் இவ்வாறு கூறினார். 'ரோஹிங்கியாக்கள் எங்களை இஸ்லாமியமயமாக்கப் பார்க்கிறார்கள். அவர்களுடைய மக்கள் தொகை பெருக்கம் அபாயகரமாக முறையில் அதிகரித்து வருகிறது.' பிரபலமான ஒரு பௌத்த துறவி (அஷின் விராத்து) குளோபல் போஸ்ட் இதழில் இவ்வாறு குறிப்பிடுகிறார். 'முஸ்லிம்கள் ஆப்பிரிக்க கார்ப் (மீன்கள்) போன்றவர்கள். இனப்பெருக்கம் துரிதமாக இருக்கும். வன்முறையில் நம்பிக்கை அதிகம். தங்கள் இனத்தைத் தாங்களே சாப்பிட்டு விடுவார்கள்.'

பர்மாவின் தற்போதைய அதிபர் தீன் சீனின் கருத்தும் இதுவேதான். திட்டவட்டமாக அவர் சொல்கிறார். 'ரோஹிங்கியாக்கள் மியான்மரின் குடிமக்கள் கிடையாது.' அவர்களை என்ன செய்யலாம் என்பதற்கும் அவரிடம் ஒரு திட்டம் இருக்கிறது. 'மொத்தமாக இந்த இனக்குழுக்களைப் பிடித்து அகதிகளுக்கான ஐ.நா ஹை கமிஷனரிடம் ஒப்படைத்துவிடவேண்டும். வேறு நாடுகளில் அவர்களைக் குடியமர்த்திவிடவேண்டும்.' இத்தனைக்கும் இவர் மற்ற ராணுவத் தலைவர்களைப் போலன்றி மிதமானவர் என்று பெயர் பெற்றவர். ரோஹிங்கியாக்களைப் பார்த்தால் குழந்தை களைப் பிடித்துத் தின்னும் அரக்கர்களே நினைவுக்கு வருகிறார்கள் என்று ஒரு மூத்த பர்மிய தூதர் ஒருமுறை குறிப்பிட்டதையும் இங்கே நினைவுபடுத்திப் பார்க்கலாம்.

மொத்தத்தில், ரோஹிங்கியாக்களை மனிதர்களாக மதிக்கவேண்டிய அவசியமில்லாமல் போனதால் அவர்களுடைய தனிப்பட்ட வாழ்க்கையிலும்கூட அரசு சர்வசாதாரணமாகத் தலையிடுகிறது. எந்த அளவுக்கு என்றால் ஒரு ரோஹிங்கியா இரண்டு குழந்தைகளுக்கு மேல் பெற்றுக்கொண்டால் அது சட்ட விரோதமான செயல். சம்பந்தப்பட்டவர்மீது நடவடிக்கை எடுக்கமுடியும். 1994 முதல் இந்தத் தடையுத்தரவு நடைமுறையில் இருக்கிறது. ஒருவேளை மூன்றாவது முறை கருவுற நேர்ந்தால் ஒரு ரோஹிங்கியாவுக்கு உள்ள ஒரே வாய்ப்பு கருக்கலைப்பு செய்துகொள்வதுதான். ஆனால் பிரச்னை என்னவென்றால் கருக்கலைப்பும் அங்கே சட்ட விரோதமானது.

நசாகா என்றொரு அச்சுறுத்தக்கூடிய அரசு அமைப்பு 1992 முதல் 2013 வரை இயங்கிவந்தது. காவல் துறை, ராணுவம், சுங்கத் துறை, இமிகிரேஷன் ஆகிய துறைகளைச் சார்ந்த அதிகாரிகளைக் கொண்டு நசாகா உருவாக்கப்பட்டது. பர்மா பங்களாதேஷ் எல்லையைக் கண்காணிப்பதே இவர்களுடைய பணி என்று சொல்லப்பட்டது. ஆனால் நசாகா படையோ தன் அதிகாரத்தையும் ஆயுத பலத்தையும் பயன்படுத்தி ரோஹிங்கியாக்களை ஒடுக்கவும் விரட்டவும் செய்தது. மற்றொரு பக்கம், கலாசார காவலர்களாகவும் அவர்கள் திகழ்ந்தார்கள். இவர்களிடம் முறைப்படி அனுமதி பெற்ற பிறகே ஒரு ரோஹிங்கியா திருமணம் செய்துகொள்ளவேண்டும். மீறினால் கைதும் சிறை தண்டனையும் உறுதி.

ரோஹிங்கியாக்களின் மக்கள் தொகையைக் கட்டுக்குள் வைத்திருக்க வேண்டும் என்பது இவர்களுக்கு இடப்பட்ட ஒரு பணியாகும். அவர்களை அந்நியர்களாகவும் வெளிநாட்டவர்களாகவும் கருதியே இந்தப் படை செயல்படுகிறது. ரோஹிங்கியா குழந்தைகள் படிப்பதற்கும், வேலைக்குச் செல்வதற்கும், தங்கள் மதத்தை வழிபடுவதற்கும்கூட அனுமதி மறுக்கப்பட்டது. இவையனைத்தும் சட்ட விரோதமான செயல்களாகப் பாவிக்கப்பட்டன. மிரட்டல்கள், கைதுகள், கொலைகள்கூட இயல்பான தண்டனைகளாக அளிக்கப்பட்டன.

ரோஹிங்கியாக்களுக்கு எதிராக பர்மிய அரசு வெளிப்படையாக மேற்கொள்ளும் முயற்சிகள் அனைத்தும் அவர்களைப் பற்றிய முற்றிலும் எதிர்மறையான பிம்பங்களை மட்டுமே பெரும்பான்மை பர்மிய மக்களிடையே ஏற்படுத்தியிருக்கின்றன. மக்களிடையே மண்டிக்கிடந்த வெறுப்பை அரசு ஊதிப் பெரிதாக்கி பெரும்

நெருப்பாக வளர்த்தெடுத்தது. மக்களும் அரசின் இனவெறுப்புக் கொள்கையைத் தங்களுக்குச் சாதகமாகப் பயன்படுத்திக்கொள்ளத் தொடங்கினர்.

இது இன அழிப்பா?

இரான் போன்ற கடினமான நாடுகளில் இருந்து ஆவணப்படங்கள் எடுத்திருக்கிறோம். ஆனால் மியான்மரில் இருந்து ஒரு வீடியோ எடுப்பது கடினமானதாக இருந்தது என்கிறார்கள் தி நியூ யார்க் டைம்ஸ் இதழைச் சேர்ந்த ஆடம் பி. எலிக், நிகோலஸ் கிறிஸ்டோஃப் (16 ஜூன் 2014). பர்மியர்களிடம் உரையாடுவதும் தகவல் சேரிப்பதும் கடினமாக இருந்ததற்குக் காரணம் பர்மியர் களுக்கும் ரோஹிங்கியாக்களுக்கும் இடையிலான நம்பிக்கையின்மை தான் என்கிறார்கள் மேற்படி கட்டுரையாசிரியர்கள்.

பாதிக்கப்பட்டவர்களைக் கண்டு பேசுவதுகூட கடினமானதாக இருந்தது என்கிறார்கள் இவர்கள். 'ஒரு பெரும்பான்மை பௌத்த நாட்டில் சிறுபான்மையினரான ரோஹிங்கியாக்களின் சிரமங்களைப் பற்றித் தெரிந்துகொள்வதற்காகச் சென்றபோது பௌத்த வாகன ஓட்டுனர்களை அமர்த்திக்கொண்டோம். அவர்களுக்கு விருப்பமே இல்லாத சில இடங்களுக்குக் கூட்டிச்செல்லுமாறு கேட்டுக் கொண்டோம். அதற்கு அவர்களை இணங்கச்செய்ய நிறைய போராடவேண்டியிருந்தது. பௌத்த அடையாளத்தைப் பெருமிதத்துடன் பச்சை குத்திக்கொண்டிருந்த ஒரு பௌத்த வாகன ஓட்டுநர் ஏற்ற இறக்கமுள்ள சாலையில் ஐந்து மணி நேரம் வாகனத்தை ஓட்டிச்சென்றார். மேற்கு மியான்மரில் உள்ள ராக்கின் பகுதிகளில் பல இடங்களைக் காணலாம் என்று திட்டம். ஆனால் சில முஸ்லிம் கிராமங்களை நெருங்கும்போதே அவர் எங்களை எச்சரிக்க ஆரம்பித்துவிட்டார். பல இடங்களில் காவல் தடுப்புச் சாவடிகள் முளைத்திருந்தன. அறிவிக்கப்படாத ஊரடங்கு உத்தரவு பிறப்பிக்கப்பட்டிருந்ததைப் போல் இருந்தது. பௌத்த கிராமம் ஒன்றுக்குப் போகவே மாட்டேன் என்று விடாப்பிடியாக அந்த ஓட்டுநர் மறுத்துவிட்டார். முஸ்லிம் கிராமத்தினரிடம் பேசினோம் என்று தெரிந்தால் அவர்கள் நம்மைத் தண்டித்துவிடுவார்கள் என்று அவர் அஞ்சினார்.'

சொந்த கிராமங்களிலேயே பல முஸ்லிம்கள் தடுப்புக் காவலில் வைக்கப்பட்டிருந்ததை அவர்கள் கண்டனர். திறந்தவெளியில் வதைமுகாம்கள் போல் கூடாரங்கள் அமைக்கப்பட்டிருந்தன. ரோஹிங்கியாக்களுடன் அவர்கள் மொழியில் உரையாடுவதற்கு

உதவமுடியுமா என்று சிலரை அணுகி கேட்டபோது, வெளியில் பயணம் செய்ய எங்களுக்கு அனுமதியில்லை என்று அவர்கள் சொல்லியிருக்கிறார்கள்.

பர்மா ஒரு விநோதமான முரண்பாடு போல் காட்சியளித்தாக இவர்களுடைய தி நியூ யார்க் டைம்ஸ் கட்டுரை குறிப்பிடுகிறது. ஒரு பக்கம் ராணுவ ஆட்சிமுறையில் இருந்து ஜனநாயகத்தை நோக்கி அந்நாடு நகர்கிறது. அந்நிய முதலீடுகள் குவிந்து கொண்டிருக்கின்றன. சில ஆண்டுகளுக்கு முன்பு பத்திரிகை யாளர்களை அனுமதித்திருக்கவே மாட்டார்கள். ஆனால் இப்போது எங்களால் உள்ளே நுழைய முடிந்திருக்கிறது என்பதே பெரிய விஷயம்தான். மற்றொரு பக்கம் ரோஹிங்கியாக்கள்மீது அதே அரசு கடுமையான ஒடுக்குமுறையை ஏவிவிடுகிறது. அரசுக் கொள்கைகள் அவர்களுக்கு எதிரானவையாகவே இருக்கின்றன.

ஆவணப்படம் எடுத்துமுடித்துவிட்டுத் திரும்பும் வழியில் ஒரு ஓட்டுநர் இவர்களிடம் பயணம் குறித்து விசாரித்திருக்கிறார். நாங்கள் இப்போதுதான் ராக்கின் பகுதியில் சுற்றிவிட்டுத் திரும்பினோம் என்று அவர்கள் சொன்னபோது அந்த ஓட்டுநர் புன்னகைத்திருக்கிறார். ‘அந்தப் பகுதியில் ஒரு புயல் தாக்கப் போகிறது என்று கேள்விப்பட்டேன். அது முழு முஸ்லிம்களையும் அழித்துவிட்டால் நல்லது. ’

ரோஹிங்கியாக்கள் மீதான ஒடுக்குமுறையைத் தடுத்து நிறுத்த நாம் என்ன செய்யவேண்டும்? இந்த நிலைமையை எப்படி மாற்றுவது? நிகோலஸ் கிறிஸ்டோஃப் சில ஆலோசனைகளை அளிக்கிறார். முதலில், ரோஹிங்கியாக்களுக்கு உதவும் அமைப்புகளை ஆதரிக்க வேண்டும். சில அரசு சாரா அமைப்புகள் பாதிக்கப்பட்ட ரோஹிங்கி யாக்களுக்குப் பல்வேறு நிவாரணப் பணிகளை அளித்து வருகின்றன. உதாரணமாக, ஆக்‌ஷன் அகெயின்ஸ்ட் ஹங்கர் என்னும் அமைப்பு சத்துணவுகளை வழங்கி வருவதைக் கண்டோம். டார்ஃபரில் இப்படிப் பல அரசு சாரா அமைப்புகள் மருத்துவ உதவி, உணவு உதவி, கட்டுமான உதவி ஆகியவற்றை வழங்கி யிருக்கின்றன. பர்மாவிலும் அத்தகைய அமைப்புகள் செயல்பட வேண்டும். ஆனால் இது தாற்காலிக உதவிதான். மற்றபடி ஒடுக்கு முறையை நிறுத்துமாறு சர்வதேசச் சமூகத்தின்மூலம் பர்மா அரசுக்கு அழுத்தம் கொடுக்கவேண்டும். யுனைட்டெட் டு எண்ட் ஜெனோசைட் என்னும் அமைப்பு ஐ.நா மூலமாக அத்தகைய அழுத்தத்தைக் கொண்டுவர முயன்று கொண்டிருக்கிறது. இது அவசியம்.

பௌத்தர்களால் இத்தகைய அக்கிரமங்களைச் சக மனிதர்கள்மீது நிகழ்த்தமுடியுமா என்னும் கேள்விக்கு கிறிஸ்டோஃப் விடையளிக்கிறார். எல்லோருமே அவ்வப்போது கொடுமைகளைச் செய்கிறார்கள். அதற்கும் அவர்களுடைய மதத்துக்கும் தொடர்பில்லை. பௌத்தர்கள் சற்றே அமைதியானவர்கள்தாம். ஆனால் இலங்கை உதாரணத்தை எடுத்துக்கொண்டால் பெரும் பான்மை பௌத்தர்களும் சிறுபான்மை தமிழர்களும் நீண்ட காலமாக சிவில் யுத்தத்தை வன்முறையால் நடத்தி வருகிறார்கள். பூட்டானும் பௌத்த நாடுதான். அங்கே பெரும்பான்மை பௌத்தர்கள் சிறுபான்மை நேபாளிகளைக் கடுமையாக ஒடுக்கி வருகிறார்கள். இதற்கெல்லாம் புத்தரையோ பௌத்தத்தையோ நீங்கள் பொறுப்பாக்கமுடியாது.

பௌத்தத்தின்மீது உண்மையிலேயே பர்மியர்களுக்கு நம்பிக்கை இருந்திருந்தால் பௌத்தத்தின் தலைவராகக் கருதப்படும் தலாய் லாமாவின் வார்த்தைகளுக்காவது அவர்கள் செவி கொடுத்திருப்பார் கள். அதுவும் நடக்கவில்லை. தலாய் லாமாவை பர்மா விரும்புகிறது என்றபோதும் அங்கே அவர் செல்வாக்கு மிக்க தலைவர் என்று அழைக்கமுடியாது என்கிறார் கிறிஸ்டோஃப்.

இணையத்தில் கிறிஸ்டோஃபிடம் பர்மா குறித்து சில கேள்விகள் எழுப்பப்பட்டன. ஒரு கேள்வி, ரோஹிங்கியாக்கள் உண்மையி லேயே வதைமுகாம்களில்தான் தங்க வைக்கப்பட்டுள்ளனரா என்னும் சந்தேகத்தை எழுப்பியது. இரண்டாம் உலகப் போர் முடிவுக்கு வந்த பிறகு ஹிட்லரின் வதைமுகாம்களில் அடைபட்டுக் கிடந்த யூதர்களின் புகைப்படங்கள் வெளிச்சத்துக்கு வந்தன. உருக்குலைந்து, மெலிந்து, எலும்பும் தோலுமாக அவர்கள் காட்சியளித்தனர். ஆனால் ரோஹிங்கியாக்களின் படங்களைப் பார்த்தால் அப்படித் தெரியவில்லையே? இயல்பான மனிதர் களாகத்தான் அவர்கள் வலம் வருகிறார்கள். அவர்களை எப்படி வதைமுகாம்களில் அடைபட்டவர்கள் என்று சொல்லமுடியும்?

கிறிஸ்டோஃப் அளித்த பதில் இது. வதைமுகாம் என்றாலே நமக்கு ஹிட்லரின் ஆஸ்க்விட்ஷ் நினைவுக்கு வந்துவிடுகிறது. அது அதீதமான வதைமுகாம். தொடங்கப்பட்டபோது அது ஒரு கொலைக்களமாக இருக்கவில்லை. மக்களைச் சிறைபிடித்து வைக்கும் ஓரிடமாகத்தான் இருந்தது. 20ம் நூற்றாண்டின் தொடக்கத்தில் போயர் யுத்தத்தின்போது தென் அமெரிக்காவில் பிரிட்டன் வதைமுகாம்களை ஏற்படுத்தி தனது எதிரி

சிவிலியன்களைச் சிறைபிடித்து வைத்திருந்தது. இரண்டாம் உலகப் போரில் ஜப்பானிய அமெரிக்கர்கள் இத்தகைய முகாம்களில்தான் அடைக்கப்பட்டிருந்தனர். வதைமுகாம் என்பதன் பொருளை நாம் புரிந்துகொள்ளவேண்டும். ஓர் அரசாங்கம் சிவிலியன்களைச் சிறைபிடித்து கடுமையான ஓரிடத்தில் அடைத்துவைத்தால் அந்த இடத்தை வதைமுகாம் என்றுதான் அழைக்கமுடியும். அப்படிப் பார்க்கும்போது ரோஹிங்கியாக்கள் இருக்கும் இடம் நிச்சயம் வதைமுகாம்தான்.

ஹிட்லரின் இனவொழிப்பில் அழிந்துபோன யூதர்களின் தோராய எண்ணிக்கை ஆறு மில்லியன். மீண்டுமொரு இனவொழிப்பு இந்த உலகில் நடக்கக்கூடாது என்னும் நோக்கத்தில் ஐக்கிய நாடுக சபை 1948ல் ஒரு தீர்மானத்தைக் கொண்டுவந்தது. இனவொழிப்புக் குற்றங்களைத் தடுக்கும், தண்டிக்கும் நோக்கத்துடன் கொண்டுவரப் பட்ட இந்தத் தீர்மானம் இனவொழிப்புச் செயல்களை அடையாளம் காண்பதற்கான வழிமுறைகளையும் வரையறுத்தது. இதன்படி தேசியம், இனம் அல்லது மதம் சார்ந்த ஒரு குழுவைப் பகுதியளவிலோ முழுமையாகவோ அழிக்கும் நோக்கத்துடன் மேற்கொள்ளப்படும் கீழ்வரும் செயல்பாடுகளில் எதுவொன்றும் இனவொழிப்பு என்றே பொருள்கொள்ளப்படும்.

1. ஒரு குழுவைச் சேர்ந்த உறுப்பினர்களைக் கொல்வது.

2. உடல் அல்லது மன ரீதியிலான ஆபத்தான காயங்களை ஏற்படுத்துவது.

3. ஒரு குழு பகுதியளவிலோ முழுமையாகவோ அழிக்கப்பட வேண்டும் என்னும் நோக்கத்துடன் திட்டமிட்டு அதற்கான சூழலை அவர்கள்மீது திணிப்பது.

4. குறிப்பிட்ட குழுவைச் சேர்ந்தவர்களின் குழந்தை பிறப்பைத் தடுக்கும் முயற்சிகளில் ஈடுபடுவது.

5. குழந்தைகளைக் குறிப்பிட்ட குழுவில் இருந்து பிரித்தெடுத்து வேறொரு குழுவோடு வளரச் செய்வது.

இதில் ஐந்தாவது தவிர அனைத்து வழிமுறைகளையும் பயன்படுத்தி ரோஹிங்கியாக்களை இனவொழிப்பு செய்து வருகிறது பர்மா அரசு. ரோஹிங்கியா என்றொரு அடையாளமே இருக்கக்கூடாது என்பதைப் பலமுறை அழுத்தமாக அந்நாடு அறிவித்திருக்கிறது. ரோஹிங்கியா என்று சொல்லிக்கொள்ளும் ஒருவரையும்

குடிமகனாகக் கருதமுடியாது என்பதிலும் இவர்கள் அனைவருமே அயல்நாட்டு அகதிகள்தாம் என்றும் திடமாக நம்புகிறது பர்மா அரசு. அதனாலேயே அவர்களை அழிப்பதில் தவறில்லை என்றும் அந்நாடு கருதுகிறது. ஹிட்லரின் நாஜி அரசு யூதர்களை இவ்வாறு தான் கருதியது.

ரோஹிங்கியாக்கள்மீதான தாக்குதலை இனவொழிப்பாகவே கருதமுடியும் என்றே தி எகனாமிஸ்ட் கட்டுரையொன்றும் வாதிடுகிறது. இனவொழிப்பின் ஐந்து தன்மைகளைப் பட்டியலிட்டு இந்த வாதத்தை முன்வைக்கிறது அந்தக் கட்டுரை.

1. அவதூறு: குடியுரிமையைப் பறித்ததோடு நில்லாமல் மியான்மரின் அதிகாரபூர்வமான இனக்குழுக்களின் பட்டியலில் இருந்தும் ரோஹிங்கியாக்களை நீக்கியிருக்கிறது பர்மா. வங்காளிகள் என்று அவர்களைத் திரும்பத் திரும்ப அழைக்கிறது. தாக்குவதற்கும் அவதூறு செய்வதற்கும் இந்தப் பெயர் பயன்படுத்தப்படுகிறது.

2. அலைக்கழிப்பு: வேலை, கல்வி ஆகியவற்றில் இடமில்லை. மத ரீதியிலான ஒடுக்குமுறை நிலவுகிறது. அரசு பாதுகாப்பு இயந்திரமே அவர்களை நேரடியாகத் தாக்குகிறது.

3. தனிமைப்படுத்துதல்: 2012ம் ஆண்டு ரோஹிங்கியாக்கள் தங்குமிடங்களில் அடைக்கப்பட்டனர். அவர்களுடைய கிராமப்புறத் தொடர்புகள் அனைத்தும் துண்டிக்கப்பட்டன.

4. பலவீனப்படுத்தல்: வாக்களிக்கமுடியாமல், பயணம் செய்ய முடியாமல், வாழ்வாதாரத்தை நடத்தமுடியாமல் பல வழிகளில் தொடர்ச்சியாக அவர்களைப் பலவீனப்படுத்தியுள்ளது பர்மா. படிப்படியாக அவர்களை அழிப்பதற்கான நடவடிக்கைகளே இவை.

5. பெரியளவிலான படுகொலைகள்: இதுவரை நடத்தப்பட வில்லை. ஆனால் 2012ல் ரோஹிங்கியாக்கள் பெருமளவில் பர்மிய பௌத்தர்களால் கொல்லப்பட்டபோது அரசு வேடிக்கை பார்த்தது. கொலை செய்தவர்கள்மீது இதுவரை எந்த நடவடிக்கையும் எடுக்கப்படவில்லை.

இருந்தும் ராக்கின் பகுதி இன்னொரு செசன்யாவாக, இன்னொரு காஷ்மிராக மாறிவிடவில்லை. ஆனால் இனியும் அப்படி மாறாது என்று சொல்லமுடியாது. தாமஸ் ஹெக்ஹாமர் என்னும் நார்வே

ஆய்வாளர் பர்மாவைத் தெளிவான வார்த்தைகளால் எச்சரிக்கிறார். 'முஸ்லிம்கள், எங்கே முஸ்லிம்கள் பாதிக்கப்படுகிறார்களோ அங்கே செல்வதில்லை. எங்கே முஸ்லிம்கள் சண்டையிடு கிறார்களோ, அங்கே செல்கிறார்கள்.'

வகுப்புவாதமும் தீவிரவாதமும்

அஷின் விராத்து ஒரு பௌத்த பிக்கு. தன்னை பர்மிய பின் லேடன் என்றே அவர் அழைத்துக்கொள்கிறார். இந்த ஒப்பீடு சரியானது மட்டுமல்ல, நேர்மையானதும்கூட. காவி உடை தரித்த இந்த பௌத்தருக்கும் பின் லேடனுக்கும் உள்ள ஒரு குறிப்பிடத்தக்க ஒற்றுமை இருவருமே வெறுப்பை ஊட்டி வளர்த்து அதன்மூலம் கொழிப்பவர்கள். சமூக வலைத்தளங்கள், டிவிடி என்று நவீன கருவிகளைப் பயன்படுத்தி வெறுப்பு அரசியலையும் வகுப்புவாத உணர்வையும் தூண்டிவிடுவதில் முதன்மையானராகவும் தீவிரமான வராகவும் இருக்கிறார் இந்த விராத்து. முஸ்லிம்கள் குறித்த இவருடைய பார்வை தெளிவானது. அவர்கள் அபாயகர மானவர்கள். பர்மிய இளம் பெண்களைத் தேடித்தேடி வன்புணர்ச்சி செய்பவர்கள். வன்முறைக்குத் தயங்காதவர்கள்.

தி கார்டியன் கட்டுரை ஒன்று குறிப்பிடுவதைப்போல் பர்மிய மொழியில் மென்மையான குரலில், முகம் முழுக்க புன்னகையைத் தரித்துக்கொண்டு விராத்து ஆற்றும் சொற்பொழிவுகளைக் கேட்கும் ஒருவர், நிச்சயம் இறை மார்க்கம் குறித்த உயர்ந்த சிந்தனைகளைத் தான் அவர் போதிக்கிறார் என்று நினைக்கக்கூடும். ஆனால் வெவ்வேறு வார்த்தைகளைப் பயன்படுத்தி, பலவகையான காரணங்களை விவரித்து அவர் சொல்லவரும் கருத்து ஒன்றுதான். 'அவர்கள் (ரோஹிங்கியாக்கள்) ஆபத்தானவர்கள். உடனே கொல்லப்படவேண்டியவர்கள். '

தி கார்டியனுக்கு அளித்த பேட்டி ஒன்றில் விராத்து கூறுகிறார். 'ஒவ்வொரு நகரத்திலும் நாங்கள் பாலியல் சீண்டலுக்கு உள்ளாகிறோம். வன்புணர்ச்சி செய்யப்படுகிறோம். குழுக்களால் தாக்கப்படுகிறோம். மிரட்டப்படுகிறோம். ஒவ்வொரு நகரிலும் முஸ்லிம் பெரும்பான்மை அச்சுறுத்தக்கூடிய அளவுக்கு வளர்ந்திருக்கிறது.' உலகம் முழுவதிலும் பரவியிருக்கும் இஸ்லாமிய எதிர்ப்புக் குரல்களில் ஒன்று என்று சுலபமாக இதனைப் புறந்தள்ளிவிடமுடியாது. காரணம் விராத்துவின் மடாலயம் புகழ்பெற்றது. 2,500 பேர் அவரிடம் சீடர்களாக இருக்கிறார்கள். ஃபேஸ்புக்கில் ஆயிரக்கணக்கானவர்கள் அவரைப்

பின்தொடர்கிறார்கள். அவருடைய யுட்யூப் வீடியோ பதிவுகள் பல்லாயிரக்கணக்கானோரால் பார்க்கப்படுகிறது. அறுபது மில்லியன் பௌத்தர்களின் நம்பிக்கையை வென்றெடுக்கும் முயற்சியில் தீவிரமாக இயங்கிவருகிறார் விராத்து.

வகுப்புவாதத்தை முன்னெடுக்கும் பலரைப்போல் விராத்துவும் தேசியவாதத்தையே தனது ஆயுதமாகத் தரித்துக்கொண்டார். பெரும்பான்மை மக்களின் தேசியவாத உணர்வைத் தூண்டிவிட்டு அவர்களைத் தனக்குப் பின்னால் ஒன்றுதிரட்டுவதே இவருடைய இலக்கு. இந்து தேசியவாதத்தை முன்னெடுக்கும் இந்துத்துவா தலைவர்கள் கையாண்டு வரும் அதே உத்தியைத்தான் விராத்துவும் கையாள்கிறார். முஸ்லிம்கள் அபாயகரமான முறையில் அதிகரித்து வருகிறார்கள்; இயந்திரம் போல் பிள்ளைகள் பெற்றுப் போடுகிறார்கள்; தங்கள் இனத்தைப் பெருக்கி, அரசியல் அதிகாரத்தைக் கைப்பற்றுவதே அவர்களுடைய நீண்டகால நோக்கம் என்று அவ்வப்போது இஸ்லாமிய பீதியைக் கிளப்பிவிட்டு தனக்கான ஆதரவைத் தேடிக்கொள்வது விராத்துவின் வழக்கம்.

விராத்துவின் ஓர் எச்சரிக்கையைப் பாருங்கள். ரோஹிங்கியாக்கள் பௌத்த பெண்களை வலுக்கட்டாயமாக மதமாற்றம் செய்கிறார்கள். இஸ்லாமியச் சடங்குகளைக் கடைபிடிக்குமாறு கட்டாயப்படுத்து கிறார்கள். மீறினால் கொல்கிறார்கள். ரோஹிங்கியாக்களை உடனடியாக நாம் தடுத்து நிறுத்தாவிட்டால் பௌத்தர்கள் இல்லாமல் போய்விடுவார்கள்.

முஸ்லிம்களின் வர்த்தகங்களைப் புறக்கணியுங்கள் என்று 2001ம் ஆண்டு விராத்து குரல் கொடுத்து மக்களைத் திரட்டியபோது அவர் பெயர் வெளியுலகுக்குத் தெரிய வந்தது. இஸ்லாமிய வெறுப்பைத் தூண்டிவிடுகிறார் என்று சொல்லி 2003ம் ஆண்டு இவரைக் கைது செய்த பர்மா அரசு, 25 ஆண்டுகள் சிறைத் தண்டனையும் விதித்தது. ஆனால் 2010ம் ஆண்டு பொது மன்னிப்பு வழங்கி விடுவித்து விட்டது. தனது இஸ்லாமிய வெறுப்பை விராத்து குறைத்துக் கொள்ளவில்லை; மாறாக அதிகப்படுத்திக்கொண்டார். இவருடைய புகழும் அதற்கேற்றாற்போல் அதிகரித்தது. ஏற்கெனவே மக்களிடையே பிரபலமாக இருந்த ரோஹிங்கியா எதிர்ப்பையே தனது சித்தாந்தமாகவும் அவர் வடித்துக்கொண்டதால் பௌத்த பர்மியர்கள் பலர் இவரை வணக்கத்துக்குரியவராக ஏற்றுக் கொண்டனர். கொல்லுங்கள் என்னும் இவருடைய கட்டளையைத் தனிப்பட்ட உத்தரவாகப் பாவித்து ரோஹிங்கியாக்களைத் தாக்கவும் கொல்லவும் தொடங்கினர்.

ரோஹிங்கியாக்களை ஏதேனும் ஒரு மூன்றாமுலக நாட்டுக்கு அனுப்பிவிடவேண்டும் என்று அதிபர் தீன் சீன் ஒருமுறை முழங்கியபோது அதற்கு ஆதரவு தெரிவித்த விராத்து மண்டாலேயில் பிக்குகளைத் திரட்டி ஊர்வலம் சென்றார். இது நடந்த ஒரு மாதத்தில் ராக்கின் பகுதியில் கலவரங்கள் தொடங்கி விட்டன. அந்தக் கலவரங்களுக்கான காரணத்தையும் பாதிக்கப் பட்டவர்கள்மீதே தூக்கிப் போட்டார் விராத்து. ரோஹிங்கியா வெறுப்பை பௌத்த தேசியவாதமாக வளர்த்தெடுத்த விராத்து 969 என்னும் பெயரில் தனியொரு இயக்கத்தையும் உருவாக்கி நடத்தி வருகிறார். விராத்துவின் இஸ்லாமிய வெறுப்பும் தீவிரவாத ஈர்ப்பும் உலகப் புகழ்பெற்றது. ஆனால் இதற்கெல்லாம் அஞ்சுவதில்லை விராத்து. நான் அமைதியையே விரும்புகிறேன்; அமைதியையே போதிக்கிறேன் என்கிறார் அடக்கமாக. இன்னோரிடத்தில் இதே விராத்து உதிர்த்த ஒரு தத்துவ முத்து இது. 'நீங்கள் அன்பும் நேசமும் நிரம்பியவராக இருக்கலாம். ஆனால் அதற்காக பைத்தியம் பிடித்த ஒரு நாயின் பக்கத்தில் படுத்து உங்களால் உறங்கமுடியாது!' இதற்குத் தனியே அர்த்தம் அளிக்க வேண்டிய அவசியமில்லை. வகுப்புவாதத்தை முன்னெடுக்கும் பௌத்த அடிப்படைவாதிகளுக்கு விராத்து போன்றவர்களின் இத்தகைய உபதேசங்கள் எந்த அளவுக்கு ஊக்கச்சக்தியாகத் திகழும் என்பதையும் சொல்லத் தேவையில்லை.

22

ரோஹிங்கியா முஸ்லிம்கள் : எதிர்காலம்

மே, ஜூன் 2015 மாதங்களில் மற்றொரு பெருங்கூட்டம் பர்மாவில் இருந்து வெளியேறிச் சென்றது. இந்தமுறை தாய்லாந்தைத் தேர்ந் தெடுத்து குவியல் குவியலாக ரோஹிங்கியாக் கள் கப்பல்களில் செல்லத் தொடங்கினர். ஆனால் தாய்லாந்து இவர்களை வரவேற்க வில்லை. பத்தாண்டுகளுக்கு முன்பே குடிபுகுந்த சில ரோஹிங்கியாக்கள் தாய்லாந்தில் இப்போது சிறு வேலைகள் செய்துவருவது உண்மை என்றாலும் புதிய அகதிகளை ஏற்க அந்நாடு தயாராகயில்லை. அல் ஜசீராவுடன் உரையாடிய முகம்மது என்பவர் பத்தாண்டுகளுக்கு முன்னால் தன் தந்தையைப் பிரிந்து தாய்லாந்துக்குத் தப்பிவந்தார். கண்முன்னால் தன் தந்தை ராணுவ வீரர்களால் அடித்துத் துன்புறுத்தப் பட்டதைக் கண்டு கோபம் கொண்டு பதில் தாக்குதல் தொடுத்திருக்கிறார் முகம்மது. அப்பா சிறைக்குச் சென்றுவிட, முகம்மது உயிர் பிழைக்க அங்கிருந்து வெளியேறியிருக்கிறார். தாய்லாந்தில் வடக்கே சியாங் மாய் என்னுமிடத்தில் ரொட்டி சுட்டு ஒரு நாளைக்கு பத்து டாலர் சம்பாதித்து வருகிறார் இவர்.

முகம்மதுவுக்குக் கிடைத்த வாழ்க்கை வேறு பல ரோஹிங்கியாக் களுக்குக் கிடைக்கவில்லை.

சியாங் மாய் நூற்றாண்டுகளாக ஒரு பௌத்தப் பிரதேசமாக இருந்து வந்துள்ளது குறிப்பிடத்தக்கது. பர்மியர்கள் பலர் தாய்லாந்தின் இந்தப் பகுதிக்கு வருகை தருவது வழக்கம். இதனாலேயே அகதிகளாகத் தங்கியிருக்கும் ரோஹிங்கியாக்கள் அவர்கள் பார்வையில் சிக்காதவாறு மறைந்துகொண்டும் தங்கள் அடையாளத்தை மறைத்துக்கொண்டும் வாழ்வது இயல்பாகிவிட்டது. யாரேனும் விசாரித்தால் தங்களை பர்மிய முஸ்லிம்கள் என்றும் பெங்காலி குடும்பத்தைச் சேர்ந்தவர்கள் என்றும் சொல்லிக்கொள்கிறார்கள். ரோஹிங்கியாக்கள் பர்மாவில் இருந்து வெளியேறுவதைப் பற்றி என்ன நினைக்கிறீர்கள் என்று கேட்கப்பட்டபோது முகம்மது அளித்த பதில் இது. 'அவர்கள் அங்கேயே தங்கியிருக்கவேண்டும் என்றே சொல்வேன். அங்கிருந்தபடியே அவர்கள் சண்டையிட வேண்டும், போராடவேண்டும். ஆயுதத்தைக் கொண்டல்ல, சட்டத்தைக் கொண்டு. வரலாற்றின்படி இது எங்கள் வாழ்விடம் தான் என்பதை அவர்கள் தக்கமுறையில் நிரூபிக்கவேண்டும்.'

ஐ.நா குறிப்புகளின்படி, கடந்த மூன்று ஆண்டுகளில் மட்டும் கிட்டத்தட்ட 1.20 லட்சம் ரோஹிங்கியாக்கள் படகுகள் மூலம் பர்மாவில் இருந்து வெளியேறியிருக்கிறார்கள். பர்மா, பங்களாதேஷ் இரு நாடுகளில் இருந்தும் 2015ம் ஆண்டு முதல் மூன்று மாதங்களில் மட்டும் 25,000 ரோஹிங்கியாக்கள் பிழைப்பு தேடி வெளியேறியிருக்கிறார்கள். (சென்ற ஆண்டைவிட இது இரண்டு மடங்கு அதிகம்). இவர்களில் கிட்டத்தட்ட 8,000 பேர் கடலில் புகலிடம் இன்றி கடலில் தத்தளித்துவருவதாக சர்வதேச குடிபெயர்வு நிறுவனம் (ஐஓஎம்) அறிவித்துள்ளது. புகலிடம் தேடிச்செல்லும் நாடுகள் இவர்களை அனுமதிக்க மறுப்பதால் இந்த நிலை ஏற்பட்டுள்ளது. உதாரணத்துக்கு தாய்லாந்து அகதிகளுக்கான கெடுபிடிகளை அதிகரித்துள்ளதால் அங்கே குடியமர்வது சாத்தியமில்லை. இப்படி படகில் வருபவர்களுக்கு மீனவர்கள் உதவக்கூடாது என்றும் அந்நாடு உத்தரவிட்டுள்ளது.

அரக்கான் புராஜெக்ட் என்னும் அமைப்பை நடத்திவரும் கிரிஸ் லேவா என்பவர் பிபிசிக்கு அளித்த பேட்டியில் சொல்கிறார். 'ஐரோப்பிய நாடுகளிலும் இந்தப் பிரச்னை நீடிக்கிறது. வடக்கு ஆப்பிரிக்காவில் இருந்து ஐரோப்பாவுக்கு மத்தியத் தரைக்கடல் பகுதி வழியாக அகதிகள் வந்துகொண்டுதான் இருக்கிறார்கள்.

அந்நாடுகள் இந்த அகதிகளை ஏற்காது என்றபோதும் கடலில் மூழ்காதவாறு காப்பாற்றவாவது செய்யும். ரோஹிங்கியாக்களுக்கு இத்தகைய வாய்ப்பும் அமைவதில்லை.'

சில முக்கிய நாடுகள் ரோஹிங்கியா பிரச்னையில் எடுத்துள்ள நிலைப்பாட்டைச் சுருக்கமாகப் பரிசீலிப்போம்.

1. தாய்லாந்து: ரோஹிங்கியாக்கள் வரும் படகுகளைத் திருப்பியனுப்புகிறது. தங்கள் நிலப்பரப்பில் நிரந்தரமான இடம் அளிக்கத் தயாராகயில்லை. அத்துமீறி நுழையும் படகுகளுக்குச் சில நிவாரண உதவிகள் செய்கிறோம் என்று தாய்லாந்து அரசு சொல்கிறது. கடற்கரையில் தாற்காலிக அகதி முகாம்கள் அமைப்பதற்கு அனுமதி அளிக்கக்கூடும்.

2. மலேசியா: ரோஹிங்கியாக்கள் பலர் மலேசியாவை விரும்பி நாடிச் செல்வதற்கு இரண்டு காரணங்கள் சொல்லமுடியும். மலேசியா ஓர் இஸ்லாமிய நாடு. திறமை குறைவான பணிகள் செய்வதற்கு அங்கே ஆள்கள் தேவைப்படுகிறார்கள். ஆனால் ரோஹிங்கியாக்களின் எதிர்பார்ப்புகளை நிறைவேற்ற மலேசியா தயாராகயில்லை. அனுமதியின்றி வரும் படகுகளை ஏற்கவேண்டாம் என்று தங்கள் நாட்டு காவல் படைக்கு மலேசிய அரசு உத்தரவிட்டுள்ளது.

3. பங்களாதேஷ்: தென் கிழக்கு எல்லையில் சில சமயங்களில் தாற்காலிக முகாம்களை ஏற்படுத்திக்கொள்ள பங்களாதேஷ் சம்மதிக்கிறது. சில சமயம் படகுகளை அப்படியே பர்மாவுக்குத் திருப்பிவிடுகிறது. புதிய படகுகளுக்குத்தான் இந்நிலை. ஏற்கெனவே அங்கே குடியேறியுள்ள ரோஹிங்கியாக்களின் எண்ணிக்கை கிட்டத்தட்ட 2 லட்சம் பேர். அவர்கள் தாற்காலிக முகாம்களில், அடிப்படை வசதிகள்கூட ஏதுமின்றி இருக்கிறார்கள்.

4. இந்தோனேஷியா: ரோஹிங்கியா அகதிகளை ஏற்கமாட்டோம் என்று தெளிவாகவும் கறாராகவும் சொல்லி விட்டார்கள். மீறி உள்நுழையும் படகுகளை காவல்படைகள் திருப்பியனுப்பி விடுகின்றன. மூழ்கக்கிடந்த சில அகதிகளை மே 2015ல் இந்தோனேஷியா மீனவர்கள் காப்பாற்றி கரை சேர்த்தபோது அவர்களை மட்டும் ஏற்றுக்கொண்டது. இனி யாரையும் இப்படிக் காப்பாற்றவேண்டாம் என்றும் உடனே தங்கள் நாட்டு மீனவர்களுக்குக் கட்டளையிட்டுவிட்டது.

மீட்கப்பட்டவர்கள் எப்போது வேண்டுமானாலும் திருப்பியனுப் பப்படலாம் என்றும் இந்தோனேஷியா எச்சரித்திருக்கிறது.

5. ஆஸ்திரேலியா: பர்மா, இந்தோனேஷியா என்று எங்கிருந்து வந்தாலும் அகதிகளைத் திருப்பியனுப்பி விடுகிறது ஆஸ்திரேலியா. 2013ல் டோனி அபோட் ஆட்சியில் அமர்ந்ததில் இருந்து அகதிகள்மீதான நடவடிக்கை தீவிரமடைந்துள்ளது. அவர்களை அகதிகள் என்று அழைக்கவே முடியாது; பொருளாதார ஆதாயங்களுக்காகவே அவர்கள் இடம்பெயர் கிறார்கள் என்பதே ஆஸ்திரேலிய அரசின் நிலைப்பாடாக இருக்கிறது. பாங்காங்கில் சமீபத்தில் நடைபெற்ற ஒரு மாநாட்டில் ஆஸ்திரேலியாவின் அயல்துறை அமைச்சர் ஒருவரின் இந்த நிலைப்பாட்டை எடுத்துச் சொல்லி ஆதாயம் தேடிக்கொண்டது பர்மா. அரசு ஒடுக்குமுறையால் தப்பிவந்தோம் என்று ரோஹிங்கி யாக்கள் பொய்க்காரணம் சொல்கிறார்கள்; சந்தேகமிருந்தால் ஆஸ்திரேலியாவைக் கேட்டுப் பாருங்கள் என்று துணிச்சலுடன் வாதிட்டது பர்மா. படகுகளில் வரும் அகதிகள்மீது நடவடிக்கை எடுப்பதை என்னால் தடுக்கமுடியாது என்று தெளிவாகவே சொல்லிவிட்டார் டோனி அபோட்.

6. அமெரிக்கா: தலைமுறை தலைமுறையாக பர்மாவில் வாழ்ந்து வரும் ரோஹிங்கியாக்களும் அந்நாட்டு குடிமக்கள்தாம் என்கிறார் அமெரிக்க அதிபர் பராக் ஒபாமா. ஜனநாயகத்துக்குத் திரும்பவேண்டும் என்று மியான்மர் உண்மையிலேயே விரும்பினால் ரோஹிங்கியா பிரச்னையை அந்நாடு கவனத்துடன் கையாளவேண்டும் என்றும் ஒபாமா கேட்டுக்கொண்டுள்ளார். அகதிகளாக கடல் மார்க்கமாகவெளியேறும் ரோஹிங்கியாக் கள் குடியமர்த்தப்படவேண்டும் என்பதில் அமெரிக்க அரசு அக்கறை செலுத்துகிறது என்றும் ஒபாமா கூறியுள்ளார். முன்னதாக, ரோஹிங்கியாக்கள் மீதும் அயல்நாட்டு மீட்புப் பணியாளர்கள்மீதும் நடத்தப்பட்ட தாக்குதல்களையும் அமெரிக்கா கண்டித்துள்ளது. அமெரிக்க மற்றும் பிற நாடுகளைச் சேர்ந்த பணியாளர்கள் ரோஹிங்கியா முஸ்லிம் களுக்கு மட்டுமே நிவாரண உதவிகள் புரிகிறார்கள் என்பது பர்மியர்களின் குற்றச்சாட்டு. (அல் ஜசீரா இணையத்தளம்).

7. இந்தியா: பர்மாவில் ராணுவ ஆட்சி மலர்ந்ததுமே இந்தியா அந்நாட்டுடனான உறவை முறித்துக்கொண்டு விட்டது. இந்தக் காலகட்டத்தில் சீனா பர்மாவுடன் குறிப்பிடத்தக்க

அளவுக்கு நெருங்கி வந்துவிட்டது. ரோஹிங்கியா பிரச்னை குறித்து இந்தியா அதிகாரபூர்வமாக எந்த அறிவிப்பையும் இதுவரை வெளியிடவில்லை. இது பற்றி பேசுவது அவர்களுடைய உள்நாட்டுப் பிரச்னையில் தலையிடுவதாகக் கருதப்படும் என்றொரு காரணமும் இந்தச் செயலற்றத் தன்மையை நியாயப்படுத்த சொல்லப்படுகிறது. இது ஏற்கத்தக்க வாதம் அல்ல என்பதற்கு நரேந்திர மோடி தலைமையிலான இந்திய அரசின் சில சமீபத்திய செயல் பாடுகளே உணர்த்துகிறது. யேமன் பிரச்னை, நேபாள நிலநடுக்கம் ஆகியவற்றை அந்தந்த நாடுகளின் உள்நாட்டுப் பிரச்னையாக இந்தியா கருதவில்லை. இந்தியாவால் என்ன செய்யமுடியும்? பாதிக்கப்பட்ட ரோஹிங்கியாக்களுக்கு மனிதாபிமான உதவிகள் அளிப்பது போக, பர்மிய அரசை வெளிப்படையாகக் கண்டிக்க முன்வரவேண்டும். பக்கத்து நாடு ஒன்றில் இப்படியொரு பதட்ட நிலை நீடிப்பது இந்தியாவுக்கேகூட நீண்டகால நோக்கில் நல்லதல்ல என்று பல அறிவுஜீவிகள் சுட்டிக்காட்டுகிறார்கள்.

அடுத்து என்ன?

தெற்கு தாய்லாந்தில் உள்ள ஒரு வனப்பகுதியில் சில மாதங்களுக்கு முன்பு காவல்துறை சில சடலங்களைக் கண்டெடுத்தது. அருகிலுள்ள இடங்களிலும் தோண்டிப்பார்த்தபோது டஜன் கணக்கில் உடல்கள் வெளிவந்தன. மலேசியாவில் இதே போல் 139 சடலங்கள் கண்டெடுக்கப்பட்டன. பர்மாவில் இருந்து படகுகளில் தப்பிவந்து கடத்தல்காரர்களிடம் சிக்கி கொல்லப்பட்ட ரோஹிங்கியாக்களின் சடலங்கள் இவை என்கின்றன அந்நாட்டு ஊடகங்கள்.

தற்போதைய நிலையில் சுமார் 1 மில்லியன் ரோஹிங்கியாக்கள் நாடின்றித் தவித்துக்கொண்டிருக்கிறார்கள். பர்மாவில் இருந்து தப்பிக்கும் முயற்சிகள் தொடர்ந்துகொண்டே இருக்கின்றன. அடைக்கலம் கொடுக்க யாரும் தயாராகயில்லை என்பது தெரிந்திருந்தும், படகுப் பயணத்தில் பல ஆபத்துகள் இருப்பது தெரிந்திருந்தும், கடத்தல்காரர்களால் கொல்லப்படலாம் என்பதை அறிந்திருந்தும் கும்பல் கும்பலமாக மக்கள் அகதிகளாக வெளியேறிக் கொண்டிருக்கிறார்கள். அரசு இயந்திரத்தின் மூலம் இதே அபாயங்களைச் சொந்த நாட்டிலேயே தினம் தினம் அனுபவித்து வரும் ரோஹிங்கியாக்களுக்கு அங்கிருந்து தப்பிப்பதே முதல் தேவையாக இருக்கிறது. அப்படித் தப்ப

முடியாதவர்கள் ஒடுக்குமுறைக்கும் பசிக்கும் பலியாகிக் கொண்டிருக்கிறார்கள். ஆக மொத்தம், இருந்தாலும் மரணம், தப்பினாலும் மரணம்.

இனவொழிப்பு எப்படி நடைபெறுகிறது என்பதை நீங்கள் இங்கே புரிந்துகொள்ளலாம் என்கிறார் ராக்கின் பகுதியில் பல மாதங்கள் தங்கியிருந்து ஆய்வுகள் மேற்கொண்டுள்ள பென்னி கிரீன் என்னும் பேராசிரியர். பர்மாவில் ரோஹிங்கியாக்கள் எத்தகைய சூழலில் வாழ்ந்துகொண்டிருக்கிறார்கள் என்பதை அவர் சுருக்கமாக விவரிக்கிறார். 'பசி,ஊட்டச்சத்து குறைபாடு,உடல் மற்றும் மன ரீதியிலான பாதிப்புகளை அவர்கள் சந்தித்து வருகிறார்கள். அவர்களுடைய நடமாட்டம், கல்வி, திருமணம், குழந்தை பிறப்பு, வாழ்வாதாரம், வணிகம், நில உரிமை அனைத்தும் கட்டுப்படுத்தப் படுகிறது. ஊழலும் வன்முறையும் தொடர்ச்சியாக அவர்களைப் பாதித்துக்கொண்டிருக்கிறது.'

ராக்கின் தலைநகரம் சிட்வேயில் உள்ள சில ஆயிரம் ரோஹிங்கி யாக்கள் கெட்டோ போன்ற அடைப்புகளில் தங்கியிருக்கிறார்கள். அவர்களுடைய குடியிருப்புக்குச் செல்வதற்கு மொத்தமுள்ள ஏழு வழித்தடங்களிலும் காவல் படைகள் குவிந்திருக்கிறார்கள். எஞ்சியுள்ள சில மசூதிகள் வெறிச்சோடிக்கிடக்கின்றன. அல்லது ராணுவத்தினரால் நிறைந்திருக்கின்றன. அவர்களுக்காக அனுப்பி வைக்கப்பட்ட நிவாரணப் பொருள்கள் அனைத்தும் வெளியில் இருப்போர்களால் முடக்கப்படுவதால் ரோஹிங்கியாக்களுக்கு சொற்பமான உணவே கிடைக்கிறது. அனுமதியின்றி இவர்களால் வெளியில் வாமுடியாது. 'நீங்கள் அங்கே நடந்து சென்றால் அவர்களுடைய வெறுமையான கண்களைத் தரிசிக்கலாம். எங்களிடம் அவர்கள் கை நீட்டிப் பிச்சை கேட்டார்கள். ' என்கிறார் கிரீன். (எம்மா கிரஹாம் ஹாரிசன், தி கார்டியன்).

அரசே இஸ்லாமிய வெறுப்பை அனுமதிப்பதால் பெரும்பான்மை யினருக்கு அது சாதகமாக இருக்கிறது. வன்முறை வெடிப்பதற்கான சூழல் எப்போதுமே அங்கே நிலவிக்கொண்டிருக்கிறது என்கிறார் கிரீன். 2012ல் 200 ரோஹிங்கியாக்கள் கொல்லப்பட்டபோதும் ஏன் நடவடிக்கை எதுவும் எடுக்கப்படவில்லை என்று சிலரிடம் கேட்டபோது கிடைத்த பதிலை கிரீன் பதிவு செய்திருக்கிறார். 'இந்தத் தாக்குதல்கள் இரவில் நடந்திருக்கின்றன. அதனால் என்ன நடந்தது என்று ஒருவராலும் பார்க்கமுடியவில்லை.' இப்படி யொரு சூழலில் இருந்து தப்பிக்கவேண்டும் என்று தோன்றாமல் இருந்தால்தான் ஆச்சரியப்படவேண்டும் என்கிறார் கிரீன்.

படகில் தப்பிச்செல்வதற்காகக் காத்திருக்கும்போதும் பயணம் மேற்கொள்ளும்போதும் பல ரோஹிங்கியா பெண்கள் பாலியல் சீண்டலுக்கும் வன்புணர்ச்சிக்கும் ஆளாகியிருப்பதை கார்டியன் பதிவு செய்திருக்கிறது. குழந்தைகளுடன் படகு ஏறும் பெண் களுக்குப் போதுமான உணவு அளிக்கப்படுவதில்லை என்பதால் அவர்கள் பட்டினி கிடந்து உணவைக் குழந்தைகளுக்குக் கொடுத்து விடுகிறார்கள். பல மாலுமிகள் பணம் பெற்றுக்கொண்டு நடுக்கடலில் தத்தளிக்க விட்டுவிட்டு துணைப் படகில் தப்பித்து விடுவதும் வாடிக்கை. கடத்தல் தொழிலில் ஈடுபடுவர்களிடம் சிக்கி உயிரை இழந்தவர்கள் தனி.

பர்மா அரசாங்கம் எதற்கும் அலட்டிக்கொள்வதில்லை. 'இவர்கள் எல்லாம் மியான்மரைச் சேர்ந்தவர்கள்தாம் என்று எங்களால் உறுதியாகச் சொல்லமுடியாது. ஊர்ஜிதம் செய்தால்தான் உண்மை தெரியவரும். அவர்களைக் கேட்டால், நாங்கள் மியான்மரில் இருந்த தப்பிவருகிறோம் என்றுதான் சொல்வார்கள். அப்படிச் சொல்வதுதான் அவர்களுக்கு வசதி.'

தாய்நாட்டை வைத்துக்கொண்டே நாடு தேடி அலைந்து கொண்டிருக்கிறார்கள் ரோஹிங்கியாக்கள். நாடற்று இருப்பது எவ்வளவு கொடுமையானது என்பதை இவர்கள் நமக்கெல்லாம் உணர்த்திக்கொண்டிருக்கிறார்கள். ஹன்னா பவர்ஸ் தனது வலைப்பக்கத்தில் இதை எளிமையாக விளக்குகிறார். 'நாடற்ற நிலை என்றால் என்ன? அமெரிக்காவில் பலர் வீடற்று இருக்கிறார்கள். ஆனால் அவர்களுக்கு உரிமைகள் இருக்கின்றன. நான் இதுவரை வீடற்று இருந்ததில்லை. தேவையற்றவளாக உணர்ந்திருக்கிறேன், ஆனால் அது முற்றிலும் வேறானது. என்னைத் தூக்கி எறிந்திருக்கிறார்கள். ஒதுக்கித் தள்ளியிருக்கிறார்கள். ஆனால் எப்போதும் நான் ஒரு குடிமகளாகவே இருந்து வந்திருக்கிறேன். நான் எப்போதும் ஓர் அமெரிக்கனாகவே இருந்து வந்திருக்கிறேன். சொல்லிக்கொள்ள எனக்கென்று ஒரு நாடு இருக்கிறது.'

ரோஹிங்கியா முஸ்லிம்களுக்கு அதுவும்கூட இல்லை.

- இறுதியாக, அடிக்கடி எழுப்பப்படும் சில முக்கியக் கேள்விகளைப் பார்க்கலாம்.

- பர்மியர்கள் எல்லாருமே ரோஹிங்கியா ஒடுக்குமுறையை நியாயப்படுத்துகிறார்களா? வாய்ப்பு கிடைத்தால் அவர்கள் அனைவருமே ரோஹிங்கியாக்களைக் கொல்வார்களா?

அவர்கள் அனைவரிடமும் வெறுப்புணர்வு ஒன்றுபோலவே பரவியிருக்கிறதா? இல்லை. ஆனால் பெரும்பாலானவர்கள் ரோஹிங்கியா முஸ்லிம்களை அந்நியர்களாகப் பார்க்கிறார்கள்; மைய நீரோட்டத்துடன் அவர்களை ஒன்றுசேர்க்கமுடியாது என்று நம்புகிறார்கள். அவர்களுடைய தாய்நாடு இதுவல்ல; பங்களாதேஷ்தான் என்று கருதுகிறார்கள். இவர்களில் எத்தனை சதகிவிதம் பேர் தாக்குதலில் ஈடுபடுபவர்கள் என்பது சொல்வது கடினம். தகுந்த கருத்துக்கணிப்புகள் மூலமே இந்த மனப்போக்கைத் தெரிந்துகொள்ளமுடியும்.

- பர்மிய அரசியல்வாதிகளில் ரோஹிங்கியாவை ஏற்பவர்களும் இருக்கிறார்களா? இருக்கிறார்கள். மிதமான போக்கைக் கொண்டிருக்கும் சில அரசியல்வாதிகள் சமரசம் செய்து கொள்ளவும் ரோஹிங்கியாக்களை அங்கீகரிக்கவும் முன்வரு கிறார்கள். ஆனால் அதற்கொரு நிபந்தனை உண்டு. ரோஹிங்கியோ என்றோ வங்காளிகள் என்றோ அவர்கள் தங்களை அழைத்துக்கொள்ளக்கூடாது. குறிப்பாக, ரோஹிங்கியா என்னும் அடையாளத்தை அவர்கள் கைவிடவேண்டும். ராக்கின் முஸ்லிம்கள் என்றோ மியான்மர் முஸ்லிம்கள் என்றோ அவர்கள் தங்களை அழைத்துக்கொள்ளவேண்டியிருக்கும். ஆனால் இதனை ஏற்பது என்பது முழுமுற்றான அடையாளத் துறப்பாக மாறிவிடும் என்பதால் இந்த நிபந்தனைக்குப் பெரிய ஆதரவு இல்லை.

- ரோஹிங்கியா முஸ்லிம்கள் தவறுகளே செய்யாதவர்களா? அவர்களிடம் குறைபாடுகளே இல்லையா? நிச்சயம் அவர்களிடம் குறைகள் உள்ளன. குறிப்பாக, தங்கள் இருப்பை நியாயப் படுத்திக்கொள்ள அவர்கள் முன்வைக்கும் வரலாற்றுக் காரணங்கள் எதற்கும் ஆதாரமில்லை. ஆயிரக்கணக்கான ஆண்டுகளாக ராக்கின் பகுதியில் நாங்கள் இருந்துவந்திருக் கிறோம்; 350 ஆண்டுகளாக ராக்கின் அரசர்களைத் தேர்வு செய்பவர்கள் நாங்கள்தாம் என்பன போன்ற அவர்களுடைய அறைகூவல்களைத் தர்க்கரீதியாக ஏற்கமுடியாது. இவையனைத்தும புதிதாக ஜோடிக்கப்பட்ட புராணங்கள் என்று புறந்தள்ளுகிறார்கள் முறையான வரலாற்று ஆய்வாளர்கள். ஆனால் இந்தக் காரணங்கள் எவையும் அவர்கள் பக்க நியாயத்தை இல்லாமல் செய்துவிடாது. குறைந்தது ஆயிரம் ஆண்டுகால வரலாறு இருந்தால்தான் ஒரு மக்கள் குழு

நிலவியல் உரிமை கொண்டாட முடியும் என்று எங்கும், எந்தச் சட்டமும் சொல்லவில்லை.

- ரோஹிங்கியாக்களில் சிலர் தீவிரவாதத்தை முன்னெடுக்கிறார்கள். போதை மருந்து கடத்துகிறார்கள். திருட்டு, கொலை, கொள்ளை ஆகியவற்றில் இறங்குகிறார்கள். சட்ட விரோதமாகப் பக்கத்து நாடுகளுக்குள் ஊடுருவுகிறார்கள். அவர்களிடம் இவ்வளவு தவறுகள் இருக்கும்போது எப்படி அவர்களை ஆதரிக்கமுடியும்? மேலோட்டமாகப் பார்த்தால் இந்தக் கேள்வியில் நியாயம் இருப்பதுபோலத் தோன்றினாலும் அடிப்படையில் இது ஓர் ஆபத்தான வாதம். இந்தக் காரணங்களையும் இதே போன்ற வேறு சிலவற்றையும் சுட்டிக்காட்டி ரோஹிங்கியாவை ஆதரிக்க மறுத்தால் அது பர்மிய தீவிரவாதத்தை மேலும் பலப்படுத்தவே செய்யும். அது தவறில்லையா? பெரும்பான்மை பௌத்தர்கள் ஏன் ரோஹிங்கியாக்களை எதிர்க்கிறார்கள் என்பதை விரிவான சமூக, அரசியல், பொருளாதார மற்றும் வரலாற்றுப் பின்னணியில் வைத்து அலசியதைப் போலவே ரோஹிங்கியாக்களில் சிலர் ஏன் குற்றமிழைக்கிறார்கள் என்பதையும் விரிவாகவே ஆராயவேண்டும். கல்வி கற்கவோ, வேலைக்குச் செல்லவோ, சுயமரியாதையுடன் வாழவோ, வாக்களிக்கவோ, அடிப்படை உரிமைகளை நிலைநாட்டவோ வக்கற்றுக் கிடக்கும் ஒரு சமூகத்தைச் சேர்ந்தவர்கள் வழி தவறி தவறுகள் இழைப்பது அதிசயமல்ல. இந்தத் தவறுகளை நியாயப்படுத்த வேண்டாம். அதே சமயம் அவற்றைச் சுட்டிக்காட்டி அவர்கள் மீதான ஒடுக்குமுறையை நியாயப்படுத்தவேண்டிய அவசியமும் இல்லை. ரோஹிங்கியாக்கள் மட்டுமல்ல, உலகம் முழுவதிலும் பரவிக்கிடக்கும் பிற சிறுபான்மை சமூகங்களையும் நாம் இதே புரிதலோடு ஆதரிக்கத்தான் வேண்டும்.

- ரோஹிங்கியா முஸ்லிம்கள் தனி நாடு கோருகிறார்கள் என்பது உண்மையா? அதனால்தான் பர்மா அவர்களை ஒடுக்குகிறதா? தனி நாடு கேட்கும் ஒரு சிறு குழு இருப்பது உண்மைதான் என்றாலும் பெரும்பாலான ரோஹிங்கியா முஸ்லிம்களின் அதிகபட்ச கோரிக்கை என்பது குடிமக்களாக அங்கீகரிக்க வேண்டும், ஒடுக்குமுறையைக் கைவிடவேண்டும் என்பதுதான். தொடக்கத்தில் (1947 முதல் 1961 வரை) முஜாஹிதின் இயக்கத்தினர் தீவிரமாகச் செயல்பட்டுவந்தபோது அரக்கான் பகுதியில் உள்ள பெரும்பான்மை ரோஹிங்கியா வசிக்கும் மாயு

பகுதியை கிழக்கு பாகிஸ்தானோடு இணைக்கவேண்டும் என்னும் கோரிக்கை முன்னெடுக்கப்பட்டது. 1971 பங்களாதேஷ் போரின்போது மீண்டும் பிரிவினைவாதச் சிந்தனைகள் அரும்பின. மிகச்சமீபத்தில், 2012ல் அயல்நாடுகளில் தங்கியிருந்த ரோஹிங்கியாக்கள் சிலர் இஸ்லாமிக் ரிபப்ளிக் ஆஃப் ரஹ்மாண்லாண்ட் என்னும் பெயரில் ராக்கின் பகுதியில் வடக்கே ஒரு தனி நாடு உருவாகிவிட்டதாக அறிவித்தார்கள். பெரும்பான்மை ரோஹிங்கியா மக்கள் இத்தகைய முயற்சிகளை ஆதரிக்கவில்லை.

- ஒரு சிறு குழு பாதிக்கப்படுவது உண்மைதான் என்றாலும் பெரும்பாலான மக்கள் பர்மாவில் நன்றாகத்தானே இருக்கிறார்கள்? இது தவறான பார்வை. ஓர் அரசு சிறுபான்மையை ஒடுக்குகிறது என்றால் அது பெரும்பான்மைக்குச் சாதகமாக இருக்கிறது என்று அர்த்தமல்ல. ஹிட்லரின் கொள்கைகள் தொடக்கத்தில் ஒரு சிறு குழுவை மட்டுமே பாதித்தது. இது நம்முடைய பிரச்னை அல்ல என்றுதான் ஜெர்மானிய பொதுமக்கள் ஒதுங்கியிருந்தனர். ஆனால் நாஜிகளின் ஒடுக்குமுறை வேகவேகமாகப் பரவி அவர்களையும் பற்றிக் கொண்டபோது திடுக்கிட்டு விழித்துக்கொண்டார்கள். ஆனால் அதற்குள் பெரும் அளவிலான சேதம் நடந்து முடிந்திருந்தது.

எங்கோ ஒரு சிறு குழுவினர்தான் பாதிக்கப்படுகிறார்கள், நாம் பாதுகாப்பாகத்தான் இருக்கிறோம் என்று நம்மை நாமே இனியும் ஏமாற்றிக்கொள்ளக்கூடாது. இந்த மனநிலை ஒட்டுமொத்த சமூகத்தையும் சீரழிக்கும் என்பதை வரலாறு பலமுறை நமக்கு உணர்த்தியிருக்கிறது. இது முஸ்லிம்களின் பிரச்னை, இது பெண்களின் பிரச்னை, இது தொழிலாளர்களின் பிரச்னை, இது கிராமத்துப் பிரச்னை என்று எதொன்றையும் இனியும் ஒதுக்கித்தள்ள முடியாது. உலகின் எந்த மூலையில் யாருக்கு எதிராக ஒடுக்குமுறை பிரயோகிக்கப்பட்டாலும் அவர்களுக்கு எதிராகக் குரல் கொடுக்க வேண்டியதும் போராடவேண்டியதும் அவசியம் என்பதை நாம் உணரவேண்டிய தருணமிது. ரோஹிங்கியா முஸ்லிம்கள் நம்மிடம் எதிர்பார்ப்பது இதைத்தான்.

23

பிளவுண்ட தீவு

ஒரு லட்சத்துக்கும் அதிகமானோரை பலிகொடுத்து 2009ம் ஆண்டு போரில் வெற்றி பெற்றுள்ளது இலங்கை. ஆனால் அது இன்னமும் அமைதியை வென்றெடுக்க வில்லை. போர் நிறுத்தம் மட்டுமே அகதிகளின் துயரங்களை முடிவுக்குக் கொண்டுவந்து விடுவதில்லை என்பதையே வரலாறு நமக்குச் சுட்டிக்காட்டுகிறது. வியட்நாமிலும் போஸ்னி யாவிலும் ஆப்பிரிக்க நாடுகளிலும் போர் முடிவடைந்தபிறகும் அகதிகளின் எண்ணிக்கை அதிகரித்துக்கொண்டுதான் இருந்தது. முதல் உலகப் போரும் இரண்டாம் உலகப் போரும் முடிவடைந்தபிறகும் புதிய அகதிகளை நாடுகள் உற்பத்தி செய்துகொண்டேதான் இருந்தன. இலங்கையில் நடந்ததும் அதுதான்.

ஆஸ்திரேலியாவுக்கு படகுகளில் வந்துசேரும் 90 சதவிகித இலங்கை மக்கள் அகதிகளாக இருக்கிறார்கள் என்கிறது தி கார்டியன் கட்டுரை ஒன்று. குறிப்பாக, 2012 13 காலகட்டத்தில் படகுகளின் எண்ணிக்கை குறிப்பிடத்தக்க வகையில் அதிகரித்திருக்கிறது. இப்படி வந்து சேரும் அகதிகளை ஆஸ்திரேலியா சிறிதும் யோசிக்காமல் அப்படியே திருப்பிவிடுகிறது.

அவர்களை எப்படி கவனித்துக்கொள்ளவேண்டுமோ அப்படி கவனித்துக்கொள்வோம் என்கிறது இலங்கை.

குறிப்பிட்ட துறைமுகங்களிலிருந்து, தகுந்த ஆவணங்களுடன் வெளியேறுபவர்கள் தவிர மற்றவர்களை இலங்கையின் சட்டங்கள் குற்றவாளிகளைப் போலவே பாவிக்கின்றன. அவர்கள் உடனடியாக கைது செய்யப்பட்டு சிறையிலும் தடுப்புக் காவல் மையங்களிலும் அடைக்கப்படுகிறார்கள். இலங்கை பாதுகாப்பு அதிகாரிகளிடமும் காவல் துறையினரிடமும் சிக்கிக்கொள்ளும் அகதிகளின் நிலை கொடுமையானது. சொந்த நாட்டு மக்கள்தான் என்றாலும் அந்நியப் போர் கைதிகளைப் போல் அவர்கள் வதைக்கப்படுவதைப் பலரும் சுட்டிக்காட்டியிருக்கிறார்கள்.

போர் முடிவுக்கு வந்த பிறகு பாதுகாப்பு அதிகாரிகளால் பலவாறாகத் துன்புறுத்தப்பட்ட 75 பேர் குறித்த ஓர் அறிக்கையை மனித உரிமை கண்காணிப்பகம் வெளியிட்டுள்ளது. வவுனியாவில் ஏப்ரல் 2012ல் இலங்கை காவலர்களால் கைது செய்யப்பட்ட ஒரு தமிழரின் வாக்குமூலம் இது. நான் விடுதலைப் புலிகள் இயக்கத்தைச் சேர்ந்தவன் என்றும் வெளிநாட்டிலிருந்து இங்கே ரகசியமாக ஊடுருவி புலிகள் இயக்கத்துக்கு உயிரூட்டுவதே என் நோக்கம் என்றும் அவர்கள் குற்றம் சுமத்தினார்கள். என் கண்களைக் கட்டி ஒரு ஜீப்புக்குள் என்னைத் தள்ளினார்கள். நான் வெளிநாட்டில் என்ன செய்துகொண்டிருந்தேன், என்னுடன் இணைந்து இலங்கைக்குள் புகுந்த மற்ற புலிகள் யார் யார் என்று என்னைக் கேட்டுத் துன்புறுத்தினார்கள். நான் பதிலளிக்க மறுத்தேன். என்னைப் பலவிதமாகப் பல்வேறு பொருள்களைக் கொண்டு அடித்தார்கள். சிகரெட்டால் உடலைக் காயப்படுத்தினார்கள். அந்தரத்தில் தொங்கவிட்டார்கள். பாலியல்ரீதியில் துன்புறத்தப் பட்டேன். வன்புணர்வுக்கு ஆளானேன். மூன்று இரவுகள் வெவ்வேறு நபர்களால் நான் பலாத்காரம் செய்யப்பட்டேன்.

திருகோணமலையில் பிப்ரவரி 2009ல் இலங்கை ராணுவத்தால் கைது செய்யப்பட்ட 34 வயது தமிழ் பெண்ணின் வாக்குமூலம் இது. நாங்கள் மொத்தம் ஆறு பேர் இருந்தோம். புலிகளுடன் உங்களுக்குத் தொடர்பு இருக்கிறதா என்று கேட்டார்கள். நான் பொய் சொல்ல விரும்பவில்லை. ஆம், புலிகளுடன் பணியாற்றியிருக்கிறேன் என்று சொன்னேன். வவுனியாவில் உள்ள வெப்பங்குளம் முகாமுக்கு என்னை அழைத்துச் சென்றார்கள். மீண்டும் மீண்டும் கேள்விகள் கேட்டு துன்புறுத்தினார்கள். ராணுவத்தினார் என்னைச்

சித்திவதை செய்தனர். பலமுறை பாலியல் பலாத்காரத்துக்கு உள்ளானேன். எத்தனை முறை என்று என்னால் நினைவுபடுத்திச் சொல்லமுடியவில்லை. பதினைந்து நாள்கள் தடுப்புக்காவலில் வைக்கப்பட்டிருந்தேன். இறுதியில் நான் விடுதலைப் புலிகள் அமைப்பின் உறுப்பினர்தான் என்று எழுதி கையெழுத்திட்டுக் கொடுத்துவிட்டேன். சித்திரவதையும் பாலியல் பலாத்காரமும் நின்றால் போதும் என்றாகிவிட்டது.

இலங்கை அரசுக்கும் விடுதலைப் புலிகளுக்கும் இடையிலான 26 ஆண்டுகாலப் போரில் இலங்கை ராணுவத்தினராலும் காவல் துறையினராலும் எண்ணற்ற சிவிலியன்கள் சித்திரவதைக்கும் பாலியல் பலாத்காரத்துக்கும் உள்ளாக்கப்பட்டார்கள். ஆண்கள், பெண்கள், குழந்தைகள் என்று எந்த வேறுபாடும் இல்லை. உடல், உள்ளம் இரண்டும் வதைபடும் அளவுக்கு அவமானப்படுத்தியிருக் கிறார்கள். கொடூரமான முறைகளில் துன்புறுத்தி வாக்குமூலம் பெற்றிருக்கிறார்கள். தேவைப்படும் பதில் கிடைக்கும்வரை அடித்து உடலைக் கிழித்துப் போட்டிருக்கிறார்கள். எண்ணற்றவர் களைக் கொன்றிருக்கிறார்கள். மனித உரிமை அமைப்புகள், பத்திரிகையாளர்கள், பாதிக்கப்பட்டவர்கள் என்று தொடங்கி ஐக்கிய நாடுகள் சபை வரை பலரும் இலங்கை அரசின் சித்திரவதைகள் குறித்து பதிவுகள் செய்திருக்கிறார்கள். மே 2009ல் விடுதலைப் புலிகள் வீழ்த்தப்பட்ட பிறகும் இலங்கைத் தமிழர்கள் தொடர்ந்து வதைக்கப்பட்டுக்கொண்டிருக்கிறார்கள். பாலியல் பலாத்காரத்துக்கு உள்ளாகும் பெண்களின் எண்ணிக்கை குறைவதாக இல்லை என்கிறது மனித உரிமை காப்பகத்தின் அறிக்கை. (பிப்ரவரி 2013). அதிகாரபூர்வமான சிறைச்சாலைகள் போக கணக்கற்ற தடுப்புக் காவல் முகாம்கள் இலங்கை முழுக்கப் பரவியிருந்ததையும் பல்வேறு அறிக்கைகள் சுட்டிக்காட்டுகின்றன.

இலங்கையிலிருந்து வெளியேறும் அகதிகள் அனைவருமே தமிழர்கள் என்று சொல்லமுடியாது. அவர்களில் சிங்களர்களும் இருக்கின்றனர். தமிழர்களாக இருப்பது தமிழர்களின் தவறு என்றால் அரசை விமரிசிப்பதும் அரசோடு முரண்படுவதும் சிங்களர்களின் தவறு. அரசைப் பகைத்துக்கொண்டு இலங்கையில் ஒருவரும் இருந்துவிடமுடியாது என்பதால் சிங்களர்களும் இலங்கையிவிட்டு ரகசியமாக வெளியேறுவது வழக்கம். சிங்கள அகதிகளில் பெரும்பலானோர் பத்திரிகையாளர்கள், மனித உரிமை ஆர்வலர்கள், செயற்பாட்டாளர்கள், வழக்கறிஞர்கள், எதிர் தரப்பு அரசியல்வாதிகள். எதிரி என்று வந்துவிட்டால் சிங்களர், தமிழர்

என்று இலங்கை அரசு பிரித்துப் பார்ப்பதில்லை. ஆள் கடத்தல், மிரட்டல், ஒடுக்குமுறை, தாக்குதல், கொலை என்று என்ன வேண்டுமானாலும் யாருக்கும் நிகழலாம். கேட்க ஒருவருமில்லை.

இலங்கை போரினால் வீடிழந்து சொந்தநாட்டிலேயே அகதிகளாக்கப் பட்ட மக்களின் எண்ணிக்கை, 3 லட்சத்துக்கும் அதிகம். அயல்நாடு களுக்குத் தப்பிச்சென்ற அகதிகள், 1,45,000. இவை தோராயமான ஒரு மதிப்பீடு மட்டுமே. சரியான புள்ளிவிவரங்கள் கிடைக்கும் என்பதற்கு எந்த உத்தரவாதமும் இல்லை. வடக்குப் பகுதி ஆபத்தானது எனவே வேறிடத்தில் தாற்காலிகமாக குடியமர்த்து கிறோம் என்று சொல்லி தமிழர்களை அங்கிருந்து அகற்றி முள்வேலி முகாம்களுக்குள் அடைத்தது இலங்கை அரசு. ஏப்ரல் 2015 கணக்கின்படி கிட்டத்தட்ட 45,000 பேர் அவர்களுடைய வாழ்விடங்களுக்கு அழைத்துச் செல்லப்படாமல் முகாம்களிலேயே சிறை வைக்கப்பட்டுள்ளனர். வடக்கு கிழக்கு மாகாணங்களில் 65,000 வீடுகள் கட்டித் தரப்படும் என்று இலங்கை அரசு அறிவித்தது. ஆனால் அக்டோபர் 2016 வரை 100 வீடுகளின் கட்டுமானப் பணி மட்டுமே தொடங்கப்பட்டிருக்கிறது.

காணாமல் போனவர்கள் பற்றிய சர்ச்சை இன்னமும் அடங்கிய பாடில்லை. அரசு தரப்பே 65,000 பேர் குறித்த விவரங்கள் தெரியவில்லை என்று அறிவித்திருக்கிறது என்றால் அசல் எண்ணிக்கை எத்தனை மடங்கு அதிகமாகயிருக்கும் என்பதை யூகித்துக்கொள்ளலாம். வெள்ளை வேன் கடத்தல் அங்கு இயல்பானது. திடீரென்று வந்து நின்று ஒருவரை அள்ளிப் போட்டுக்கொண்டு சென்றுவிடுவார்கள். அவர் என்ன ஆனார் என்று சில நாள்களுக்கு ஒருவருக்கும் தெரியாது. பிறகு அவருடைய உடல் எங்காவது ஓரிடத்தில் கண்டெடுக்கப்படும். அல்லது அதுவும் கிடைக்காது.

இலங்கைத் தமிழர்களில் பெரும் பகுதியினர் தமிழ் நாட்டில் அகதிகளாக வாழ்ந்துகொண்டிருக்கிறார்கள். அதிகாரபூர்வமாக தமிழ்நாட்டில் 109 அகதி முகாம்கள் இயங்கி வருகின்றன. அவற்றில் அறுபதாயிரத்துக்கும் அதிகமானோர் வசித்து வருகிறார்கள். மேலும் நாற்பதாயிரம் பேர் முகாமுக்கு வெளியில் வாழ்ந்துவருகிறார்கள். இவர்களில் எவருக்கும் இந்தியக் குடியுரிமை இதுவரை வழங்கப்படவில்லை. ஐ.நா அதிகாரிகளும் கூட இந்த முகாம்களைப் பார்வையிடமுடியாது. கடுமையான கட்டுப்பாடுகள் முகாம்வாசிகளுக்கு விதிக்கப்பட்டிருக்கின்றன.

அவர்களால் சுதந்தரமாக முகாமுக்கு வெளியில் சென்றுவர முடியாது. கல்வி, வேலை வாய்ப்பு ஆகியவற்றைத் தடைகளின்றி பெறமுடியாது.

சொந்த நாட்டுக்கும் திரும்பமுடியாது, தமிழ் நாட்டிலும் வாழமுடியாது என்று கருதுபவர்கள் உயிரைப் பணயம் வைத்து ஆஸ்திரேலியாவுக்குக் கடல் மார்க்கமாகத் தப்பிச் செல்கின்றனர். 2015ல் மட்டும் இலங்கை, இந்தோனேஷியா, வியட்நாம் நாடுகளைச் சேர்ந்த 30,000 பேர் இந்தியப் பெருங்கடலைக் கடக்க முயற்சி செய்துள்ளனர். இவர்களில் நூற்றுக்கணக்கானோர் பசியாலும் தாகத்தாலும் கடத்தல்காரர்களின் ஒடுக்குமுறையானலும் நடுக்கடலில் இறந்துபோயிருக்கின்றனர். இவற்றையெல்லாம் மீறி வெற்றிகரமாக ஆஸ்திரேலியா சென்று சேர்பவர்கள் பிடிபட்டால் அந்நாடு திருப்பியனுப்பிவிடுகிறது.

●

இந்தியா போக, தென் ஆப்பிரிக்கா, பிரிட்டன், கனடா, ஐரோப்பா, ஆஸ்திரேலியா, அமெரிக்கா, மலேஷியா, சிங்கப்பூர் உள்பட பல நாடுகளுக்கு இலங்கைத் தமிழர்கள் புலம் பெயர்ந்திருக்கிறார்கள். இவர்களுடைய தோராய எண்ணிக்கை 45 லட்சம். ஜூலை 1984 கலவரம் வெடித்ததைத் தொடர்ந்து அலையலையாகத் தமிழகத்துக்குப் படையெடுத்து வருகிறார்கள் இலங்கைத் தமிழர்கள். 1983 முதல் 1987 வரை மட்டும் 1.34 லட்சம் இலங்கைத் தமிழர்கள் பாக்கு நீரிணை வழியாக இலங்கையிலிருந்து தமிழகம் வந்தடைந்திருக்கிறார்கள். அதற்குப் பிறகு மேலும் மூன்று கட்டங்களில் அகதிகள் தமிழகத்துக்கு வந்திருக்கிறார்கள். அவர்களில் பெரும் பகுதியினர் கிட்டத்தட்ட 35 ஆண்டுகளாக வெவ்வேறு முகாம்களில் அடைந்து கிடக்கிறார்கள். இங்கேயே பிறந்து வளர்ந்து இலங்கை என்பது எப்படியிருக்கும் என்றே தெரியாமல் வாழும் பலரும் இவர்களில் அடக்கம். இலங்கை அரசியலைவிட, இந்திய அரசியலையும் தமிழக அரசியலையும்தான் இவர்கள் உன்னிப்பாகக் கவனித்து வருகிறார்கள். உணர்வுபூர்வமாக இவர்கள் இங்கு ஒன்றுகலந்து விட்டபிறகும் அவர்களைத் தமிழக அரசு அகதிகளாகவே ஒதுக்கி வைத்திருக்கிறது. இலங்கை அரசோ இவர்களை அந்நியர் களாகவும் எதிரிகளாகவும் மட்டுமே பார்க்க விரும்புகிறது.

முகாமில் எவரும் தன்மானத்துடன் வாழமுடியாது. பயந்து, பயந்து சுருண்டுகிடக்கவேண்டும். குற்றவாளிகளைப் போலவே முகாம் அதிகாரிகள் பார்ப்பார்கள். குற்றவாளிகளைப் போலவே

இழிவுபடுத்துவார்கள். எங்கே சென்றாலும் சந்தேகக் கண்கள் பின்தொடரும். இயல்பாக ஒருவருடனும் நட்புகொள்ளமுடியாது. இயல்பான காதல், இயல்பான மகிழ்ச்சி, இயல்பான மண வாழ்க்கை, இயல்பான குடும்ப உறவுகள் எதுவும் இவர்களுக்குச் சாத்தியமில்லை. நீ ஓர் அகதி, நீ ஓர் அகதி என்று ஒரு குரல் எங்கு சென்றாலும் துரத்திக்கொண்டிருக்கும். ஓர் அகதியாக வாழ்வதென்பதன் மெய்யான பொருளைத் தமிழகத்திலுள்ள இலங்கை அகதிகளிட மிருந்து ஒருவர் கற்றுக்கொள்ளமுடியும்.

1998ம் ஆண்டு தன்னுடைய மூன்று பெண் குழந்தைகளைச் சுமந்து கொண்டு இந்தியா வந்தடைந்தார் அருள். இந்தியா டுடேவுடன் அவர் மேற்கொண்ட உரையாடலில் இருந்து ஒரு பகுதி. 'எங்கள் நாட்டு மக்களைப் பொறுத்தவரை நாங்கள் இப்போது அந்நியர் களாக மாறிவிட்டோம். இந்திய மக்களும் எங்களை அந்நியர் களாகவே பாவிக்கிறார்கள். எங்களைக் காவல் துறை தொடர்ந்து கண்காணித்துக்கொண்டே இருக்கிறது. கும்மிடிப்பூண்டி முகாமில் எந்தக் காரணமும் இன்றி ஒரு பையனை காவல்துறையினர் அடித்துத் துவைத்துவிட்டனர். மதுரை உச்சிப்பட்டி முகாமில் ஒரு சிறுவன் தற்கொலை செய்துகொண்டு மாண்டுவிட்டான். மோகன் என்னும் மற்றொரு நபர் பள்ளிக்கரணை காவல் நிலையத்தில் வைத்து கொல்லப்பட்டுவிட்டார். இதையெல்லாம் ஒருவரும் விசாரிக்கக்கூட இல்லை.'

அமைதியான நீரோட்டம்போல் இருந்த தன் வாழ்வைப் போர் எப்படிக் கலைத்துப்போட்டது என்பதையும் தன்னுடைய குடும்பத்தை யும் தாய்நாட்டையும் விட்டு ஏன், எப்படிப் பிரியநேர்ந்தது என்பதையும் போரின் மறுபக்கம் : ஈழ அகதியின் துயர வரலாறு என்னும் நூலில் உணர்வுப்பூர்வமாக விவரித்திருக்கிறார் தொ. பத்திநாதன். இலங்கையின் பிரச்னை போர் என்றால், அடைக்கலம் புகுந்த இந்தியாவின் பிரச்னை, அப்பட்டமான, மனிதத் தன்மையற்ற பாரபட்சம். முகாமில் மட்டுமல்ல முகாமுக்கு வெளியிலும்கூட ஒரு கைதியைப் போலவே நான் வாழவேண்டி யிருந்தது என்கிறார் இவர். ஒரு ஜனநாயக தேசத்தால் ஏன் அகதிகளை மனிதர்களாக நடத்தமுடியவில்லை? செய்யாத குற்றத்துக்காக ஒட்டுமொத்த ஈழத் தமிழர்களும் ஏன் சிலுவை சுமக்க வேண்டும்? அவர்களை ஏன் கால்நடைகளைப் போல் முகாம்களில் தொகுத்து அடைக்கவேண்டும்? அவர்களுடைய வாழ்வும் கனவுகளும் சிதைவதை ஏன் ஒட்டுமொத்த தமிழ்ச் சமூகமும் வேடிக்கை பார்த்துக்கொண்டிருக்கிறது? என்று கேள்வி எழுப்புகிறார் பத்திநாதன்.

அகதிகள் சமூகரீதியிலும் உளவியல்ரீதியிலும் சிக்கல்களை எதிர்கொள்கிறார்கள் என்கிறார் முகாம் வாழ்க்கையை தி இந்துவில் தொடர்ச்சியாகப் பதிவு செய்துவரும் டி. ராமகிருஷ்ணன். பல அகதிகள் மனமடைந்து தற்கொலையை நாடியிருக்கின்றனர். குழந்தைகள் பள்ளிப் படிப்பைத் தொடரமுடியாமல் இடையில் கைவிட்டுவிடுகின்றனர். முகாம்களில் உள்ள நாற்பது சதவிகிதம் பேர் *18* வயதுக்குக் கீழானவர்கள் என்பதால் அவர்களுடைய எதிர்காலம் எப்படியிருக்கும் என்னும் அச்சம் பெற்றோர்களை அரித்துக்கொண்டிருக்கிறது.

மத்திய அரசு, மாநில அரசு இரண்டும் அளிக்குத் சில நலத்திட்டங்கள் அகதிகளுக்கும் சென்று சேர்கின்றன என்பது உண்மைதான். பொறியியல் உள்ளிட்ட துறைகளில் இணைந்து படிப்பதற்கான வசதிகள் சில முகாம் மாணவர்களுக்கு தமிழக அரசு சமீப ஆண்டுகளில் ஏற்படுத்திக்கொடுத்திருப்பதும் உண்மை. இந்த வசதிகளும் வாய்ப்புகளும் இலங்கை திரும்பினால் கிடைக்காது என்பது பல அகதிளுக்குத் தெரியும். ஆனால் அகதிகள் பலரும் எதிர்பார்ப்பது சுயமரியாதையுடன்கூடிய இயல்பான ஒரு வாழ்கையை மட்டுமே. எங்களுக்கு கருணையோ இலவசங்களோ சிபாரிசுகளோ தனிச்சிறப்பான சலுகைகளோ தேவையில்லை. எங்களை முழு சுதந்தரமாக இருக்கவிட்டால் போதும் என்கிறார்கள் அவர்கள்.

பாகிஸ்தான், ஆப்கனிஸ்தான் நாடுகளைச் சேர்ந்த அகதிகளுக்கு வழங்கியதைப் போல் இங்கேயே தங்கியிருக்க விரும்பும் இலங்கை அகதிகளுக்கும் அரசு இந்தியக் குடியுரிமையை வழங்கலாம் என்கிறார் டி. ராமகிருஷ்ணன். உள்நாட்டுப் போர் நடைபெற்ற ஆண்டுகளைவிட அதிக காலமாக இங்கே தமிழர்கள் அகதிகளாக முகாம்களில் வாழ்ந்துவருகிறார்கள். அவர்களுக்கு நாம் செய்யும் பேருதவி அவர்களை நம்மோடு ஒருங்கிணைத்துக்கொண்டு முகாம்களைக் கலைத்துவிடுவதுதான்.

மீண்டும் தாய்நாட்டுக்குத் திரும்பிப்போகவேண்டும் என்று கனவு காணும் அகதிகளும் இருக்கவே செய்கிறார்கள். கல்லூரி பேராசிரியராகவேண்டும் என்னும் விருப்பத்துடன் இலங்கையிலிருந்து தமிழகம் வந்துசேர்ந்த 54 வயது எஸ். மூர்த்தி தற்சமயம் கும்மிடிப்பூண்டி முகாமுக்கு அருகில் ஒரு மளிகைக் கடையை நடத்திவருகிறார். இலங்கைக்கு மீண்டும் திரும்பிச்சென்று அங்கே வாழ்வத் தொடர்வது கடினம்தான் என்று புரிகிறது. இருந்தாலும்

நான் என் நாட்டுக்குப் போக விரும்புகிறேன். அதற்காகத்தான் ஆவணங்களைத் தயார் செய்துகொண்டிருக்கிறேன் என்கிறார் இவர். நீங்களும் இலங்கை திரும்பிச்செல்ல விரும்புகிறீர்களா என்று 19 வயதாகும் கல்லூரி மாணவி ஜென்சியிடம் லைவ் மிண்ட் பத்திரிகையாளர்கள் கேட்டபோது அவர் மறுத்திருக்கிறார். நான் இதுவரை இலங்கையைப் பார்த்ததுகூட கிடையாது. நான் மேற்கொண்டு படிக்க விரும்புகிறேன். சம்பாதிக்க விரும்புகிறேன். முகாமிலிருந்து வெளியில் சென்று சுதந்தரமாக வாழ விரும்புகிறேன். நான் இங்கேதான் பிறந்தேன். நான் எதற்கு இலங்கைக்குத் திரும்பிப் போகவேண்டும்?

24

என் தேசம், என் அகதிகள்

அகதி என்பவர் யார், அவருடைய உரிமைகள் என்னென்ன, அவருக்குப் புகலிடம் கொடுக்கும் நாடு என்னென்ன பொறுப்புகளை ஏற்றுக் கொள்ளவேண்டும் உள்ளிட்டவற்றை வரையறை செய்து ஓர் உடன்படிக்கை டென்மார்க்கில் உருவாக்கப்பட்டது. 'அகதிகளின் நிலை தொடர்பான ஐக்கிய நாடுகள் உடன்படிக்கை, 1951' என்று அழைக்கப்பட்ட அந்த ஒப்பந்தத்தை உறுதிசெய்து இதுவரை 147 நாடுகள் கையெழுத்திட்டுள்ளன. 1967ம் ஆண்டு அதேபோல் இன்னொரு உடன்படிக்கை உருவானது. இதை 146 நாடுகள் ஏற்றுக் கொண்டன. அகதிகள் குறித்து சர்வதேச அளவில் முக்கியமானவையாக இந்த இரு உடன் படிக்கைகளும் கருதப்படுகின்றன. இரண்டிலும் இந்தியா கையெழுத்திடவில்லை.

பிரிவினையோடு சேர்த்தேதான் இந்தியாவுக்குச் சுதந்தரம் கிடைத்தது என்பதால் தொடக்கத்தி லேயே அகதிகள் பிரச்னையை இந்தியா எதிர் கொண்டுவிட்டது. தற்சமயம் இந்தியாவில் பாகிஸ்தானிய இந்து அகதிகளின் 400 குடியிருப்புகள் இடம்பெற்றிருக்கின்றன. பெரும்பாலானவை இந்தியா பாகிஸ்தான் எல்லையோரமாக உள்ள குஜராத், ராஜஸ்தான்

மாநிலங்களில் அமைந்துள்ளன. பாகிஸ்தானில் மதச் சுதந்தரம் கட்டுப்படுத்தப்பட்டிருப்பதால் சிறுபான்மையினர் பலர் அடைக்கலம் தேடி இந்தியாவுக்கு வருவது தொடர்கிறது.

1959ம் ஆண்டு தலாய் லாமாவோடு திபெத்திய அகதிகள் இந்தியாவை வந்தடைந்தனர். 1950கள் இறுதியிலும் 1960களிலும் இந்தியாவுக்கு வந்த திபெத்தியர்கள் அகதிகளாக இந்தியாவால் அங்கீகரிக்கப்பட்டனர். அவர்களுக்குப் பதிவு சான்றிதழும் வழங்கப்பட்டது. ஆண்டுக்கு ஒருமுறை அல்லது இருமுறை இதனைப் புதுப்பித்துக்கொள்ளவேண்டும். இந்தியாவிலேயே பிறந்த திபெத்திய குழந்தைகள் 18 வயதாகும்போது அவர்களுக்கும் ஆவணங்கள் கிடைத்தன. திபெத்தியர்களின் வருகையை இந்தியா தடை செய்யவில்லை என்றாலும் தொடக்ககால அகதிகளுக்குக் கிடைத்த சட்ட அங்கீகாரம் அதற்குப் பிறகு வந்தவர்களுக்குக் கிடைக்கவில்லை. இருந்தாலும் இந்தியாவிலுள்ள மற்ற அகதிகளோடு ஒப்பிடும்போது திபெத்திய அகதிகள் அரசிடமிருந்து பல கூடுதல் சலுகைகளைப் பெற்றிருக்கின்றனர். இந்தியாவில் வசிப்பதற்கான உரிமை அவர்களுக்கு வழங்கப்பட்டிருப்பதால் அதைக் கொண்டு அவர்கள் இங்கே வேலை தேடிக்கொள்ள முடியும். இதுபோக, இதுவரை திபெத்தியர்கள் மட்டுமே இந்தியாவில் சுதந்தரமாகப் பயணம் செய்வதற்கான அனுமதியைப் பெற்றிருக்கின்றனர்.

1965 இந்தியா பாகிஸ்தான் போரைத் தொடர்ந்து பாகிஸ்தானிய ராணுவத்தின் அச்சுறுத்தலுக்குப் பயந்து கிழக்கு பாகிஸ்தானிலிருந்து அகதிகள் திரளாக இந்தியாவுக்கு வந்து சேர்ந்தனர். 1964 முதல் 1968 வரை சிட்டகாங் மலைப் பகுதிகளிலிருந்து சக்மாக்கள் இந்தியாவுக்குக் குடிபெயர்ந்தனர். 1971ம் ஆண்டு பங்களாதேஷ் உருவானபோது கிழக்கு பாகிஸ்தானில் தங்கியிருந்த லட்சக்கணக்கானவர்கள் பாகிஸ்தான் ராணுவத்திடமிருந்து உயிர் தப்ப இந்தியாவுக்குக் குடிபெயர்ந்தனர். மேற்கு வங்கம், மெகாலயா, திரிபுரா ஆகிய மாநிலங்களில் இவர்கள் அதிகம் இடம்பெயர்ந்தனர். அதிகாரபூர்வ எண்ணிக்கையின்படி கிட்டத்தட்ட 10 மில்லியன் பேர் அகதிகளுக்கு இந்தியா புகலிடம் அளித்தது. இவர்களில் பலர் நிலைமை சீரானதும் திரும்பிச் சென்றனர். பலர் இந்தியாவோடு ஒன்றுகலந்துவிட்டனர். இன்றைய தேதிவரை பங்களாதேஷிலிருந்து சிறுபான்மையினர் எல்லை கடந்து இந்தியாவுக்கு அகதிகளாக வந்துகொண்டுதான் இருக்கிறார்கள். இவர்கள் போக,

சோமாலியா, பாலஸ்தீன், பர்மா, பூடான் ஆகிய நாடுகளைச் சேர்ந்த அகதிகளும் இந்தியாவில் வசித்துவருகின்றனர்.

மொத்தத்தில், பெரும் திரளான அகதிகளை இந்தியா தனது எல்லைக்குள் அனுமதித்திருக்கிறது. அவர்களில் பெரும் பகுதியினர் இன்னமும் இந்தியாவில்தான் இருக்கின்றனர். இருந்தும் இந்தியா அகதிகள் குறித்த எந்த சர்வதேச ஒப்பந்தங்களையும் ஏற்றுக்கொள்ள வில்லை. அகதிகளை எப்படி அடையாளம் காண்பது, அவர்களை எப்படிக் குடியமர்த்துவது, எப்படிப்பட்ட வசதிகளை அளிப்பது, அவர்களுடைய மறுவாழ்வுக்கு எத்தகைய வாய்ப்புகளை ஏற்படுத்திக்கொடுப்பது உள்ளிட்ட எந்தவொரு கேள்விக்கும் சட்ட வரையறையோ வழிகாட்டுதலோ இல்லை. இந்தியா முழுமைக்கும் பொருந்தக்கூடிய பொதுவான நடைமுறை என்பதும் இல்லை. அதனால் அகதிகள் ஒவ்வொரு மாநிலத்திலும் ஒவ்வொரு வகையாக நிர்வகிக்கப்படுகிறார்கள். நிர்வாக அளவிலும்கூட முறைபடுத்தப்பட்ட வழிகாட்டுதல்கள் இல்லை.

'அயல்நாட்டுக்காரர்கள் சட்டம், **1946**' மட்டுமே உதவிக்கு வருகிறது. இதன்படி வெளி நாடுகளைச் சேர்ந்தவர்களை அனுமதிக்கவும் நிராகரிக்கவும் மத்திய அரசுக்கு அதிகாரம் இருக்கிறது. இது அகதிகளுக்கும் பொருந்தும். அந்த வகையில் இந்தியா அகதிகளை அயல்நாட்டவராகக் கருதுகிறது என்று எடுத்துக்கொள்ளலாம். அப்படியானால் ஓர் அகதியையோ வெளிநாட்டுக்காரரையோ எந்த அடிப்படையில் இந்தியா தனது எல்லைக்குள் அனுமதிக்கிறது? எந்த அடிப்படையில் அவரை இந்தியாவில் தங்கியிருக்க அனுமதிக்கிறது? அவர் எப்போது வெளியேறவேண்டும் என்பதை எப்படி முடிவு செய்கிறது? இதற்கெல்லாம் தெளிவான பதில்கள் இல்லை. ஏதொவொரு பணிக்காக இந்தியாவுக்குள் நுழையும் ஓர் அயல்நாட்டவரும் உயிரைக் காப்பாற்றிக்கொள்ள அடைக்கலம் தேடி ஓடிவரும் ஓர் அகதியும் இந்தியாவின் பார்வையில் ஒன்றுதான். ஒரே சட்டம்தான் இருவருக்கும் பொருந்தும். ஒரே சட்டம்தான் அவர்கள் அனுமதிக்கும் அல்லது நிராகரிக்கும்.

அகதிகள் தொடர்பான ஒப்பந்தங்களில் இந்தியா கையெழுத்திட்ட தில்லை என்றாலும் குடிமக்கள் அல்லாதோரை எப்படி நடத்த வேண்டும் என்பதற்கான மனித உரிமைகள் தொடர்பான சில சர்வதேச ஒப்பந்தங்களில் இந்தியா கையெழுத்திட்டுள்ளது. அவற்றின்படி எந்த அடிப்படையிலும் குடிமக்கள் அல்லாதோரை

இந்தியா பாகுபாட்டுடன் நடத்தக்கூடாது. அவர்களுடைய அடிப்படை மனித உரிமைகள் மறுக்கப்படுவதை அனுமதிக்கக்கூடாது. தனது எல்லைகளுக்குள் இருக்கும் எவரொருவரையும் இனம், நிறம், பாலினம், மொழி, மதம், அரசியல் நிலைப்பாடு உள்ளிட்ட காரணங்களுக்காக வெறுக்கவோ ஒதுக்கவோ கூடாது. பங்களாதேஷி லிருந்து வந்திருக்கும் சக்மா அகதிகளை அந்நாட்டுக்குத் திருப்பியனுப்பினால் அவர்களுடைய உயிருக்கு அச்சுறுத்தல் ஏற்படும். எனவே அவர்களை அனுப்பக்கூடாது என்று உச்ச நீதிமன்றம் 1994ம் ஆண்டு குறிப்பிடத்தக்க தீர்ப்பொன்றை வழங்கியது. அந்தத் தீர்ப்பு வலியுறுத்தும் சில முக்கிய அம்சங்கள் கீழே.

இது சட்டத்தின் ஆட்சி நடக்கும் இடம். நம்முடைய அரசியலமைப்புச் சட்டம் ஒவ்வொரு மனிதருக்கும் சில உரிமைகளை வழங்கி யிருக்கிறது. நம்முடைய குடிமக்களுக்கு வேறு சில உரிமை களையும் கூடுதலாக வழங்கியிருக்கிறது. சட்டத்தின் முன் அனைவரும் சமம். சமத்துவம் ஒவ்வொருவரின் உரிமை. தனி மனித வாழ்வையும் உரிமைகளையும் தடை செய்யும் அதிகாரம் எவருக்கும் இல்லை. ஒருவர் குடிமகனா இல்லையா என்பது முக்கியமில்லை. ஒவ்வொரு மனிதரின் வாழ்வையும் உரிமை களையும் பாதுகாக்கவேண்டிய பொறுப்பு அரசுக்கு இருக்கிறது. சக்மாக்களை யாரும் வெளியேறுமாறு சொல்லமுடியாது. அவர்களுடைய உயிர், ஆரோக்கியம், நல்வாழ்வு ஆகியவற்றை அரசு பாதுகாக்கவேண்டும். உள்ளூர் அரசியலில் சிக்கிக் கொள்ளாமல் பாரபட்சமின்றி அவர்களுக்கு அரசு உதவவேண்டும்.

ஒவ்வொருவரின் வாழ்வும் தனிமனித சுதந்தரமும் பாதுகாக்கப்பட வேண்டும் என்னும் அரசியலமைப்புச் சட்டத்தின் 21வது உறுப்பு குடிமக்களுக்கு மட்டுமல்ல அகதிகளுக்கும் பொருந்தும் என்பதை அழுத்தமாக வலியுறுத்தியிருக்கிறது இத்தீர்ப்பு. ஆனால் இந்தத் தீர்ப்பின் சாரத்தை மற்ற நீதிமன்றங்கள் பின்பற்றுவதாகத் தெரிய வில்லை. சட்டவிரோத குடியேறிகளாகவே அகதிகள் பார்க்கப் படுகிறார்கள். அவ்வாறே அரசாலும் அதிகார வர்க்கத்தினராலும் அவர்கள் பரவலாக நடத்தப்படுகிறார்கள். அகதிகளுக்குள்ளாகவே பாரபட்சம் காட்டப்படுகிறது. எல்லா மாநிலங்களும் அகதிகளை ஒன்றுபோல் நடத்துவதாகச் சொல்லமுடியுமா? இந்து அகதிகளும் முஸ்லிம் அகதிகளும் ஒன்றுபோல் பாவிக்கப்படுகிறார்களா? திபெத்திய அகதிகளும் பங்களாதேஷ் அகதிகளும் சமமான

வாய்ப்புகளையும் வசதிகளையும் அனுபவிக்கிறார்களா? இலங்கை அகதிகள் இன்ன பிற அகதிகளைப் போல் நடத்தப்படுவதாகச் சொல்லமுடியுமா?

●

நேபாளத்தில் 2005ம் ஆண்டு நிலநடுக்கம் ஏற்பட்டபோது சீனாவும் இந்தியாவும் போட்டிப்போட்டுக்கொண்டு அந்நாட்டுக்கு நிவாரணப் பொருள்களை அனுப்பிவைத்தன. மீட்புப் பணிகளிலும் கலந்துகொண்டன. ஆனால் ஆயிரக்கணக்கான ரோஹிங்கியா முஸ்லிம்கள் கப்பல்களில் வந்து இறங்கியபோது ஆசியாவின் இரு பலமிக்க நாடுகள் அமைதி காத்தன என்கிறது தி நியூ யார்க் டைம்ஸ் கட்டுரை ஒன்று. (25 ஜூன் 2015). இரு நாடுகளும் மியான்மரோடு பொருளாதார உறவுகள் கொண்டிருக்கின்றன. இரு நாடுகளும் மியான்மரோடு எல்லையைப் பகிர்ந்துகொள்கின்றன. ஜீ ஜின்பிங், நரேந்திர மோடி இருவருமே தங்களை வலிமையான தலைவர்களாகத் தங்களை முன்னிறுத்திக்கொள்கிறார்கள். ஆசியாவின் எதிர்காலத்தைத் தீர்மானிக்கும் திறன் தங்களுடைய நாடுகளுக்கு இருப்பதாக இருவருமே சொல்கின்றனர். சீனா, இந்தியா இரண்டுமே மியான்மரில் முதலீடுகள் செய்துள்ளன. இருந்தும் இரு நாடுகளும் ரோஹிங்கியா முஸ்லிம்களின் நிலை குறித்து மியான்மருக்கு அழுத்தம் கொடுக்கத் தயாராக இல்லை. ரோஹிங்கியா முஸ்லிம்களைக் குடியமர்த்தும் முயற்சிகளை மேற்கொள்ளவும் தயாராக இல்லை.

அருணாச்சலப் பிரதேசத்தில் கிட்டத்தட்ட அரை நூற்றாண்டுக்கும் மேல் அகதிகளாகத் தங்கியிருக்கும் சக்மா, ஹஜோங் மக்களுக்கு இந்தியக் குடியுரிமை வழங்க அரசு முன்வந்திருக்கிறது. சக்மாக்களைப் போலவே ஹஜோங் மக்களும் தற்சமயம் பங்களாதேஷில் உள்ள சிட்டகாங் மலைப் பகுதிகளிலிருந்து குடிபெயர்ந்து வந்தவர்கள். குடியுரிமை வழங்கப்பட்டாலும் அருணாச்சலப் பிரதேசத்தைச் சேர்ந்த பட்டியலினப் பழங்குடி மக்களுக்கு வழங்கப்பட்டுள்ள உரிமைகள் இவர்களுக்கும் நீட்டிக்கப்படும் என்று பொருளல்ல என்றும் அரசு தெளிவுபடுத்தியிருக்கிறது. (இந்தியன் எக்ஸ்பிரஸ், 13 செப்டெம்பர் 2017).

சக்மாக்கள், ஹஜோங் மக்கள் இருவருமே 1960களில் ஓர் அணை உடைந்து வெள்ளம் ஏற்பட்டபோது அங்கிருந்து தப்பி இந்தியாவில் அடைக்கலம் புகுந்தவர்கள். சக்மாக்கள் பௌத்தர்கள் என்றால்

ஹஜோங் மக்கள் இந்துக்கள். இவர்கள் இருவருக்குமே அவர்களுடைய சொந்த நாட்டில் மத சுதந்தரம் மறுக்கப்பட்டிருந்தது. அவர்களுடைய எண்ணிக்கை தற்சமயம் ஒரு லட்சத்துக்கு அருகில் இருக்கும். அவர்களுக்கு இந்தியக் குடியுரிமை வழங்கப்பட வேண்டும் என்பது உச்ச நீதிமன்றத்தின் உத்தரவு.

அகதிகளுக்கான ஐக்கிய நாடுகளின் ஆணையம் (யுஎன்ஹெச்சிஆர்) வழங்கும் புள்ளிவிவரங்களின்படி 2015 இறுதிவரை இந்தியாவில் 2 லட்சத்துக்கும் மேற்பட்ட அகதிகள் சட்டப்பூர்வமாகத் தங்கியிருக் கிறார்கள். இவர்களில் திபெத்திய அகதிகளின் எண்ணிக்கை, 1,10,000. இலங்கைத் தமிழ் அகதிகள் அறுபதாயிரத்துக்கும் மேல் இருக்கிறார்கள். ஆப்கனிஸ்தான், மியான்மர், சோமாலியா, இராக் ஆகிய நாடுகளைச் சேர்ந்த அகதிகளின் எண்ணிக்கை தோராயமாக 30,000. அமெரிக்கா, பிரிட்டன், பிரான்ஸ், ஜெர்மனி, ஆஸ்திரேலியா போன்ற நாடுகளைச் சேர்ந்த அகதிகளும்கூட இந்தியாவில் இருக்கிறார்கள்.

ரோஹிங்கியா முஸ்லிம்கள் டெல்லி, ஹைதராபாத், காஷ்மிர், மேற்கு வங்கம், வடகிழக்கு மாநிலங்கள், தமிழ்நாடு ஆகிய பகுதிகளில் தங்கியிருக்கிறார்கள். ஆனால் அரசு அவர்களை அகதிகளாக அங்கீகரிக்கவில்லை. அதே சமயம், பாகிஸ்தான், ஆப்கனிஸ்தான் நாடுகளைச் சேர்ந்த இந்து, சீக்கிய அகதிகளில் 4,300 பேருக்கு 2015ம் ஆண்டு இந்திய அரசு குடியுரிமை அளித்துள்ளது. இந்தியா இந்துக்களின் இயல்பான தாய்நாடு என்பதை வலியுறுத்தும் வகையில் நரேந்திர மோடி அரசு ஆட்சிக்கு வந்த ஓராண்டில் துரிதமாகச் செயல்பட்டு இந்தக் குடியுரிமையை வழங்கியிருக்கிறது. இது இஸ்ரேல் கடைபிடித்த வழி. யூதர்கள் எங்கிருந்தாலும் திரும்பிவரலாம், இஸ்ரேல் யூதர்களின் தாய் நிலம் என்றது அந்நாடு. பங்களாதேஷ் இந்து அகதிகளுக்கு குடியுரிமை அளிக்கப்பட்டதையும் இங்கே இணைத்துப் பார்த்துக்கொள்ளலாம்.

●

ஒரு உள்நாட்டுப் போர் நடப்பதற்கான அத்தனை சாத்தியங்களும் அசாமில் தென்படுகின்றன. அசாமில் இருப்பவர்கள் உண்மையி லேயே இந்திய குடிமக்கள்தானா அல்லது பக்கத்து பங்களாதேஷில் இருந்து சட்டவிரோதமாக உள்நுழைந்தவர்களா? நீண்ட காலமாகவே அசாமைப் பிடித்து உலுக்கிக்கொண்டிருக்கும் இந்தக் கேள்விக்குச் சட்ட ரீதியான பதில் கிடைத்திருக்கிறது. ஆனால் கேள்வியைக் காட்டிலும் சிக்கலானதாக மாறிவிட்டது விடை.

யார் அசாமின் குடிமக்கள் என்பதைப் பட்டியலிடும் தேசிய குடிமக்கள் பதிவேட்டின் (என்ஆர்சி) முதல் வரைவு பட்டியல் டிசம்பர் 2017 இறுதியில் வெளியிடப்பட்டது. அதில் 1.9 கோடி பேர் பட்டியலிடப்பட்டிருந்தனர். இரண்டாவது மற்றும் இறுதி பட்டியல் ஜூலை 2018ல் வெளியிடப்பட்டுள்ளது. உண்மையிலேயே அசாமைச் சேர்ந்வர்கள் யார், அவர்களிடம் தகுந்த ஆவணங்கள் இருக்கின்றவனா என்பதைப் பரிசோதித்துப் பார்த்து அதன் அடிப்படையில் இந்தப் பட்டியல் தயாரிக்கப்பட்டுள்ளதாக அதிகாரிகள் சொல்கிறார்கள். ஆனால் இதில் ஏராளமான குளறுபடிகள் இருப்பதாகவும் அரசு பாரபட்சமான முறையில் நடந்துகொண்டிருப்பதாகவும் குற்றச்சாட்டுகள் எழுந்துள்ளன. பல்லாயிரக்கணக்கான மக்களின் பெயர்கள் விடுபட்டுள்ளன. நாங்கள் இந்தியாவைச் சேர்ந்தவர்கள்தாம் என்பதை நிரூபிக்கும் பொறுப்பு அவர்களுடையது.

அசாமில் உள்ள 'சட்டவிரோதக் குடியேறிகளை' வெளியேற்ற வேண்டும் என்னும் குரல்தான் அனைத்துக்கும் அடிப்படை. மியான்மரிலும் அமெரிக்காவிலும் பிரிட்டனிலும் ஜெர்மனியிலும் ஒலித்த அதே குரல். இந்தக் குரல் எங்கெல்லாம் அழுத்தமாக ஒலிக்கிறதோ அங்கெல்லாம் மோதல்கள் உருவாகியிருக்கின்றன. அரசியல் கட்சிகள் பலம் பெற்றிருக்கின்றன. வகுப்புவாதமும் மதவாதமும் வளர்க்கப்பட்டிருக்கின்றன. கலவரங்கள் கட்டமைக்கப் பட்டிருக்கின்றன. நாடற்றவர்களும் அகதிகளும் கட்டுக்கடங் காமல் பெருகியிருக்கிறார்கள். அசாம் அப்படியொரு சூழலை நோக்கி நகர்ந்துகொண்டிருக்கிறதா?

என்ஆர்சியின் சமீபத்திய வரலாறு ஜூலை 2009ல் இருந்து தொடங்குகிறது. அசாமின் வாக்காளர் பட்டியலிலிருந்து சட்ட விரோத வாக்காளர்களின் பெயர்களை அகற்றவேண்டும்; 1955 குடியுரிமை சட்டத்தின்படி தேசிய குடிமக்கள் பதிவேடு உருவாக்கப் படவேண்டும் என்று கோரி அசாம் பப்ளிக் வொர்க்ஸ் என்னும் அரசு சாரா அமைப்பு பொதுநல வழக்கொன்றை உச்ச நீதிமன்றத்தில் பதிவு செய்தது. முன்னதாக, அனைத்து அசாம் மாணவர் சங்கம் ஜூன் 1979ல் பங்களாதேஷ் குடியேறிகளுக்கு எதிரான போராட்டத்திலும் வேலை நிறுத்தத்திலும் ஈடுபட்டது. அந்நியர்கள் அனைவரும் அசாமிலிருந்து வெளியேற்றப்படவேண்டும், வாக்காளர் பட்டியலி லிருந்து அவர்கள் பெயர்களை நீக்கவேண்டும் என்று இந்த அமைப்பு குரல் கொடுத்தது. மாதக் கணக்கிலும் பிறகு ஆண்டுக் கணக்கிலும் இவர்களுடைய போராட்டமும் போராட்டத்துக்கு

ஆதரவான குரலும் வலுவடைந்ததைத் தொடர்ந்து அரசு அவர்களுடன் பேச்சுவார்த்தை நடத்த ஆரம்பித்தது. 1985ம் ஆண்டு அசாம் ஒப்பந்தம் உருவானது. அதன் நீட்சியாகத்தான் 33 ஆண்டுகளுக்குப் பிறகு என்ஆர்சி உருவாக்கப்பட்டிருக்கிறது.

ஆனால் தீர்வை அளிப்பதற்குப் பதில் என்ஆர்சி சிக்கலை மேலும் வளர்த்திருக்கிறது. அசாமில் வசித்துவரும் 40 லட்சம் பேரின் பெயர்கள் பட்டிலில் விடுபட்டுள்ளன. நாங்கள் அசாமைச் சேர்ந்தவர்கள்தாம் என்பதைத் தகுந்த ஆவணங்களைக் கொண்டு இவர்களால் நிரூபிக்கமுடியாமல் போனால் அத்தனை பேரும் குடியுரிமை அற்றவர்களாக மாறிவிடுவார்கள். 1985ல் அசாம் ஒப்பந்தத்தில் கையெழுத்திட்டவர் ராஜிவ் காந்தி. அதுவும் என்ஆர்சி போன்றதுதான். ஆனால் அதை நிறைவேற்றும் துணிச்சல் அவர்களுக்கு இல்லை. எங்களுக்கு இருக்கிறது என்கிறார் பாஜக தலைவர் அமித் ஷா.

குடியுரிமையை நிரூபிப்பது அத்தனை எளிதானதல்ல என்கிறார் வட கிழக்கு மாநிலங்கள் குறித்து தொடர்ச்சியாக எழுதிவருபவரும் துறை சார்ந்த நிபுணருமான சஞ்சய் ஹசாரிகா. 1951 அல்லது அதற்கு முன்பு வரையிலான உங்கள் மூதாதையரை வரிசை கிரமமாகக் குறிப்பிட்டு, அவர்கள் வம்சத்தின் தொடர்ச்சிதான் நீங்கள் என்பதைத் தகுந்த ஆவணங்களைக் கொண்டு நிரூபிப்பது முதல் சவால். அடுத்த சவால், நீங்கள் அளிக்கும் ஆவணங்களில் உள்ள குடும்பப் பெயர்களில் எந்தவொரு பிழையும் இருக்கக்கூடாது. இந்த இரு சவால்களையும் எதிர்கொண்டு வெல்வது மலையைப் புரட்டிப்போடுவதற்குச் சமமானது.

இந்துக்கள், முஸ்லிம்கள் இருவருடைய பெயர்களும் விடுபட்டுள்ளன என்றாலும் இந்துக்களைவிட முஸ்லிம்களே தங்களுடைய குடியுரிமையை நிரூபிக்க அதிகப் பிரயத்தனப்படவேண்டி யிருக்கிறது என்கிறார் ஹசாரிகா. என்ஆர்சி தங்களைத் தனிமைப் படுத்துதாக முஸ்லிம்கள் அஞ்சுகிறார்கள். உங்கள் குடியுரிமையை நிரூபிக்க அவகாசம் அளிக்கிறோம் என்று அரசு சொன்னாலும், எத்தனை அவகாசம் கொடுத்தாலும் அது பலருக்குச் சாத்தியப்படப் போவதில்லை. காரணம் அத்தனை பழமையான வாரிசு நிரூபணம் அவர்களிடம் இருக்கப்போவதில்லை. அப்படியே இருந்தாலும் அவற்றில் பிழைகள் மலிந்திருப்பதால் மாற்று ஆவணங்களை அவர்கள் சமர்ப்பிக்கவேண்டியிருக்கும். ஆப்கனிஸ்தான், பாகிஸ்தான், பங்களாதேஷ் ஆகிய நாடுகளைச் சேர்ந்த சட்டவிரோத குடியேறிகளில் இஸ்லாமியர்கள் அல்லாதோருக்கு மட்டும் இந்திய

அரசு குடியுரிமை வழங்கிக்கொண்டிருப்பதைச் சுட்டிக்காட்டி அசாமில் நடைபெறுவது பாரபட்சமானது என்பதைச் சுட்டிக் காட்டுகிறார் ஹசாரிகா.

என்ஆர்சியை வலியுறுத்தியதன்மூலம் அசாமில் சிக்கலை ஏற்படுத்தியது நீதிமன்றம்தான் என்கிறார் அலோக் பிரசன்னா குமார் (தி இந்து, 2 ஆகஸ்ட் 2018). வழக்கு தொடரப்பட்டது 2009ம் ஆண்டு என்றாலும் அனைத்து ஏற்பாடுகளையும் விரைந்து முடிக்குமாறு மத்திய அரசையும் மாநில அரசையும் கேட்டுக்கொண்டதோடு காலக்கெடுவையும் நிர்ணயித்து அசாமிலுள்ள 3.3 கோடி மக்களுக்கும் குழப்பத்தை ஏற்படுத்தியிருக்கிறது உச்ச நீதிமன்றம் என்கிறார் குமார்.

எப்படி இருந்தாலும் எந்த ஆவணங்களும் இன்றி, தங்களை நிரூபிக்கமுடியாத ஒரு மக்கள் திரள் இருக்கதான் போகிறார்கள். அவர்கள் பல நூறுகளில் இருப்பார்களா அல்லது ஆயிரக்கணக்கிலா என்று தெரியவில்லை. அவர்களுக்கு என்னாகும்? அவர்களை என்ன செய்வதாக உத்தேசித்திருக்கிறது அரசு என்று கேள்வி எழுப்புகிறார் ஹசாரிகா. ஒரே குடும்பத்தில் உள்ள சிலர் பட்டியலில் இருக்கிறார்கள், சிலர் விடுபட்டிருக்கிறார்கள். அப்படியானால் குடும்பங்கள் சிதையப்போகின்றனவா? இந்தியப் பிரிவினையின்போதும் பங்களாதேஷ் உருவாக்கத்தின்போதும் நடந்தது மீண்டும் இப்போது நடக்கப்போகிறதா? குழந்தைகள் என்னவாகப்போகிறார்கள்? ஆவணங்கள் இல்லாதவர்கள் அனைவரும் பங்களாதேஷிகள் என்னும் முடிவுக்கு வந்துசேரப் போகிறோமா? ஆம் எனில் அவர்களை பங்களாதேஷுக்குத் திருப்பியனுப்புவதுதான் திட்டமா? பங்களாதேஷ் அவர்களை ஏற்க முன்வராத நிலையில் என்ன மாற்று திட்டம் வைத்திருக்கிறது அரசு?

நாடற்றவர்களும் அகதிகளும் இப்படிதான் நம் கண்முன்னால் உருவாகிறார்கள்.

25

நம்மைச் சூழும் இருள்

சில பத்தாண்டுகளுக்கு முன்பு ரோமன் கத்தோலிக்கர்களும் யூதர்களும் ஐரோப்பாவின் ஓரங்களிலிருந்து வட அமெரிக்காவுக்கும் மேற்கு ஐரோப்பாவுக்கும் அலையலையாகக் குடிபெயர்ந்தபோது வட அமெரிக்கர்களும் மேற்கு ஐரோப்பியர்களும் புதிய மக்களைக் கண்டு அச்சமடைந்தனர். அந்நியர்களுடனான கலப்பு நம் குழந்தைகளின் எதிர்காலத்தைக் குலைத்துவிடும், நம் கனவுகளைச் சிதைத்து விடும். கத்தோலிக்கர்களால் கத்தோலிக்கர் அல்லாத மக்களோடு ஒன்று கலக்கமுடியாது. யூதர்களால் கிறிஸ்தவ சமூகத்தோடு சேர்ந்திருக்க முடியாது. அந்நியர்களால் பூர்விக மக்களோடு ஒன்றிணைந்திருக்கமுடியாது. அவர்களுடைய அரசியலும் நம்முடையதும் ஒன்றல்ல. அவர் களுடைய மதமும் நம்முடையதும் வெவ்வேறானவை. அவர்களுக்கு நம் ஜனநாயகம் புரியாது. நம்முடைய அரசியல மைப்பு புரியாது. கத்தோலிக்கக் குடியேறிகள் தீவிர மதப்பற்றாளர்கள். அவர்கள் வன்முறையின் மீது நம்பிக்கை கொண்டவர்கள். பாசிசத்தை ஆதரிப்பவர்கள். அவர்களை நம் சமூகத்துக்குள் அனுமதிப்பதென்பது தற்கொலைக்கு

ஒப்பானது. 1950களின் தொடக்கத்தில்கூட இந்த நம்பிக்கைகள் தீவிரமாகப் பரப்பப்பட்டன.

பிறகுதான் நிலைமை மாறத் தொடங்கியது. அமெரிக்கர்களும் ஐரோப்பியர்களும் யூதர்களை அந்நியர்களாக நடத்துவதை நிறுத்திக்கொண்டனர். கத்தோலிக்கர்கள், கத்தோலிக்கர் அல்லாதாரோடு ஒன்றுகலக்க ஆரம்பித்தனர். ஆனால் பாகுபாடுகள் மறைந்துவிடவில்லை. பனிப்போரின்போது அமெரிக்காவும் ஐரோப்பாவும் கம்யூனிசத்தை ஆதரிப்பவர்கள், எதிர்ப்பவர்கள் என்று இரண்டாகப் பிரிந்து நின்று ஒன்றையொன்று விரோதத்துடன் அணுகின. செப்டெம்பர் 11 தாக்குதலுக்குப் பிறகு முஸ்லிம்கள், முஸ்லிம்கள் அல்லாதோர் என்பதாகப் பிரிவினை உண்டானது. இந்தப் பிரிவினை உலகம் தழுவியதாக இருந்தது.

இஸ்லாமியர்கள் புதிய யூதர்காக மாறினர். பர்தா அணிந்த பெண்கள் லண்டனிலும் அமெரிக்காவிலும் என்ன செய்கிறார்கள்? இஸ்லாம் தீவிரவாதத்தையும் பயங்கரவாதத்தையும் முன்னெடுக்கும் மதமல்லவா? அவர்களுக்கு இங்கே என்ன வேலை? இஸ்லாத்தை அனுமதித்தால் மேற்கத்திய நாகரிகம் குலைந்துவிடும். இஸ்லாத்தை அனுமதித்தால் ஜனநாயகம் மாண்டுபோகும். இஸ்லாமியர்கள் அமெரிக்காவின் அழிவை எதிர்நோக்கியிருப்பவர்கள். இஸ்லாமியர்கள் உலக அமைதிக்குக் குந்தகம் விளைவிப்பவர்கள். அவர்கள் நமக்குத் தேவையில்லை. இஸ்லாமிய வழிபாட்டு இடங்கள் அச்சத்துடன் பார்க்கப்பட்டன. தாடியும் குல்லாயும் பயங்கரவாதத்தோடு தொடர்புபடுத்தப்பட்டன. லண்டன் வீதிகளில் அரபு எழுத்துகள் கொண்ட பெயர் பலகைகள் இருந்ததைக் கண்டு அப்பகுதி மக்கள் கலவரமடைந்தனர். அப்துல்களோடும் முகமதுகளோடும் ருஷ்தாக்களோடும் சேராதே என்று தங்கள் குழந்தைகளை அவர்கள் இழுத்துப்பிடித்துக்கொண்டார்கள். இஸ்லாமியர்களின் வாகனங்கள் மேலதிகத் தீவிரத்துடன் சோதனையிடப்பட்டன. இஸ்லாமியர்களின் ஆவணங்கள் பலமுறை பரிசோதிக்கப்பட்டன. 'இஸ்லாமிய பீதி' குறித்து புத்தகங்ளும் கட்டுரைகளும் காணொளிக் காட்சிகளும் பல்கிப் பெருகின.

டோக் சாண்டர்ஸ் தனது கூடனு ஜூதூ ஞுட ணிஜூ ஞுடனு ஜூதண் டூடிட் கூடிஞீனு என்னும் நூலில் இந்த இஸ்லாமிய பீதியை விரிவான ஆய்வுக்கு உட்படுத்துகிறார். இஸ்லாமிய அகதிகளும் குடியேறிகளும் உலகம் முழுக்க வெறுக்கப்படுவது ஏன்? அவர்களை அனுமதிப்பது ஆபத்தானதா? இஸ்லாமியர்கள் தீவிர மதப்பற்றாளர்களா?

அவர்கள் வன்முறைமீது நம்பிக்கை கொண்டவர்களா? எந்த நாடு அவர்களுக்கு அடைக்கலம் அளிக்கிறதோ அந்நாட்டின் அமைதிக்கு அவர்கள் அச்சுறுத்தலாக இருக்கிறார்களா? இஸ்லாமிய அகதிகள் அதிகம் குற்றச்செயல்களில் ஈடுபடுகிறார்களா? அவர்கள் மாற்று கலாசாரத்தை, மாற்று மதங்களை, மாற்று நம்பிக்கைகளை முறியடிக்க விரும்புகிறார்களா? தாலிபன், அல் காயிதா, ஐஎஸ்ஐஎஸ் போன்ற பயங்கரவாத அமைப்புகளை அவர்கள் ஆதரிக்கிறார்களா? ஜனநாயகத்தை அவர்கள் வெறுக்கிறார்களா? மதச்சார்பின்மையை, அமைதியை, சமத்துவத்தை, சகோதரத்துவத்தை, வேற்றுமையை அவர்கள் அங்கீகரிக்க மறுக்கிறார்களா? சாண்டர்ஸின் ஆய்வு இஸ்லாமிய அகதிகள் குறித்த தவறான பல பிம்பங்களைக் கலைத்துப்போடுகிறது.

செப்டெம்பர் 11 தாக்குதலின்போது சாண்டர்ஸ் அமெரிக்காவில் இருந்தார். லண்டனில் ஜூலை 2005ல் நடைபெற்ற தாக்குதலையும் தெற்கு பிரான்ஸில் மார்ச் 2012ல் முகமது மேரா வன்முறையைக் கட்டவிழ்த்தபோதும் அவர் அந்தப் பகுதிகளில் இருந்திருக்கிறார். இஸ்லாமியர்களில் பயங்கரவாதிகளும் இருக்கின்றனர் என்பதை அவர் மறுக்கவில்லை. ஆனால் பயங்கரவாதத்தை அவர் இஸ்லாத் தோடு மட்டும் சுருக்கிப் பார்க்க விரும்பவில்லை. எல்லா இஸ்லாமியர்களும் பயங்கரவாதிகள் என்னும் குற்றச்சாட்டை அவர் ஏற்கவிரும்பவில்லை. இஸ்லாமிய சமூகத்தில் பல பிரச்னைகள் இருக்கின்றன. அவர்களுக்குள் விரிசல்களும் மோதல்களும் இருக்கின்றன. வன்முறையை உயர்த்திப் பிடிக்கும் இயக்கங்களும் அத்தகைய இயக்கங்களை ஆதரிக்கும் தனி நபர்களும் இஸ்லாத்தில் இருக்கதான் செய்கிறார்கள். ஆனால் அவர்களுடைய செயல்களைக் கொண்டு ஒட்டுமொத்த இஸ்லாமியர் களையும் மதிப்பிடுவது அறிவற்றது மட்டுமல்ல ஆபத்தானதும்கூட என்கிறார் இவர். இஸ்லாமிய அகதிகளையும் குடியேறிகளையும் சந்தேகத்தோடும் விரோதத்தோடும் அணுகுவது மனிதத்தன்மை யற்ற செயல் என்கிறார் சாண்டர்ஸ்.

அகதிகள் ஆபத்திலிருந்து தப்பியோடி வருபவர்கள். சக மனிதர் களாக அவர்களுக்கு அடைக்கலம் அளிக்கவேண்டியது நம் கடமை. அவர்கள் நம்மைப் போல் இல்லை என்பதால் அவர்கள் மதம் நம்முடையதைப் போல் இல்லை என்பதால் அவர்களுடைய பண்பாடு நம்முடையதாக இல்லை என்பதால் அவர்களை நாம் வெறுத் தொதுக்கவேண்டியதில்லை என்கிறார் சாண்டர்ஸ். மேற்கத்திய நாகரிகமும் இஸ்லாமிய நாகரிகமும் இணையவேமுடியாத இரு

துருவங்கள் அல்ல என்கிறார் அவர். இப்படிதான் முன்பு யூதர்களைக் கருதினோம். இப்படிதான் கத்தோலிக்கர்களைக் கருதினோம். இன்று அவர்கள் நம்மோடு இணைந்துவிட்டனர். இஸ்லாமியர்களை அந்நியர்களாகக் கருதி விரோதம் பாராட்டினால் வரலாற்றில் முன்பு இழைத்த தவறை மீண்டும் நாம் செய்யவேண்டியிருக்கும் என்கிறார் சாண்டர்ஸ். அகதிகளிடமிருந்துதான் அபாயம் உற்பத்தியாகிறது என்று நாம் நினைக்கிறோம். தவறு. அவர்களை நாம் எப்படி நடத்துகிறோம் என்பதிலிருந்துதான் அபாயம் எழுகிறது. வேறு வார்த்தைகளில் சொல்வதானால் அகதிகள் அல்ல, நாமே பிரச்னையின் மையமாக இருக்கிறோம். அந்த வகையில், இது நம்மைப் பற்றிய புத்தகம்.

•

நாடற்றவர்கள் மற்றொரு வகை அகதிகள். இவர்களை எந்த நாடும் தன்னுடைய குடிமக்களாக ஏற்றுக்கொள்ளாது. எந்த அரசு ஆவணங்களும் இவர்களுக்கு வழங்கப்பட்டிருக்காது. அரசு அளிக்கும் எந்த நலத் திட்டங்களும் இவர்களுக்குப் பொருந்தாது. இவர்கள் அரசு அலுவலகங்களை நாடிச் செல்லமுடியாது. இவர்களுக்குப் பணியாற்றுவதற்கான அனுமதி கிடைக்காது. இவர்கள் அரசியலில் பங்கேற்கமுடியாது, முக்கியப் பதவிகள் வகிக்கமுடியாது. தேர்தலில் வாக்களிக்கக்கூட முடியாது. இவர்களுக்கு என்ன நேர்ந்தாலும் எந்தவொரு அரசும் பொறுப்பேற்றுக் கொள்ளாது.

நாடற்றவர்கள் உலகம் முழுக்க எல்லா நாடுகளிலும் நிறைந்திருக்கிறார்கள். தொட்டில்முதல் இடுகாடு வரை எல்லாவிடங்களிலும் அவர்கள் இரண்டாம்தர மனிதர்களாகவே நடத்தப்படுகிறார்கள். அவர்களுடைய பிறப்பு அங்கீகரிக்கப்படுவதில்லை. பிறப்புச் சான்றிதழ் அளிக்கப்படுவதில்லை. நோயுற்றால் அரசு மருத்துவமனைகளை நாடிச்செல்லமுடியாது. தனியார் மருத்துவர்களை நாடிச் செல்லும் அளவுக்கு வசதியிருந்தால் மட்டுமே பிழைத்திருக்க முடியும். அரசுப் பள்ளிக்கூடங்களில் இணைந்து படிப்பதற்குச் சான்றிதழ் தேவை என்பதால் நாடற்றவர்களின் குழந்தைகளுக்குக் கல்வி வாய்ப்புகள் கிடைப்பதில்லை. மீண்டும் தனியார்களைதான் நாடவேண்டும். நாடற்றவர்களுக்கு வேலை கிடைப்பதில்லை என்பதால் அவர்களால் தங்கள் குழந்தைகளை வசதிமிக்க பள்ளிக்கூடங்களுக்கு அனுப்பிவைக்கமுடிவதில்லை. தொடக்கநிலை கல்வியே சாத்தியமில்லை என்னும்போது மேல்படிப்புக்கு எங்கே போவது?

நாடற்றவர்கள் எப்படி உருவாகிறார்கள்? அரசியல் காரணங்களால் ஒரே இரவில் பெரும் எண்ணிக்கையிலான மக்கள் தங்கள் குடியுரிமையை இழந்திருக்கிறார்கள். உதாரணத்துக்கு, 1991ல் சோவியத் யூனியன் சிதறியதைத் தொடர்ந்து லட்சக்கணக் கானவர்கள் திடீரென்று நாடற்றவர்களாக மாறிப்போனார்கள். அதிகாரபூர்வ ஆவணங்களின்படி அவர்கள் அனைவரும் சோவியத் யூனியனின் குடிமக்கள். அவர்களிடம் சோவியத் யூனியனின் கடவுச்சீட்டும் இருந்தது. இருந்தாலும் சோவியத் யூனியன் என்றொன்றே இல்லை என்னும் நிலையில் அவர்கள் ஆவணங்கள் அனைத்தும் மதிப்பிழந்துவிட்டன. பங்களாதேஷ் என்னும் புதிய நாடு உதயமானபோது 3 லட்சம் உருது பேசும் பிகாரிகள் நாடற்றவர்களாக மாறினார்கள். 2008ம் ஆண்டு வெளிவந்த ஒரு தீர்ப்பையடுத்து இந்நிலை மாறியது.

இதன் பொருள் சட்டம் நாடற்றவர்களுக்கு உதவியாக இருக்கிறது என்பதல்ல. நிலைமையை மோசமாக்கும் வகையில் சில சமயம் நீதிமன்றமே நாடற்றவர்கள் உருவாவதற்குக் காரணமாக அமைந்து விடுகிறது. எடுத்துக்காட்டு, டொமினிக் குடியரசு. 2013ம் ஆண்டு அந்நாட்டின் அரசியலமைப்பு நீதிமன்றம் வெளியிட்ட ஒரு தீர்ப்பையடுத்து ஹைத்தி வம்சாவளியைச் சேர்ந்த பல்லாயிரக் கணக்கான டொமினிக்கன் மக்கள் தங்கள் குடியுரிமையை இழந்தனர். 1982 குடியுரிமைச் சட்டத்தால் 8 லட்சம் ரோஹிங்கியாக்கள் நாடற்றவர்களாக மாறினார்கள். இத்தகைய சந்தர்ப்பங்களில் அந்நாட்டின் சட்டங்களே அவர்களுக்கு எதிரானவையாக இருப்பதால் நாடற்றவர்கள் போக்கிடம் அற்றவர்களாக மாறிப்போகிறார்கள். இவர்களில் பலர் உரிமைகள் ஏதுமற்ற தங்கள் நாட்டைத் துறந்து இன்னொரு நாட்டுக்கு அடைக்கலம் நாடிச் செல்கின்றனர். அப்போது நாடற்றவர்கள் அகதிகளாக மாறுகிறார்கள்.

என் குழந்தை மரியாவை நாடற்றவள் என்று அழைக்கிறார்கள். அவளிடம் ஆவணங்கள் ஏதுமில்லை என்பதால் அப்படியொரு குழந்தை அதிகாரபூர்வமாகப் பிறக்கவேயில்லை என்றும் சொல்கிறார்கள். இது எனக்கு அதிர்ச்சியூட்டுவதாக இருக்கிறது என்கிறார் தென் அமெரிக்காவைச் சேர்ந்த ஒரு நாடற்ற தாய். இதோ, என் கண்முன்னால் விளையாடிக்கொண்டிருக்கும் என் மகள் எப்படி உயிரற்ற ஒரு பொருளாக மாறிப்போனாள்? நான் நாடற்றவள் என்பதால் என் மகளும் நாடற்றவளாக மாறிவிட்டாளா? நாளை அவள் வளர்ந்ததும் அவள் குழந்தைகளும் மரியாவைப் போலவே

நாடற்றவர்களாகிடுவார்களா? எங்களைப் பிடித்த சாபம் எத்தனை தலைமுறைக்குப் பிறகு நீங்கும் என்கிறார் அந்தத் தாய்.

என் மகள் அயல்நாடு சென்று படிக்கவேண்டும் என்று விரும்புகிறேன். ஆனால் அவளிடம் ஆவணங்கள் இல்லாததால் வெளிநாட்டுக்குப் போகமுடியாது. அவள் வயதையொத்த மற்ற குழந்தைகளைப் போல் அவளால் வளரமுடியாது. இது அநீதி இல்லையா என்கிறார் டொமினிக்கன் குடியரசைச் சேர்ந்த ஒரு தாய். ஜப்பான் சென்று படிக்கவேண்டும் என்று ஆசை. அங்கிருந்து அனுமதியும் படிப்புக்கு உதவித்தொகையும்கூட கிடைத்துவிட்டது. ஆனால் என்னிடம் ஆவணம் இல்லாததால் விசா கிடைக்காது என்கிறார் வியட் நாமைச் சேர்ந்த ஷீலா. எனக்கு ஒரு பள்ளிக் கூடத்தில் அனுமதி கிடைத்துவிட்டது. ஆனால் அங்கே எல்லோரும் என்னைப் பரிகசிக்கிறார்கள் என்கிறார் டொமினிக்கன் குடியரசைச் சேர்ந்த ஒரு சிறுமி. வகுப்பறைக்குள் நுழைந்தவுடனே, ஆவணங்கள் இல்லாதவர்கள் எழுந்து நில்லுங்கள் என்று ஆசிரியர் கட்டளையிடுகிறார். நாங்கள் எழுந்து நிற்கவேண்டும். பள்ளிக்கூடம் முழுக்க அனைவருக்கும் எங்களைப் பற்றித் தெரிந்து விட்டது. இரு, இரு காவலர்கள் ஒருநாள் வண்டியோடு வந்து உன்னைப் பிடித்துக்கொண்டு போகப்போகிறார்கள் என்று மற்ற மாணவர்கள் சிரிக்கிறார்கள். நான் என்ன செய்வது?

எனக்குத் திருமணமாகி பல ஆண்டுகள் ஆகின்றன. ஆனால் குழந்தை பெற்றுக்கொள்ள பயமாக இருக்கிறது. நான் படும் துயரத்தை என் நாடற்ற குழந்தையும் படவேண்டாம் என்று ஒத்திப் போட்டுக்கொண்டே இருக்கிறேன் என்கிறார் மடகாஸ்கரைச் சேர்ந்த எலினா. பெல்ஜியத்தில் உள்ள கபீரால் தன் காதலியைத் திருமணம் செய்துகொள்ளமுடியவில்லை. நான் மத்தியக் கிழக்கைச் சேர்ந்தவன். என்னிடம் ஆவணங்கள் இல்லை. அவளைத் திருமணம் செய்துகொண்டால் என்னோடு சேர்ந்து அவளும் அல்லவா பாதிக்கப்படுவாள்? எங்களுடைய குழந்தைகளின் கதி என்னவாகும்?

நாடற்றவர்கள் அகதிகளைப் போலவே எந்நாளும் தடுத்து நிறுத்தப் படலாம். கைது செய்யப்படலாம். விசாரணை ஏதுமின்றி தண்டிக்கப் படலாம். மீண்டும் அகதிகளைப் போலவே நாடற்ற பெண்கள் ஆண்களைக் காட்டிலும் அதிகம் பாதிக்கப்படுகிறார்கள். குறிப்பாக, அவர்கள் பாலியல் பலாத்காரத்துக்கு உள்ளாகும்போது சட்டத்தின் உதவியை நாடிச் செல்வது அவர்களுக்குச் சாத்தியமில்லை. குழந்தைகளின் நிலை உண்மையிலேயே பரிதாபகரமானது. தன்னை எதற்காக இந்த உலகம் ஒதுக்கி வைத்துள்ளது என்பதைப்

புரிந்துகொள்வதற்குமுன்பே எண்ணற்ற துயரங்களை ஒரு குழந்தை அனுபவிக்கத் தொடங்கிவிடுகிறது.

●

சில புள்ளிவிவரங்கள். உலகம் முழுக்க கிட்டத்தட்ட 68 மில்லியன் பேர் தங்களுடைய வசிப்பிடங்களிலிருந்து வெளியேறியிருக்கிறார்கள் என்கிறது அகதிகளுக்கான ஐக்கிய நாடுகள் ஆணையம். இத்தனை பெரிய இடப்பெயர்ச்சி இதற்குமுன்பு வரலாற்றில் நிகழ்ந்ததில்லை. இந்த எண்ணிக்கையை எப்படி உள்வாங்கிக் கொள்வது? பிரிட்டனில் இருந்து ஒருவர் பாக்கியில்லாமல் எல்லோரும் வெளியேறிவிட்டால் எப்படி இருக்கும்? அத்தனை பெரிய மக்கள் திரள் அகதிகளாக, நாடற்றவர்களாக, வீடிழந்தவர்களாக, அடைக்கலம் அற்றவர்களாக இன்று மாறியிருக்கிறார்கள். இவர்களில் 40 மில்லியன் பேர் பல்வேறு காரணங்களுக்காகத் தங்கள் சொந்த நாட்டிலேயே அகதிகளாக மாறியவர்கள். 25.4 மில்லியன் பேர் தங்கள் நாடுகளிலிருந்து வெளியேறவேண்டிய கட்டாயத்துக்குத் தள்ளப்பட்டவர்கள். மிச்சமுள்ளவர்கள் அடைக்கலத்துகாகக் காத்துக்கொண்டிருப்பவர்கள்.

அகதிகளை அதிகம் உருவாக்கும் நாடுகள் ஐந்து. சிரியர்கள் முதலிடத்தைப் பிடிக்கிறார்கள். அறுபது லட்சத்துக்கும் அதிமானவர்கள் சிரியாவிலிருந்து வெளியேறி அகதிகளாக சிதறிக்கிடக்கிறார்கள். மார்ச் 2011ல் வெடித்த போருக்குப் பிறகு இரண்டாண்டுகளில் 10 லட்சம் பேர் அகதிகளாக மாறினார்கள். ஆனால் அடுத்த ஆறே மாதங்களில் 10 லட்சம் புதிய அகதிகள் தோன்றிவிட்டனர். படிப்படியாக இந்த எண்ணிக்கை உயர ஆரம்பித்தது.

இரண்டாவது இடம் ஆப்கனிஸ்தானிய அகதிகளுக்கு. இவர்களுடைய எண்ணிக்கை, 26 லட்சம் பேர். வேலையில்லாத் திண்டாட்டம், பாதுகாப்பற்ற சூழல், நிலையற்ற அரசியல் தலைமை ஆகியவற்றால் உந்தப்பட்டு தங்கள் சொந்த நாட்டைத் துறந்து இந்த மக்கள் வேறிடங்களுக்குக் குடிபெயர்ந்திருக்கிறார்கள். ஆப்கன் அகதிகள் அதிகம் இருப்பது இராக்கிலும் பாகிஸ்தானிலும்தான். இந்த இரு நாடுகளுமேகூட பல்வேறு நெருக்கடிகளில் சிக்கித் தவிப்பவைதாம் என்றாலும் ஆப்கனைவிட இவை பராவாயில்லை என்பதால் இந்நாடுகளை அவர்கள் நாடியிருக்கிறார்கள். ஐரோப்பாவிலும் கணிசமான ஆப்கன் அகதிகள் வசிக்கிறார்கள்.

மூன்றாவது, தெற்கு சூடான். 24 லட்சம் அகதிகள் இங்கிருந்து உருவாகியிருக்கிறார்கள். ஆப்பிரிக்க கண்டத்தில் அதிக சிக்கலுக்கு

உள்ளான பகுதியாக தெற்கு சூடான் நீடிக்கிறது. 2013ல் வெடித்த கொடூரமான உள்நாட்டுப் போர் லட்சக்கணக்கான மக்களை அவர்களுடைய வசிப்பிடங்களிலிருந்து தூக்கியெறிந்தது. போர் போக, வெள்ளமும் கடும் வறட்சியும் அகதிகளின் எண்ணிக்கையைப் பெருக்கியிருக்கின்றன. 12 லட்சம் அகதிகளைக் கொண்டிருக்கும் மியான்மர் நான்காவது இடத்தைப் பெறுகிறது. ஐந்தாவது இடம் மற்றொரு ஆப்பிரிக்க நாடான சோமாலியாவுக்கு. கிட்டத்தட்ட 10 லட்சம் பேர், உள்நாட்டுக் கலவரங்களாலும் இயற்கைச் சீற்றங்களாலும் அகதிகளாக மாறியிருக்கிறார்கள்.

அகதிகளுக்கான ஐக்கிய நாடுகள் ஆணையம் அளிக்கும் மேலும் சில தகவல்களைக் காணலாம். மத்திய அமெரிக்காவில் குறிப்பாக எல் சல்வடோர், கவுதிமாலா, ஹோண்டுராஸ் ஆகிய நாடுகளில் வன்முறை மோதல்கள் அதிகரித்துவிட்ட நிலையில் அங்கிருந்து வெளியேறும் மக்களின் எண்ணிக்கை கடந்த ஐந்து ஆண்டுகளில் மட்டும் பத்து மடங்கு அதிகரித்திருக்கிறது. சிரியாவிலும் இராக்கிலும் இன்ன பிற நாடுகளிலும் நடைபெறும் மோதல்களால் ஐரோப்பாவில் அகதிகளின் வருகை அதிகரித்துவருகிறது. ஏற்கெனவே ஐரோப்பாவில் இருக்கும் அகதிகளோடு இணைவதற்காக அவர்களை நாடிவரும் குடும்பத்தினரின் எண்ணிக்கையும் அதிகரித்திருக்கிறது.

2014 தொடங்கி இராக் முழுக்கச் சிதறியிருக்கும் உள்நாட்டு அகதிகளின் எண்ணிக்கை 30 லட்சம். துருக்கி, லெபனான், ஜோர்டன், ஜெர்மனி உள்ளிட்ட அயல் நாடுகளில் உள்ள இராக்கிய அகதிகளின் எண்ணிக்கை, 2,40,000. ஏப்ரல் 2018 கணக்கின்படி ஆகஸ்ட் 2017 தொடங்கி 6,71,000 ரோஹிங்கியா ஆண்களும் பெண்களும் குழந்தைகளும் மியான்மரிலிருந்து வெளியேறியிருக் கிறார்கள். உள்நாட்டு மோதலால் 20 லட்சம் உக்ரேனியர்கள் தங்கள் வீடுகளை இழந்திருக்கிறார்கள். மூன்று லட்சம் பேர் அகதிகளாக மாற்றப்பட்டிருக்கிறார்கள். மத்திய கிழக்கில் இருப்பதிலேயே வறுமையான நாடான ஏமனிலிருந்து 20 லட்சம் பேர் வெளியேறி, ஆதரவு கிடைக்காமல் அவதிப்பட்டுக்கொண்டிருக்கிறார்கள். அவர்களில் 10 லட்சம் பேர் அடைக்கலம் கிடைக்காததால் உயிர் போனாலும் பரவாயில்லை என்று தாய்நாடு திரும்ப முயற்சித்திருக்கிறார்கள்.

தேடத்தேட, கவலையளிக்கும் புள்ளிவிவரங்கள் நீண்டுகொண்டே செல்கின்றன. கரும் இருள்போல் நம்மைச் சூழந்துகொள்கிறது சோகம்.

26

நாம் அகதிகள்

எது என் நாடு என்பதை எல்லைக்கோடுகள் நிர்ணயிக்கின்றன. யார் என் மக்கள் என்பதைக் கோடுகளே வரையறை செய்கின்றன. நானும் என் மக்களும் கோடுகளுக்கு உள்ளே அடங்கிக் கிடக்கிறோம். எல்லைக்கோடு என் இருப்பை உறுதி செய்கிறது. என் அடையாளத்தை வழங்குகிறது. என் நாட்டுக்கு ஒரு பெயரை அளிப்பது அதுதான். என் மக்கள் இந்தக் கோட்டின் பெயரால் அழைக்கப்படுகிறார்கள். இந்த உலகிலுள்ள ஒவ்வொரு நாட்டையும் கோடுகளே ஆட்சிசெய்கின்றன என்பதை நானறிவேன். கோடுகள் இல்லையென்றால் உலகம் இல்லை. நாடு இல்லை. ராணுவம் இல்லை. அரசு இல்லை. ஆட்சியில்லை. நான் ஒரு சிவிலியன். என் தேசம், என் மக்கள், என் அரசு, என் வாழ்க்கை, என் இருப்பு அனைத்தையும் கோடுகள் நிர்ணயிக்கின்றன. எனது அண்டை நாடு எது என்பதையும் என் நட்பு நாடு எது என்பதையும் என் எதிரி நாடு எது என்பதையும் என் நாட்டின் கோடுகள் முடிவு செய்கின்றன. எனது புவியியலே என்னுடைய அரசியலாகவும் வரலாறாகவும் இருக்கிறது.

கோடுகள் வரையப்படுவதற்கு முன்பும் மனிதர்கள் இருந்திருக்கிறார்கள். அவர்கள்

கட்டுப்பாடற்றவர்களாக இருந்தனர். அவர்களுடைய கால்கள் கட்டப்படாமல் இருந்தன. கோடு குறித்த அச்சமின்றி வனம், மலை, கடல், பாலைவனம் என்று அவர்கள் சுற்றித் திரிந்தனர். உணவும் உறைவிடமும் தேடி அவர்கள் தொடர்ச்சியாக ஓரிடத்திலிருந்து இன்னொன்றுக்கு இடப்பெயர்ச்சி செய்து கொண்டிருந்தனர். உணவுப் பற்றாக்குறை, பஞ்சம், புயல், வெள்ளம், வறட்சி, குழு மோதல் உள்ளிட்டவை இடப் பெயர்ச்சிக்கான காரணங்களாக இருந்தன. பழங்குடி மக்களும் நாடோடி மக்களும் ஏதேனும் ஓரிடத்தில் நிலைகொண்டு நிரந்தரமாகத் தங்கும் வழக்கம் இல்லாதவர்களாக இருந்தனர். மற்றொரு பக்கம், புதிய இடங்களைக் காணவேண்டும், புதிய அனுபவங்களைப் பெறவேண்டும், புதிது புதிதாகக் கற்கவேண்டும் என்னும் ஆர்வம் கொண்டவர்கள் கடல் கடந்து பல பயணங்களை மேற்கொண்டனர். வர்த்தக ஆர்வம் கொண்டவர்களும் நீண்ட, நெடிய பயணங்களை முன்னெடுத்தனர். அறிவியல் ஆய்வாளர்கள் இந்தப் பயணங்களால் பெரும் பலன் அடைந்தனர். இபின் பதூதா, மார்கோ போலோ, வாஸ்கோ ட காமா, சார்லஸ் டார்வின் போன்றவர்கள் தங்களுடைய எல்லையற்ற பயணங்கள் வாயிலாக நம் அறிவின் எல்லைகளை விசாலப்படுத்தினர்.

நவீன உலகம் முதலில் தடை செய்தது இந்தக் கட்டற்ற சுதந்தரத்தை தான். கூண்டுக்குள் விலங்குகளை அடைப்பதுபோல் கோடுகளுக்குள் மனிதர்களைப் பிரித்து தொகுத்து அடைத்துவைக்கும் வழக்கம் ஆரம்பமானது. நீ பிறப்பால் சிரியன். எனவே சிரியாவின் எல்லையைக் கடந்து நீ அனுமதியின்றி வெளியில் செல்லக்கூடாது. அதேபோல் இன்னொருவன் உன் எல்லைக்குள் வருவதை நீ அனுமதிக்காதே. இந்தக் கோடுகளைப் பாதுகாப்பதற்கென்றே அரசாங்கம் என்னும் அமைப்பு உருவாக்கப்பட்டது. கோடுகளைப் பராமரிப்பதே அரசாங்கத்தின் முதன்மை பணியாக மாறியது.

அதுவே அரசாங்கத்தின் முதன்மை பிரச்னையாகவும் மாறிப் போனது. குடிமக்களின் கல்விக்கோ மருத்துவத்துக்கோ அல்ல, உலகின் பல நாடுகள் எல்லையைப் பாதுகாப்பதற்கே அதிகப் பணம் செலவிடுகின்றன. காரணம் விதிவிலக்கில்லாமல் எல்லா எல்லைக் கோடுகளும் விரோதத்தையே முதலில் சம்பாதித்துக்கொள்கின்றன. எல்லையின் பெயரால் நாடுகள் தங்களுக்குள் போரிட்டுக் கொள்கின்றன. எல்லையின் பெயரால் கணக்கற்ற மக்கள் தினம் தினம் மடிகிறார்கள். இந்தப் படுகொலைகள் அரசால் அரங்கேற்றப் படுபவை அல்லது அரசைப் பாதுகாக்க அரங்கேற்கப்படுபவை என்பதால் அவை பெருமிதத்துக்குரிய செயல்களாக

உருமாற்றப்படுகின்றன. எல்லைக்கோடுகள், அவை உருவான காலம் முதலே வன்முறையோடு தொடர்புகொண்டவையாக இருக்கின்றன. இந்த வன்முறையை மற்றவர்களைவிட அதிகம் சந்திப்பவர்கள் நாடற்றவர்களான அகதிகள்தாம்.

உலகமே ஒரு கிராமம், உலகம் நம் உள்ளங்கையில், உலகம் முழுக்க ஒரே சந்தை போன்ற அட்டகாசமான முழக்கங்கள் உலகமயமாக்கலுக்கு ஆதரவாக எழுப்பப்பட்டாலும் நிஜத்தில் உலக நாடுகள் நத்தை போல் மேலும் மேலும் சுருங்கிக்கொண்டே போவதைத்தான் நாம் பார்க்கிறோம். ஐரோப்பிய ஒன்றியம் பலமிழந்துவிட்டது. குடியேறிகளின் நாடு என்று புகழப்பட்ட அமெரிக்கா தன் கதவுகளை இழுத்து மூடிக்கொண்டுவிட்டது. வளமுள்ள நாடுகள் அனைத்தும் போ, போ என்று அகதிகளை விரட்டியடிக்கின்றன. அதே சமயம் பண்டப் பரிமாற்றம் தடையின்றி நடைபெற்றுக்கொண்டிருக்கிறது. வர்த்தகத்துக்குக் கோடுகள் ஒரு தடையாக இல்லை. உலகின் எந்த மூலையிலிருந்தும் எந்த மூலைக்கும் ஒரு பொருளை இன்று வெகு சுலபமாகக் கொண்டு செல்லமுடியும். உலக வர்த்தக மையம் போன்ற அமைப்புகளும் நாடுகளுக்கு இடையிலான பல்வேறு வர்த்தக உடன்படிக்கைகளும் தங்குதடையற்ற வர்த்தக உறவைச் சாத்தியமாக்கியுள்ளன.

ஜெட் விமானம் ஒன்றில் ஏறி குறட்டைவிட்டு உறங்கியபடியே ஒரு கண்டத்தைவிட்டு இன்னொன்றுக்கு நீங்கள் சுலபமாகச் சென்றுவிட முடியும். எல்லைக்கோடுகள் அனைத்தும் உதிர்ந்து உடைந்து உங்கள் விமானத்துக்காக வழிவிடுகின்றன. மென் புன்னகையுடன் விமானப் பணிப்பெண்கள் உங்களை ஒரு புதிய நாட்டுக்கு வரவேற்று அழைத்துச் செல்வார்கள். இதே நீங்கள் உயிர் தப்பியோடிவரும் அகதி என்றால் எல்லைக்கோடுகள் உங்களை உந்தி கீழே தள்ளும்.உன் உடல் என் தேசத்துக்குத் தேவைப்படாது என்று அவை உங்களை விரட்டியடிக்கும். உங்களை ஏற்க மறுத்தால் உங்களுக்கு என்ன நேரும் என்பது உங்கள் பிரச்னை மட்டுமே. இப்படித்தான் மூன்று வயது குழந்தை ஆலன் குர்தியின் உடல் 2 செப்டெம்பர் 2015 அன்று மத்தியத் தரைக்கடலில் மூழ்கி தலைகுப்புறக் கரை ஒதுங்கியது. இப்படி எண்ணற்ற உடல்கள் கோடுகளால் அச்சுறுத்தப்பட்டு, கோடுகளால் விரட்டப்பட்டு, கோடுகளாலேயே தினம் தினம் கொல்லப்படுகின்றன.

டொனால்ட் டிரம்ப் அகதிகளுக்கு மிகவும் நன்றிக்கடன் பட்டிருக்கிறார். அந்நியர்களிடமிருந்தும் அவர்களுடைய ஆக்கிரமிப்புகளிட மிருந்தும் உங்களை மீட்டெடுப்பேன் என்பதுதான் அவருடைய

பிரதான தேர்தல் வாக்குறுதியாகவும் பிரசாரமாகவும் இருந்தது. அகதிகள் உள்ளே நுழையாதவாறு அமெரிக்காவைப் பலப்படுத்துவேன். அமெரிக்கா என்பது வெள்ளையர்களின் நாடாக மட்டுமே இருக்கும். அதில் அயல்நாட்டு அகதிகளுக்கு இடமில்லை. அகதிகளை மட்டுமல்ல, ஆசிய, தென் அமெரிக்கக் குடியேற்றங்களையும் இனி அனுமதிப்பதற்கில்லை என்று முழங்கினார் டிரம்ப். அமெரிக்கா மட்டுமல்ல பல நாடுகளின் நிலைப்பாடு இன்று இதுவே. நவம்பர் 2013 முதல் பிப்ரவரி 2014 வரை சவுதி அரேபியா 1,60,000 எத்தியோப்பியர்களை நாட்டைவிட்டு வெளியேற்றியுள்ளது. மலேசியா, இந்தோனேஷியா, தாய்லாந்து மூன்றும் தொடக்கத்தில் ரோஹிங்கியாக்களின் படகுகளைத் தங்கள் எல்லைக்குள் அனுமதிக்காமல் விரட்டியடிப்பதிலேயே கவனமாக இருந்தன.

2015ம் ஆண்டு கணக்கின்படி உலகம் முழுக்க 65 மில்லியன் பேர் அகதிகளாக மாறியிருக்கிறார்கள். இரண்டாம் உலகப் போரைத் தொடர்ந்து நாடிழந்த அகதிகளின் எண்ணிக்கை 11.5 மில்லியன் என்பதை அருகில் வைத்துப் பார்க்கும்போது அகதிகளின் இன்றைய நிலை கவலையளிக்கக்கூடியதாக இருக்கிறது. வரலாற்றில் இத்தனை பெரிய அளவிலான மக்கள் திரள் நாடற்றவர்களாக ஒரே சமயத்தில் இருந்ததில்லை. அந்த வகையில் இந்த நூற்றாண்டின் முதன்மையான பிரச்னை இதுதான். அகதிகளை உருவாக்கியதில் அமெரிக்கா வகித்த பாத்திரத்தைக் குறிப்பிட்டுச் சொல்லியாக வேண்டும். பொய்யான காரணங்களாலும் அரசியல் கணக்கீடுகள் காரணமாகவும் ஆக்கிரமிப்புப் போர்களை நடத்தி அந்நாட்டு மக்களை நாலாபுறமும் சிதறடித்த பெருமை அமெரிக்காவுக்கு உரியது. செப்டெம்பர் 11 தாக்குதலுக்கு முன்பே இத்தகைய அநீதியாக ஆக்கிரமிப்புகளை அமெரிக்கா செய்திருக்கிறது, பிறகும் அதைத் தொடர்ந்திருக்கிறது. அமெரிக்காவின் பயங்கரவாதத்துக்கு எதிரான போர் என்பது பெருமளவில் அகதிகளுக்கு எதிரான போராகவே இருப்பதையும் நாம் பார்க்கிறோம். டிரம்பின் நிர்வாகம் நிலைமையை மேலும் மோசமாக்கிக்கொண்டிருக்கிறது.

அகதிகளை ஏற்பதில்லை என்பது முதல் பிரச்னை என்றால் ஏற்றுக் கொண்டுள்ள நாடுகளில் அவர்கள் எப்படி வைக்கப்பட்டிருக் கிறார்கள் என்பது அடுத்த பிரச்னையாக இருக்கிறது. சிறைக்கூடங் களைவிடவும் கொடுமையாக அமைந்துள்ளன பெரும்பாலான அகதி முகாம்கள். அகதிகளை விலங்குகளைப் போல் கட்டுக்குள் வைத்திருக்கவேண்டும் என்றே அரச ாங்கங்கள் நினைக்கின்றன. இந்தக் குறுகிய சிந்தனையோட்டத்திலிருந்து அவர்களால் வெளிவரவேமுடியாமல் இருக்கிறது. அகதிகளைப் பொருளாதாரச்

சுமைகளாகவும் கருதவேண்டியதில்லை. அகதிகள் தாங்கள் புகலிடம் புகுந்த நாட்டின் பொருளாதாரத்தைத் தங்களால் இயன்ற அளவுக்கு வளப்படுத்திவருகிறார்கள் என்பதை ஆய்வுகளைக் கொண்டு பலமுறை பலரும் நிரூபித்தபிறகும் அரசாங்கங்களின் காதுகளில் அவை நுழைவதில்லை.

அகதிகளைச் சுமைகளாக மட்டுமல்ல பயங்கரவாதிகளாகவும் பார்க்கும் போக்கு இருக்கிறது. பெருங்கூட்டம் ஒன்றை உள்ளே அனுமதிக்குமாறு அவர்களில் சிலர் தவறிழைத்தவர்களாகவோ தவறு இழைக்கும் எண்ணம் கொண்டவர்களாகவோ இருப்பதற்கு வாய்ப்பு இருக்கத்தான் செய்கிறது. ஆனால் இது எல்லாக் குழுக்களுக்கும் பொருந்தக்கூடியதுதான் இல்லையா? அமெரிக்கா இதுவரை சந்தித்துள்ள தாக்குதல்கள் அனைத்துமே அந்நிய பயங்கர வாதிகளால் ஏற்பட்டவைதானா? அகதிகளும் பயங்கரவாதிகளும் அயல்நாட்டினரும்தான் அமெரிக்காவில் குற்றச்செயல்களில் ஈடுபடுகின்றனரா? இஸ்லாமியர்களும் ஆப்பிரிக்க அமெரிக்கர்களும் லத்தீன் அமெரிக்கர்களும்தான் பள்ளிகளில் துப்பாக்கிச்சூடுகளை நடத்திக்கொண்டிருக்கிறார்களா? அவர்களையெல்லாம் என்ன செய்யப்போகிறது அமெரிக்கா? டிரம்ப் விரும்பியதுபோல் வெள்ளையர்கள் மட்டுமே வாழும் தேசமாக அமெரிக்கா மாற்றப் பட்டால் அகிம்சையின் மறுஉருவாக அந்நாடு இரவோடு இரவாக மாறிவிடுமா? ஆக, அகதிகள் பொருளாதாரச் சுமைகள் என்பதைப் போல் அகதிகள் பயங்கரவாதிகள் என்பதும் அவர்களை நிராகரிக்க சொல்லப்படும் ஒரு சாக்குபோக்குதான், இல்லையா?

அரசாங்கங்கள் மட்டுமல்ல, நாமும்கூட அகதிகள் குறித்து பல தவறான அபிப்பிராயங்களை வளர்த்து வைத்திருக்கிறோம். இந்தத் தொடரின் நோக்கம் அகதிகளின் தரப்பை முன்வைப்பதன்மூலம் அந்த அபிப்பிராயங்களின் வேரைச் சற்று அசைத்துப் பார்ப்பது தான். அகதிகள் உலகம் முழுக்க நிறைந்திருக்கிறார்கள் என்ற போதும் அவர்கள் தனியோர் உலகில்தான் வாழ்கிறார்கள். அந்த உலகத்தைச் சேர்ந்த சிலருடைய வாழ்க்கையிலிருந்து ஒரு சில அத்தியாயங்கள் மட்டுமே இதில் இடம்பெற்றிருக்கின்றன. கடல்போல் விரிந்திருக்கிறது அவர்களுடைய பெருஞ்சோகம். அதை முழுக்கப் பதிவு செய்வதென்பது இயலாதது.

அகதிகள் பிரச்னையைத் தீர்க்க என்னென்ன செய்யவேண்டும்? இந்தத் துறையில் ஆய்வு மேற்கொண்டுவருபவர்கள் கூறும் சில முக்கிய ஆலோசனைகள் இவை. அடைக்கலம் தேடி வரும் அகதிகளுக்குப் பாதுகாப்பான வழித்தடத்தை உறுதி செய்ய வேண்டும். உடனடித் தேவைகள் உணவு, இருப்பிடம், மருத்துவ

வசதிகள் போன்றவை. நீண்டகால தேவை, சுதந்தரமான, இடையூறு அற்ற வாழ்க்கை. அகதிகளுக்கும் குடும்பங்கள் உண்டு. எனவே ஓர் அகதியின் குடும்ப உறுப்பினர்களுக்கு விசா வழங்கி அவர்கள் ஒன்றிணைய அனுமதிக்கவேண்டும். புகலிடம் அளித்த நாட்டில் தங்கியிருப்பதா, மீண்டும் தன் சொந்த நாட்டுக்குத் திரும்புவதா அல்லது மூன்றாவதாக வேறோரு நாட்டுக்குச் செல்வதா என்பதை முடிவு செய்யும் அதிகாரம் ஓர் அகதிக்கு இருக்கிறது. எந்த முடிவையும் அவர்மீது மற்றவர்கள் திணிக்கக் கூடாது. குழந்தைகளுக்குக் கல்வி வசதி அளிக்கவேண்டும்.

அகதிகள் குற்றவாளிகளல்ல. எல்லையைக் கடக்கும் முயற்சியில் ஈடுபடும் எந்த அகதியும் இறக்கக்கூடாது, கைது செய்யப்படக் கூடாது. போர் அல்லது உள்நாட்டுக் கலவரத்திலிருந்து தப்பிவரும் அகதிகளைப் புரிதலுடன் அரவணைத்துக்கொள்ளவேண்டும். உள்நாட்டு மக்களால் அகதிகளுக்கு எந்தச் சிக்கலும் நேராத வண்ணம் தடுக்கவேண்டும். இனம், நிறம், மதம், மொழி உள்ளிட்ட அம்சங்களைக் கொண்டு அகதிகளைப் பாகுபடுத்தவோ வதைக்கவோ ஒருவரையும் அனுமதிக்கக்கூடாது. அவர்கள்மீது ஏவப்படும் வெறுப்பு அரசியலைத் தடுத்துநிறுத்தவேண்டும். புதிய நாட்டில் அகதிகள் பொருளாதார ரீதியிலும் பாலியல் ரீதியிலும் இன்ன பிற வழிகளிலும் சுரண்டப்படாமல் இருப்பதை உறுதி செய்யவேண்டும். அகதிகள் உருவாவதற்குக் காரணமான சூழலைக் கண்டறிந்து சீர் செய்வதற்கு உதவி புரியவேண்டும். அகதிகளைப் பாதுகாப்பதும் அவர்களுக்கு வாழ்வளிப்பதும் நம் கடமை என்பதை பொறுப்புமிக்க ஒவ்வொரு அரசாங்கமும் உணரவேண்டும். என் அரசு இதையெல்லாம் சரியாகச் செய்கிறதா என்பதைக் கண்காணிப்பது அந்நாட்டிலுள்ள ஒவ்வொருவரின் கடமை.

எதற்காக ஊர், பேர் தெரியாத மக்களுக்காக நாம் இவ்வளவு மெனக்கெடவேண்டும்? சக மனிதர்களைக் காப்பதும் அவர்களுக் காகக் குரல் கொடுப்பதும் நம் கடமை. மேலும், மக்களில் ஒரு பிரிவினர் அகதிகளாக இருக்கும்போது இன்னொரு பிரிவினரால் சுதந்தரமாக இருந்துவிடமுடியாது. எல்லாவற்றுக்கும் மேலாக, இன்று அகதிகளுக்கு நேரும் எதுவும் நாளை நமக்கும் நேரக்கூடும். நாம் அகதிகளாக மாறுவதற்கான அத்தனைக் காரணங்களும் வெளியில் உயிர்ப்புடன் இருக்கின்றன. அந்த வகையில் இது நம் எல்லோருடைய போராட்டமும்கூட.

விரிவான வாசிப்புக்குச் சில நூல்கள்

1. *City of Thorns: Nine Lives in the World's Largest Refugee Camp*, Ben Rawlence, Portobello Books
2. *Children of War: Iraqi children speak*, Deborah Ellis, Allen & Unwin
3. *Human Cargo: A Journey among Refugees*, Caroline Moorehead, Vintage
4. *The Seasons of Trouble*, Rohini Mohan, Harpercollins
5. *Cast Away*, Charlotte McDonald-Gibson, Portobello
6. *The Rohingyas: Inside Myanmar's Hidden Genocide*, Azeem Ibrahim, Speaking Tiger
7. *The Oxford Handbook of Refugee & Forced Migration Studies*, Oxford University Press
8. *Infamy: The Shocking Story of the Japanese American Internment in World War II*, Richard Reeves,Henry Holt and Co.
9. *Refugees: Why seeking asylum is legal and Australia's policies are not*, Jane McAdam and Fiona Chong, UNSW Press
10. *The Iraqi Refugees: The New Crisis in the Middle East*, Joseph Sassoon, I.B.Tauris
11. *Global Refugee Crisis*, Mark Gibney, Greenwood
12. *Refugees and the End of Empire: Imperial Collapse and Forced Migration in the Twentieth Century*, Edited by Panikos Panayi and Pippa Virdee, Palgrave Macmillan
13. *The Making of the Modern Refugee*, Peter Gatrell, Oxford University Press
14. **போரின் மறுபக்கம்**, தொ. பத்திநாதன், காலச்சுவடு
15. **தமிழகத்தின் ஈழ அகதிகள்**, தொ. பத்திநாதன், காலச்சுவடு

